குற்றமும் அநீதியும்

குற்றமும் அநீதியும்

வி. சுதர்ஷன்

நன்கறியப்பட்ட பத்திரிகையாளர், எழுத்தாளர். *தி இந்தியன் எக்ஸ்பிரஸ்* (சென்னை), *தி பயோனீர்* (புது தில்லி), *அவுட் லுக்*, *தி நியூ இந்தியன் எக்ஸ்பிரஸ்* (சென்னை) மற்றும் *தி ஹிந்து* (தில்லி, சென்னை மும்பை) ஆகிய பத்திரிகைளில் பணிபுரிந்தவர். பல்வேறு தலைப்புக்களில் எழுதியவர். இந்திய வெளியுறவுக் கொள்கை, உளவு, பாதுகாப்பு. காஷ்மீர் பிரச்சினை குறித்தும் எழுதியிருக்கிறார். இவரது கட்டுரைகள், *தி ட்ரிபியூன்*, *டெலிகிராப்*, *தி ஏசியன் ஏஜ்*, *டெக்கான் க்ரானிக்கிள்*, *தி சிட்டிசன்* ஆகிய பத்திரிகைகளில் வெளியாகியுள்ளன.

இவரது நூல்களில் சில:

Anatomy of an abduction: How the Indian Hostages in Iraq were Freed (பெங்குவின் இந்தியா வெளியீடு-2007)

Adrift: A True Story of Survival at Sea (Hachette India Publication-2013)

His short story "Eclipse" was anthologised in "Madras on my Mind: A City in Stories" (Harper Collins 2015)

His prize winning short story "Casually, One Sunday Afternoon" was published in "I'm Not Like that and Other Stories" (Orient Longman 1987).

He has also been published in Chandrabhogo, a literary magazine run by Jayanta Mahapatra.

He was awarded the Appan Menon Memorial Fellowship (1998-1999)

"TUTICORIN – Adventures in Tamil Nadu's Crime Capital" published by Juggernaut Books, 2022

"DEAD END – The Minister, The CBI, And The Murder That Wasn't" published by Hachette India, 2022.

இவரது 'குற்றமும் கருணையும்' 'குற்றமும் தீர்ப்பும்' ஆகிய நூல்களைச் சமீபத்தில் (2022) காலச்சுவடு பதிப்பகம் வெளியிட்டுள்ளது.

வி. சுதர்ஷன்

குற்றமும் அநீதியும்

காவல்துறை அதிகாரி அனூப் ஜெய்ஸ்வால் எதிர்கொண்ட சவால்களும் சோதனைகளும்

தமிழில்

ஈசன்

காலச்சுவடு பதிப்பகம்

அன்பார்ந்த வாசகருக்கு,

வணக்கம்.

காலச்சுவடு நூலை வாங்கியமைக்கு நன்றி.

நூலின் உள்ளடக்கம், உருவாக்கம், அட்டைப்படம் இன்ன பிற அம்சங்கள் பற்றிய உங்கள் கருத்துகளையும் ஆலோசனைகளையும் காலச்சுவடு வரவேற்கிறது. தகவல், எழுத்து, வாக்கியப் பிழைகள் தென்பட்டால் அவசியம் தெரிவித்து உதவுங்கள். நூல் தயாரிப்பில் கடும் குறைபாடு இருப்பின் மாற்றுப் பிரதி உங்களுக்குக் கிடைக்கக் காலச்சுவடு ஏற்பாடு செய்யும்.

மின்னஞ்சல்: **publisher@kalachuvadu.com**

காலச்சுவடு நாகர்கோவில் அலுவலகத்திற்குக் கடிதம் அனுப்பலாம்.

தங்கள்
எஸ்.ஆர். சுந்தரம் (கண்ணன்)
பதிப்பாளர் – நிர்வாக இயக்குநர்

குற்றமும் அநீதியும்: காவல்துறை அதிகாரி அனூப் ஜெய்ஸ்வால் எதிர்கொண்ட சவால்களும் சோதனைகளும் ♦ அனுபவப் பதிவு ♦ வி. சுதர்ஷன் ♦ தமிழில்: ஈசன் ♦ © வி. சுதர்ஷன் ♦ முதல் பதிப்பு: டிசம்பர் 2024, இரண்டாம் பதிப்பு: மார்ச் 2025 ♦ வெளியீடு: காலச்சுவடு பப்ளிகேஷன்ஸ் (பி) லிட்., 669, கே.பி. சாலை, நாகர்கோவில் 629001

kuRRamum aniitiyum: Kavalthurai athikari Anoop Jaiswal ethirkonda savalkalum sothanaikalum ♦ Memoirs ♦ V. Sudarshan ♦ Translated by Easan ♦ © V. Sudarshan ♦ Language: Tamil ♦ First Edition: December 2024, Second Edition: March 2025 ♦ Size: Demy 1 x 8 ♦ Paper: 18.6 kg maplitho ♦ Pages: 248

Published by Kalachuvadu Publications Pvt. Ltd., 669 K.P. Road, Nagercoil 629001, India ♦ Phone: 91-4652-278525 ♦ e-mail: publications @kalachuvadu.com ♦ Printed at V.S Graphics, 79/36 Mirbakshi Ali Street, Royapettah, Chennai 600014

ISBN: 978-93-6110-796-2

03/2025/S.No. 1341, kcp 5653, 18.6 (2) 9ss

பொருளடக்கம்

1. இடைத்தேர்தல் — 11
2. காவலிலிருந்து தப்பித்தல் — 30
3. மிக முக்கியப் பிரமுகர் — 35
4. உண்மையும் மாயையும் — 49
5. ஏமாற்றாதே ஏமாறாதே — 56
6. காத்திருப்பு — 62
7. நிலம் என்னும் நல்லாள் நகும் — 70
8. புலனாய்வுத் துறை — 95
9. அஸ்ஸாம் அனுபவங்கள் — 113
10. இரகசிய அறிக்கை — 126
11. சூதாட்ட விடுதி — 149
12. தொலைந்துபோன கைக்கடிகாரம் — 154
13. கவனக் குறைவு — 162
14. கையூட்டு — 168
15. 1279 கருத்துரு — 173
16. அத்துமீறலும் ஆக்கிரமிப்பும் — 183
17. எண் 35, சுப்பிரமணிய முதலி தெரு — 202
18. கொலைப்பழி — 219
    பின்னுரை — 235

இந்நூலில் உள்ள நிகழ்வுகளின் நாயகர் திரு அனூப் ஜெய்ஸ்வால் குறித்துச் சில வார்த்தைகள்:

1955ஆம் ஆண்டு உத்தரப் பிரதேச மாநிலத்தில் கோரக்பூரில் பிறந்தவர். தந்தை விவசாயி, சிறு வணிகர். உள்ளூரில் ஆரம்பக் கல்வி. பின்னர் (தற்போது உத்தராகாண்ட் மாநிலத்தில் உள்ள) இராணுவப் பள்ளியில் (நைனிடால் மாவட்டம், கோரக்கல் என்ற ஊரில் உள்ளது) பள்ளிக் கல்வி தொடர்கிறது. குடும்பத்தில் யாரும் இராணுவத்தில் இல்லை; உள்ளூர்ப் பள்ளியிலிருந்து தற்செயலாகவே இராணுவப் பள்ளிக்குத் தேர்வாகிறார். பள்ளிக் கல்வியைக் காட்டிலும், அவரது வாழ்க்கை அந்த இமாலயச் சுற்றுச் சூழலால் வடிவமைக்கப்பட்டது என்றால் அது மிகையல்ல. பள்ளிப் பருவத்திலேயே இயற்பியலில் ஆர்வமும் திறனும் வெளிப்படுகிறது. விமானப்படைப் பயிற்சியாளராக, தேசியப் பாதுகாப்பு உயர் பயிற்சியகத்தில் சேர்கிறார். ஆனால் ஒரு மாதத்திற்குள்ளாகவே அதை ராஜினாமா செய்து விடுகிறார். அவரது மனம் அதில் ஒன்றவில்லை.

தில்லிப் பல்கலைக்கழகத்தில் இயற்பியலில் இளங்கலை, முதுகலைப் பட்டங்கள் பெறுகிறார். அறிவியல் மாணவராக இருந்தபோதும் தத்துவம், வரலாறு, ஆங்கில இலக்கியம் ஆகியவற்றில் ஈடுபாடும் தேடலும் அவரது நேரத்தை அதிகம் எடுத்துக்கொண்டன. இவையே அவரது சிந்தனைப் போக்கை, வாழ்க்கை அணுகுமுறையை வடிவமைத்தன, வளப்படுத்தின எனலாம்.

1980இல் இந்தியக் காவல் பணிக்குத் (ஐ.பி.எஸ்.) தேர்வாகிறார். பயிற்சி நிலையத்திலேயே

சோதனைகளை எதிர்கொள்கிறார். சட்டப் போராட்டம் நடத்தி வென்று மீண்டு வருகிறார். 35 ஆண்டுகாலக் காவல் துறைப் பணிக்குப் பின், காவல்துறை இயக்குநர் நிலையில் 2015ஆம் ஆண்டு பணிநிறைவு பெற்றார்.

தமிழ்நாடு காவல் துறையில் தூத்துக்குடி, கோவை மாவட்டங்களில் கண்காணிப்பாளராகப் பணியாற்றியிருக்கிறார். அந்தத் தொடக்கக் கால அனுபவங்கள் அவரது முதல் நூலான 'குற்றமும் கருணையும்' நூலில் பதிவாகியுள்ளன (காலச்சுவடு பதிப்பக வெளியீடு, 2022). அதன் பின், சுமார் 14 ஆண்டுகள் இந்திய அரசின் இண்டெலிஜென்ஸ் பீரோவில், அஸ்ஸாம் மாநிலத்தின் போராட்டக் களங்களில் தீவிரவாதிகளிடையே பணியாற்றிய திகில் அனுபவங்கள் இந்நூலில் விவரிக்கப்பட்டுள்ளன.

1

இடைத்தேர்தல்

திருநெல்வேலி கிழக்கு மாவட்டத்தின் காவல் கண்காணிப்பாளராக அனூப் ஜெய்ஸ்வால் சுமார் மூன்று மாதங்கள் மட்டுமே பணியாற்றினார். அவர் அங்கு பொறுப்பேற்றபோதே இடைத்தேர்தல் அறிவிக்கப்பட்டிருந்தது. கடும் போட்டி இருந்தது. அஇஅதிமுக வேட்பாளர் ஆர்.எம். வீரப்பன் அப்போதைய முதலமைச்சர் எம்ஜிஆருக்கு மிக நெருக்கமானவர். சினிமாத் துறையிலிருந்து வந்தவர். நன்கு சலவைசெய்யப் பட்ட வெள்ளைக் கதர்ச் சட்டையின் பாக்கெட்டில் அவர் எப்போதும் எம்ஜிஆரின் வண்ணப் புகைப்படத்தை வைத்திருந்தார். வீரப்பன் எப்போதும் முழுக்கைச் சட்டையே அணிந்தார். மணிக்கட்டுகளை இறுகப் பிடித்தபடி பொத்தான் அணிவார். அவரது சட்டைப்பையில் எம்ஜிஆரின் புகைப்படத்தோடு பருமனான மைப்பேனா ஒன்றும் இருந்தது. சினிமாத்துறையில் அவர் கதை வசனகர்த்தாவாக இருந்ததன் நினைவுச் சின்னம் அந்தப் பேனா. அந்த மூன்று மாத காலத்தில் எம்ஜிஆர், வீரப்பனுக்காக இரு முறை பிரச்சாரம் செய்ய திருநெல்வேலிக்கு வந்தார்.

அந்த 1986ஆம் ஆண்டில், எம்ஜிஆர் வெளிர் நிறமாகவும் மெலிந்தும் இருந்தார். சுமார் இருபதாண்டுகளுக்கு முன், 1967ஆம் ஆண்டு, அவர் சுடப்பட்டதன் விளைவு அது. எம்ஜிஆர் படங்களில் வில்லனாக நடித்த எம்.ஆர்.ராதா, தன் வேட்டியில் மறைத்து வைத்திருந்த 0.42 கைத்துப்பாக்கியைத்

திடீரென எடுத்து எம்ஜிஆரை அவரது பரங்கிமலை ராமாவரம் தோட்ட வீட்டிலேயே மிக அருகிருந்து சுட்டார். எம்ஜிஆரின் இடது காதின் கீழே குண்டு நுழைந்து கழுத்தெலும்பில் செருகி நின்றது. பின்னர் எம்.ஆர். ராதா அதே துப்பாக்கியால் தன்னைத் தானே இரு முறை சுட்டுக்கொண்டார். இருவரையும் ஒரே ஆம்புலன்ஸில் மருத்துவமனைக்குக் கொண்டுசென்றனர்.

1967ஆம் ஆண்டு, ஜனவரி 12 அன்று மாலை, எம்ஜிஆர், சென்னை அரசுப் பொது மருத்துவமனையில் சேர்க்கப் பட்டார். முதலில் அவரை ராயப்பேட்டை அரசு மருத்துவ மனைக்குக் கொண்டுசென்றார்கள். அது சிறிய மருத்துவமனை. பொது மருத்துவமனையின் உபகரணங்களும் அறுவை சிகிச்சை நிபுணர்களும் அங்கில்லை. எம்ஜிஆர் விஷயத்தில் அலட்சியமாக இருக்க முடியாது. பொது மருத்துவமனைச் சிறப்புப் பிரிவிற்கு அவர் கொண்டுவரப்பட்டபோது, காயத்திலிருந்து ரத்தப் போக்கு நின்றுவிட்டது. இலேசான ரத்தக் கசிவு இருந்தது. எம்ஜிஆர் கவலைப்பட்டவராகக் காணப்படவில்லை. அவரால் பேச முடிந்தது.

"இது எப்படி நடந்தது?" அப்போது பணியில் இருந்த அறுவை மருத்துவர் ஆர். வெங்கடகிருஷ்ணன் கேட்டார்.

"சுட்டுட்டாங்க" என்றார் எம்.ஜி.ஆர்.

"ரொம்ப வலிக்குதா?"

"சுட்டா வலிக்காதா?"

"எக்ஸ்ரே எடுத்துப் பார்ப்போம்."

"பாருங்க."

"உள்ள குண்டு இருக்கு, ஆபரேஷன் பண்ணி எடுக்கணும்."

"எடுத்துரலாம்."

டாக்டர் வெங்கடகிருஷ்ணன், தன் மேலதிகாரி டாக்டர் வி. நடராஜனை அழைத்தார். அவர், நரம்பியல் நிபுணர் ராமமூர்த்தியையும் பொது அறுவை சிகிச்சை நிபுணர் டாக்டர் ஏ. வேணுகோபாலையும் அழைத்து அறுவை சிகிச்சை செய்தார்கள்.

எம்ஜிஆர் உயிர் பிழைத்ததே அதிசயம்தான். தலைக்குச் செல்லும் இரு முக்கிய ரத்தக் குழாய்கள் அரை அங்குல இடைவெளியில் இருக்கின்றன. அவை இரண்டிற்கும் இடையே குண்டு பாய்ந்திருந்தது. இப்படியோ அப்படியோ குண்டின் பாதை கால் அங்குலம் மாறியிருந்தாலும் எம்ஜிஆர் இறந்திருப்பார். அப்பகுதியில் இன்னும் பல முக்கிய நரம்புகள்

இருக்கின்றன. குண்டு எல்லாவற்றையும் தவிர்த்துவிட்டுக் கழுத்தெலும்பில் செருகியிருந்தது. குண்டு கழுத்தெலும்பில் பாய்ந்தபோது அது இரண்டாக உடைந்துவிட்டது. மருத்துவர்களால் ஒரு துண்டை மட்டுமே எடுக்க முடிந்தது; மற்றொன்றை எடுக்க முடியவில்லை.

மருத்துவர்கள் அதை எம்ஜிஆருக்குத் தெரிவிக்கவில்லை. வெளியே எடுத்த ஒரு துண்டை மட்டும் காட்டினார்கள். சில மாதங்களுக்குப் பின் எம்ஜிஆர் தன் தொண்டையில் உறுத்தல் இருப்பதாகப் பொது மருத்துவமனை இ.என்.டி. நிபுணரைப் பார்க்க வந்தார். கழுத்தெலும்பில் சிக்கியிருந்த பாதிக் குண்டு நாளடைவில் தளர்ந்து தொண்டையில் வந்து நின்றது. இ.என்.டி. நிபுணர் டாக்டர் சத்திய நாராயணா அதனை வெளியே எடுத்தார்.

எம்.ஆர். ராதா பெரிதாகக் காயம் படாத வகையிலேயே தன்னைச் சுட்டுக்கொண்டிருந்தார். அவரும் அரசுப் பொது மருத்துவமனைக்கே கொண்டுவரப்பட்டார். ராதாவைப் பொது வார்டில் அனுமதித்தார்கள். தான் எம்ஜிஆரைச் சுட்டதை ராதா ஒப்புக்கொண்டார். அதே கட்டடத்தில் மூன்றாம் தளத்தில் சிறப்புப் பிரிவில் எம்ஜிஆர் இருந்தார்.

ராதா அவ்வப்போது எம்.ஜி.ஆரைப் பற்றி விசாரிப்பார். "அவர் எப்படி இருக்கார். தப்பிச்சுட்டாரா? அடுத்த முறை என் குறி தவறாது."

குண்டின் இரண்டாவது துண்டு எம்ஜிஆரின் தொண்டையிலிருந்து எடுக்கப்பட்ட பின், அவர் பேச்சு குழறத் தொடங்கியது. வார்த்தைகளைச் சரியாக உச்சரிக்க முடியவில்லை. 1984இல் அவரது சிறுநீரகங்கள் செயலிழந்தன. பின்னர் பக்கவாதம் தாக்கியது. 1986 இடைத்தேர்தலின் போது, அவர் இன்னும் ஓராண்டில் இறக்கப்போகிறார் என்று யாருக்கும் தெரியாது. பக்கவாதம் அவரது உடல் நலத்தைப் பெரிதும் பாதித்துவிட்டது.

எம்ஜிஆரால் கோவையாகப் பேச முடியவில்லை. பல நேரங்களில் அவர் என்ன சொல்கிறார் என்று யாருக்கும் புரியவில்லை. அதில் தலைமைச் செயலரும் உள்துறைச் செயலரும் அடக்கம். முதலமைச்சர் தனது உத்தரவுகளைக் கறுப்பு மையால் எழுதிக் காட்டினார். ஒரு பக்கத்தில் பெரிய எழுத்துகளாக ஆறு வரிகள் அளவே எழுதுவார், கொச்சைத் தமிழில்.

சென்னை மாநிலக் கல்லூரியின் புவியியல் துறைப் பேராசிரியர் ஒருவரைத் தமிழ்நாடு கனிம வள நிறுவனத்தின் தலைவராக நியமித்து உத்தரவிட்டபோது இவ்வாறு எழுதினார்:

குற்றமும் அநீதியும்

"இவரு எங்கேயும் போ கூடாது. அவருக்கு ஆயிரம் ரூபா கொடுக்கணும்".

அவரது கறுப்பு மைப்பேனா எழுத மறுக்கும்போது அதனைப் பலமாக உதறுவார். அதிலிருந்து கொட்டும் மை ஆங்காங்கே தாளில் பட்டு அந்தக் குறிப்பை இன்னும் வாசிக்க இயலாததாக ஆக்கிவிடும். குறிப்பின் இறுதியில் எம்ஜிஆர் என்றே கையொப்பமிடுவார்.

எம்ஜிஆர் நேரடியாக மாவட்ட ஆட்சியர்களோடு தொலைபேசியில் பேசுவார். அவர் பேசுவது புரியவில்லை என்றாலும் அவர்களால் முதலமைச்சரை எதிர்த்துக் கேட்க முடியாது. "சரிங்க ஐயா, சரிங்க ஐயா" என்று மட்டுமே சொல்வார்கள். முதல்வர் பேசி முடித்த பின் அவர்கள் அவரது செயலாளர்கள் லஷ்மிநாராயணன் அல்லது பரமசிவம் ஆகியோருக்கு போன் செய்து விவரம்பெற முயல்வார்கள்.

"ஐயா, எங்களுக்கும் தெரியாது. அவர் மேல் அறை யிலிருந்து பேசுகிறார். நாங்கள் கீழே இருக்கிறோம். உங்கள் மாவட்டத்திலிருந்து சிலர் வந்து அவரைப் பார்த்துவிட்டுப் போனார்கள். அதை வைத்துக் கண்டுபிடியுங்கள்" என்று அவர்களின் பெயர்களைக் கூறுவார்கள்.

இந்த நிலையிலும் எம்ஜிஆர், ஆர்.எம்.வீக்காகப் பிரச்சாரம் செய்ய வந்தார். அப்போதைய சுகாதாரத் துறை அமைச்சர் டாக்டர் எச்.வி. ஹண்டே வழக்கமாக இடைத்தேர்தல்களைக் கையாள்பவர். அவரும் ஆர்.எம்.வீக்காகப் பணியாற்ற அனுப்பி வைக்கப்பட்டார். எம்ஜிஆர் பிரச்சாரம் செய்யும் கடைசி இடைத்தேர்தல் அதுவென்பது அப்போது யாருக்கும் தெரியாது. எம்ஜிஆர் சட்ட மேலவையைக் கலைத்துவிட்டார். டாக்டர் எச்.வி. ஹண்டே மேலவையின் தேர்ந்தெடுக்கப்பட்ட உறுப்பினர். ஆர்.எம்.வீ. மேலவையின் நியமன உறுப்பினர். தான் தேர்தலில் போட்டியிட வேண்டும் என்று ஆர்.எம்.வீ., எம்ஜிஆரிடம் வலியுறுத்தினார். ஆர்.எம்.வீ.யிடம் முடியாது என்று சொல்ல எம்ஜிஆரால் முடியாது. எம்ஜிஆர் ஆர்.எம்.வீ.யை எப்போதும் முதலாளி என்றே அழைத்தார். தேவர் சாதியினர் அதிகம் வசித்த பகுதிகளில் பிரச்சாரம் செய்ய ஹண்டே அனுப்பப்பட்டார்.

தூத்துக்குடி இந்தியா சிமெண்ட் விருந்தினர் மாளிகைக்கு எம்ஜிஆர் வந்தார். "இங்க என்ன பிரச்சின?" எம்ஜிஆர் கேட்டார். அவர் பேச சிரமப்படுவதை ஹண்டே உணர்ந்தார்.

திமுக சார்பாக சுப்பிரமணிய பிள்ளை என்பவர் போட்டியிடுகிறார். அவருக்குத் திருநெல்வேலியில் செல்வாக்கு

உள்ளது. ஆர்.எம்.வீ. வெளியாள். ஹண்டே விளக்கியதை எம்ஜிஆர் கவனமாகக் கேட்டார். பின்னர் அவர் தன் கருத்தை எழுதிக் காட்டினார். இரண்டே வாக்கியங்களில் எழுதியிருந்தார்.

"இந்தப் போட்டி ஆர்.எம். வீரப்பனுக்கும் சுப்பிரமணிய பிள்ளை என்பவருக்கும் இடையேயானது அல்ல."

"இது கலைஞர் கருணாநிதிக்கும் எம்ஜிஆருக்கும் இடையே நடக்கிறது. யார் வெல்ல வேண்டும் என்பதை நீங்களே முடிவு செய்யுங்கள்."

அவர் போட்டியின் தன்மையையே மாற்றிவிட்டார். அது அப்படியே பத்திரிகைகளுக்குக் கொடுக்கப்பட்டது.

மறுநாள் எம்.ஜி.ஆரின் மேலும் ஒரு செய்தி பத்திரிகை களுக்குக் கொடுக்கப்பட்டது. "நான் இன்று திருநெல்வேலி யிலிருந்து சென்னை செல்கிறேன். என் வாழ்க்கையில் திருநெல்வேலி என்னை ஒருபோதும் கைவிட்டதில்லை." அதுவே மறுநாள் பத்திரிக்கைகளின் தலைப்புச் செய்தியானது.

○

தேர்தல் பரப்புரைக் கூட்டம் ஒன்று நடந்துகொண்டிருந்தது. எம்ஜிஆரின் வருகைக்காகப் பெருந்திரளாய் மக்கள் காத்திருந்தனர். எம்ஜிஆர் வருவதற்குச் சில நிமிடங்களுக்கு முன் சிவில் உடையிலிருந்த தனிப்பிரிவுக் காவலர் ஒருவர் கைக்குழந்தையுடன் ஒரு பெண்ணை அழைத்துவந்து மேடைக்கு முன் காவல்துறையின் தடுப்புக் கயிற்றுக்குப் பின் அமரவைத்தார். பின் அங்கு வந்த மற்றொரு தனிப்பிரிவுக் காவலர் அந்தப் பெண்ணைப் பார்த்துத் திட்டத் தொடங்கினார்.

"இந்த நிகழ்ச்சிக்கு ஏத்த மாதிரி டிரஸ் பண்ணிகிட்டு வர வேணாமா?"

"நீங்க சொன்ன மாதிரிதான் வந்திருக்கேன்."

"இவ்வளோ நல்ல புடவ ஏன் கட்டிக்கிட்டு வந்த?"

"இந்த புடவக்கி என்ன?"

"ஜவுளி கடையிலிருந்து நேரா வந்த மாரி இருக்கு."

"இது பழசுதான். பார். கிழிஞ்சிருக்கு."

"இல்ல இது பழசாவும் தெரியல, கிழிஞ்சா மாறியும் தெரியல, சொன்ன மாதிரி செய்யணும்."

அவர் பேசிக்கொண்டிருந்தபோதே "வாழ்க, வாழ்க" கோஷம் காதுகளைச் செவிடாக்கியது. எம்ஜிஆர் மேடையை

நெருங்கிக்கொண்டிருந்தார். கூட்டம் தடுப்புக் கயிற்றை மேடையை நோக்கித் தள்ளி நெருக்கிக்கொண்டிருந்தது. அந்தத் தனிப் பிரிவுக் காவலர்கள் அந்தப் பெண்ணைக் கயிற்றைத் தாண்டி உள்ளே வரச் செய்தார்கள். எம்ஜிஆர் மேடையில் ஏறத் துவங்கியதும் அந்தப் பெண் தன் கைக்குழந்தையை எடுத்துக்கொண்டு மேடையை நோக்கி விரைந்தார்.

"ஐயா... ஐயா... காப்பாத்துங்க ஐயா... என் கொழந்தய காப்பாத்துங்க... காய்ச்சல் அடிக்குதய்யா..." என்று கத்தியபடி எம்ஜிஆரை நோக்கி ஓடினார். அவரை யாரும் தடுக்கவில்லை. மேடையில் எம்ஜிஆரின் காலடியில் குழந்தையைக் கிடத்த முயன்றார். அவர் தரையை நோக்கிக் குனிய முற்பட்டபோது எம்ஜிஆர் சட்டென்று திரும்பி அந்தப் பெண்ணிடமிருந்து குழந்தையை வாங்கி முத்தமிட்டார். குழந்தை அலறத் தொடங்கியது. எம்ஜிஆர் புன்னகைத்தபடி குழந்தையை ஒரு முறை தலைக்கு மேலே உயர்த்திக் கூட்டத்திற்குக் காட்டினார். பின் குழந்தையை அந்தப் பெண்ணிடம் கொடுத்துவிட்டுத் தன் சட்டைப் பைக்குள் கைவிட்டுக் கையில் வந்த ஒரு கத்தை ரூபாய் நோட்டுக்களை அந்தப் பெண்ணின் கைகளில் திணித்தார்; அவ்வளவுதான்.

எம்ஜிஆர் வேறு பிரச்சாரம் ஏதும் செய்யத் தேவையிருக்க வில்லை. கூட்டம் ஆர்ப்பரித்தது. அங்கிருந்தவர்கள் எம்ஜிஆருக்குப் பருகுவதற்காக ஒரு தண்ணீர் பாட்டிலைக் கொடுத்தார்கள். எம்ஜிஆர் அதிலிருந்து கொஞ்சம் தண்ணீர் அருந்திவிட்டுப் பாட்டிலைக் கொடுத்தார். அது அங்கிருந்த தனிப் பிரிவுக் காவலர்களிடம் கை மாறியது. அவர்கள் பாட்டிலில் மிச்சமிருந்த தண்ணீரை அங்கு வைக்கப்பட்டிருந்த நீர் நிரம்பிய டிரம்மில் கொட்டிக் கலந்தனர். எம்ஜிஆர் அருந்திய தண்ணீர் கலந்த அந்த நீரைக் கொஞ்சம் வாங்கிக் குடிப்பதற்காக மக்கள் அந்த இடத்தை நோக்கி வரத் தொடங்கினார்கள்.

எம்ஜிஆர் தனது திருநெல்வேலி வருகையின்போது மாவட்ட எஸ்பியைச் சந்திக்க விரும்பினார். அப்போது ஸ்ரீபால் காவல் துறைத் தலைவர். அவருக்கு ஒரு கவலை இருந்தது. மாவட்ட எஸ்பி அனூப் ஜெய்ஸ்வாலுக்குத் தமிழ் தெரியாது. எம்ஜிஆரின் பிரத்தியேக சேவகர்கள் தவிர வேறு யாரும் அவர் சொல்வதை விளக்கிச் சொல்ல இயலாது.

"பாண்டியன் எங்கே? பாண்டியனைக் கூப்பிடுங்கள்" என்றார் ஸ்ரீபால். பாண்டியன் அப்போது திருநெல்வேலி மேற்கு மாவட்ட எஸ்பி. அவர் எங்கிருக்கிறார் என்று தெரிய வில்லை. எனவே ஜெய்ஸ்வாலை, எம்ஜிஆரைப் பார்க்குமாறு

சொன்னார்கள். எது நடந்தாலும் எதுவும் பேசக் கூடாது என்று அவருக்கு உத்தரவாகியிருந்தது.

அனூப் முதல்வரின் அறைக்குள் நுழைந்து சல்யூட் செய்தார். அவர் சோபாவில் அமர்ந்திருந்தார். எஸ்பியைப் பார்த்ததும் மெல்லிய குரலில் பேச முற்பட்டார்.

அனூப்பிற்கு எதுவும் புரியவில்லை. ஊகிக்கவும் முடிய வில்லை. முதல்வரின் உதவியாளர் மொழிபெயர்த்துச் சொல்லிக் கொண்டிருந்தார். அதுவும் அனூப்பிற்குப் புரியவில்லை. எனவே வெறுமனே தலையாட்டிக்கொண்டிருந்தார்.

திடீரென்று பாண்டியன் அந்த அறைக்குள் வேகமாக நுழைந்தார். புதியவர் ஒருவர் தன்னை நோக்கி வருவதைப் பார்த்த முதல்வர் இருக்கையில் சற்றே பின்வாங்கினார். அவரது தொப்பி நழுவத் தொடங்கியது. ஒரு கையால் அதைச் சரிசெய்தபடி தனது கறுப்புக் கண்ணாடியையும் சரிசெய்துகொண்டார்.

பாண்டியன் அவர் முன் வந்து முழங்காலில் மண்டியிட்டு அமர்ந்து, தலை குனிந்து, ஒரு கையால் வாயைப் பொத்தியபடி ஏதோ முணுமுணுத்தார். அது என்னவென்பதும் அனூப்பிற்குப் புரியவில்லை. முதல்வரின் உதவியாளர்கள் ஏதோ சொன்னார்கள். அதுவும் புரியவில்லை. தொடங்கிய மாதிரியே அந்தச் சந்திப்பு சட்டென்று முடிந்தும் போனது.

கடந்த தேர்தலில் அஇஅதிமுக பெருவெற்றி பெற்று ஆட்சியைப் பிடித்ததில் ஆர்.எம்.வீ.யின் தேர்தல் தந்திரங்கள் முக்கியப் பங்கு வகித்தன. காங்கிரசோடு கூட்டணி வைத்ததும் காங்கிரஸ் தலைவி திருமதி இந்திரா காந்தி சமீபத்தில் படுகொலை செய்யப்பட்டதும் ஒரு காரணமாக இருந்திருக்கலாம். கருணாநிதி இடைத்தேர்தலில் பிரச்சாரம் செய்தார். முன்னெப்போதும் இல்லாத அளவுக்குச் சட்டமன்றத்தில் வெறும் 32 இடங்களே பெற்றிருந்த திமுக அந்த இழப்பை ஈடுசெய்ய முயன்றது. கடும் போட்டி இருந்தது.

அனூப் ஜெய்ஸ்வாலுக்கு இது முதல் தேர்தல் அனுபவம். பெரிதாக எதுவும் செய்ய இருப்பதாக அவருக்குத் தோன்றவில்லை. பிரச்சாரம் நடந்துகொண்டிருந்தது. ஒருநாள், திருநெல்வேலி – தூத்துக்குடி சாலையில், திருநெல்வேலிக்குத் தென்கிழக்கே சுமார் 30 கிலோ மீட்டர் தொலைவில் இருந்த தென்திருப்பேரை என்னும் ஊரிலிருந்து சுமார் 30 நபர்கள் அனூப்பைக் காண அவரது முகாம் அலுவலகத்திற்கு வந்தார்கள். அவர்களில் பெரும்பாலோர் பிராமணர்கள். தங்கள் ஊரில், தாமிரபரணி ஆற்றின் தென்கரையில் இருக்கும் அருள்மிகு மகர

நெடும்குழைக்காதர் ஆலயத்தில் பெரிய அளவில் திருட்டுப் போயுள்ளதாக அவர்கள் சொன்னார்கள்.

"ஆமாம், ஆமாம். 52,000 ரூபாய் மதிப்புள்ள நகைகள் திருட்டுப் போய்விட்டதாக எனக்குச் செய்திவந்துள்ளது. என்னவென்று பார்க்கிறேன்" என்றார் ஜெய்ஸ்வால்.

"என்ன. 52 ஆயிரமா?"

"ஆமாம். இதில் உங்களுக்கு என்ன வியப்பு?"

"அய்யா, அது ஒரு பாரம்பரியக் கோவில், மிகப் பழமையானது. பல கிலோக்கள் அளவில் திருட்டுப்போயுள்ளது. மொத்தமும் போய்விட்டது."

"முதல் தகவல் அறிக்கையைப் பார்க்க வேண்டும்" என்று ஜெய்ஸ்வால் கேட்டார். தனிப்பிரிவு போலீஸார் அதனை வரவழைத்துத் தந்தார்கள். கோவில் நிர்வாகி டி.வி. ரெங்கசாமி என்பவரது புகாரின் பேரில் எப்.ஐ.ஆர். பதிவாகியிருந்தது.

எப்.ஐ.ஆரோடு இணைக்கப்பட்டிருந்த, திருட்டுப்போன நகைகளின் பட்டியல் பல பக்கங்களுக்கு நீண்டது. 127 நகைகள் திருட்டுப்போயிருந்தன. நகைகளின் விவரமும் எடையும் குறிப்பிடப்பட்டிருந்தது. அம்மன் அணிந்திருந்த தாலி உட்பட எல்லாம் திருட்டுப்போய்விட்டன. கோவிலைச் சுத்தமாகத் துடைத்துவிட்டிருந்தார்கள். ஜெய்ஸ்வால் கணக்குப்போட்டுப் பார்த்தார். மொத்தம் 32 கிலோ தங்கம், பல கிலோ வெள்ளி. வைரம், மாணிக்கம், இன்னும் விலை உயர்ந்த கற்கள் அந்த நகைகளில் பதிக்கப்பட்டிருந்தன. தெய்வங்களுக்கு அணிவிக்கப்பட்டிருந்த நகைகளும் திருடுபோயிருந்தன. ஒரு இரும்புப் பெட்டி உடைக்கப்பட்டு அதிலிருந்த நகைகளையும் திருடியிருந்தார்கள். திருட்டுப்போன நகைகளின் மதிப்பு ரூ.52,000/– என்பதைப் பார்த்து ஜெய்ஸ்வால் முகம் சுளித்தார்.

அந்த வழக்கு ஆழ்வார் திருநகரி காவல் நிலையத்தில் குற்ற எண்;267/1986 ஆக ஜூலை 28 அன்று பதிவாகியிருந்தது. ஜெய்ஸ்வால் அந்தக் காவல் நிலைய அதிகாரியை அழைத்தார்:

"என்ன தங்கம் விலை அவ்வளவு குறைந்துவிட்டதா? இவ்வளவு நகை திருட்டுப்போயிருக்கிறது, எப்படி நீங்கள் 52,000 என்று கணக்கிட்டீர்கள்? 32 கிலோ தங்கம் வெறும் 52,000 ரூபாயா? அது சரியில்லையே?"

"ஐயா, இந்தத் தொகையைக் கோவில் நிர்வாகிகளே குறிப்பிட்டாங்க."

“என்ன சொல்றீங்க, அவங்களே குறைத்து மதிப்பிட்டாங் களா?”

“அவங்களுக்கு இப்போதைய மதிப்பு தெரியாதுங்க ஐயா. கடைசியா மதிப்பிட்டு சுமார் நூறு வருடம் இருக்குங்க ஐயா.”

“நூறு வருஷமா?”

“ஆமாங்க ஐயா. 1853இல் நடந்தது. அதற்குப் பிறகு எவ்வளவு நகை வாங்கப்பட்டது, அல்லது பக்தர்களால் நன்கொடையாகக் கொடுக்கப்பட்டது என்று எங்களுக்குத் தெரியாதுங்க ஐயா.”

இந்தத் திருட்டுப் பற்றி விவாதிக்க அனூப் ஒரு கூட்டத்தைக் கூட்டினார். டிஎஸ்பி வந்தார். “அது பெரிய திருட்டுன்னு தெரியும் ஐயா” என்றார்.

“பெரிய திருட்டா? தமிழ்நாட்டில் அல்லது வேறு எங்கேனும் இதற்கு முன் 32 கிலோ தங்கம் திருட்டுப்போனதா என்று தெரியுமா?”

டிஎஸ்பி தலைகுனிந்து மௌனமாக இருந்தார். பிறகு சொன்னார். “டிஐஜிகூட வந்து பாத்தாங்க ஐயா. போலீஸ் நாயும் வந்தது.”

போலீஸ் நாய் மோப்பம் பிடித்தபடி, நேராக ஒரு ஆளுங்கட்சிப் பிரமுகரின் வீட்டிற்குச் சென்றது. அவர்மீது சந்தேகப்படுவதற்கு வேறு எந்தத் தடயமும் கிடைக்கவில்லை. ஆனால் இடைத்தேர்தல் காலம் என்பதால் அது எதிர்க்கட்சிக்கு வாய்ப்பாகி அனல் பறந்தது. அவர்கள் இந்தத் தகவலை வைத்துக்கொண்டு ஒவ்வொரு மேடையிலும் பேசினார்கள்.

“போலீஸ் நாய் நேராக ஆளுங்கட்சிப் பிரமுகரின் வீட்டிற்கே சென்றது. அது இடதுபுறமோ வலதுபுறமோ திரும்பவில்லை. வழியில் எங்கும் நிற்கவில்லை. அது நேராக அங்கு சென்று நின்றது. எங்கு? ஆளுங்கட்சி பிரமுகரின் வாயிலில் போய் நின்றது. போலீஸ் நாய் ஒருபோதும் பொய் சொல்லாது. ஆட்சியதிகாரத்தில் உள்ள கட்சி, தேர்தல் செலவுகளுக்காக நகைகளை எடுத்துக் கொண்டது என்று சொல்லலாமல்லவா?” என்று அவர்கள் பேசினார்கள். நன்றாக வேலை செய்ததற்காக அந்த நாய்க்கு ஒரு பதக்கம் தர வேண்டும் என்று பரிந்துரைத்தார்கள்.

அந்தப் பகுதி முழுவதும் சிறு மூக்குத்தியும் சிறு காதணி களும் வெள்ளமெனப் பாய்வதாக வதந்தி பரவியது. கோவில்

திருட்டுக்குப் பிறகே இவை வெளிவந்தன. மூக்குத்தியும் காதணிகளும் அந்தப் பகுதிப் பெண்களிடையே விநியோகிக்கப் பட்டன. தேர்தல் பிரச்சாரத்திற்கு வந்த கருணாநிதி "தேர்தல் என்ற பெயரில், ஏழைப் பெண்களுக்கு மூக்குத்தியும், காதணி களும் கிடைப்பது எனக்கு மகிழ்ச்சியே" என்றார். சற்று நிறுத்தி, பிறகு சொன்னார்: "திடீரென்று எனக்கு அம்மனின் தாலி நினைவுக்கு வருகிறது. சகோதர சகோதரிகளே, ஒரு நிமிடம் யோசித்துப் பாருங்கள், அவர்கள் இவற்றையெல்லாம், இந்த மூக்குத்தி, காதணிகளை, காணாமல்போன அம்மனின் தாலியை உருக்கித் தருகிறார்கள். பரமசிவனின் வாகனமான பைரவர் இதை நமக்குச் சொல்கிறார். பைரவர் பொய் சொல்ல மாட்டார்."

ஜெய்ஸ்வால், வழக்கின் விசாரணை அதிகாரியை வரச் சொன்னார். விசாரணை அதிகாரி வந்து, தான் பல இடங்களைச் சோதனை செய்ததாகவும், பலரை விசாரணை செய்ததாகவும் சொன்னார். இந்த வழக்குப் பற்றித் தொடர்ந்து பலரும் தொலைபேசியில் கேட்டுக்கொண்டே இருக்கிறார்கள். மூத்த அதிகாரிகள் நேரடியாகத் தொடர்புகொண்டு விசாரிக்கிறார்கள். இதற்குப் பதில் சொல்லவே நேரம் போதவில்லை. விசாரணை செய்ய நேரம் எங்கே இருக்கிறது என்று புலம்பினார்.

கோயில் திருட்டு வழக்கு விசாரணை எந்த நிலையில் இருக்கிறது என்று கேட்டு மாவட்ட ஆட்சியரிடமிருந்து ஜெய்ஸ்வாலுக்கு அழைப்பு வந்தது. அந்தக் கூட்டத்தில், ஆட்சியர், திருநெல்வேலி மேற்கு எஸ்.பி. பாண்டியன், ஆர்.எம்.வீ. ஆகியோர் இருந்தனர். ஆர்.எம்.வீ. குறுகத் தரித்துப் படிய வாரிய தலைமுடியோடு அங்கு உட்காரந்திருந்தார். அவர் கூட்டத்தில் ஒரு வார்த்தையும் பேசவில்லை. கே.கே.எஸ்.எஸ்.ஆர். என்று அழைக்கப்பட்ட அமைச்சர் சாத்தூர் ராமச்சந்திரன் இருந்தார். திருநெல்வேலி மேற்கு எஸ்.பி. பாண்டியன் ஏன் அங்கு வந்தார் என்று ஜெய்ஸ்வாலுக்குத் தெரியவில்லை. கோயில் அவருடைய எல்லைக்குட்பட்டதல்ல.

"அனூப் இது ரொம்ப சங்கடமாகப் போய்க்கொண் டிருக்கிறது" என்று தொடங்கினார் மாவட்ட ஆட்சியர். அவர் களைத்திருந்தார்.

"நீங்கள் இந்த வழக்கைக் கண்டுபிடிக்கவில்லை. இது நம் எல்லோருக்குமே தலைவலியாக ஆகிக்கொண்டிருக்கிறது. நீங்கள் இதைக் கண்டுபிடித்தாக வேண்டும்."

"இதைக் கண்டுபிடிப்பது ரொம்பச் சிரமம் சார். விசாரணை அதிகாரி விசாரணை செய்யவே முடியவில்லை என்கிறார். நாள் முழுவதும் அவருக்குத் தொலைபேசி அழைப்புக்கள்

வந்தவண்ணம் உள்ளன. இந்நேரம் அவர்கள் நகைகளை உருக்கியிருப்பார்கள். திருட்டுப் பொருட்கள் வாங்குவோரிடம் விசாரித்துவருகிறோம். எங்களால் முடிந்த எல்லாவற்றையும் செய்துவருகிறோம் சார்."

"இல்லை அது போதாது. பொதுவாகக் கோயில் திருட்டுக் களைப் பற்றி யாரும் கவலைப்படுவதில்லை. அது தனிநபர் சொத்தல்ல. ஒரு சில பக்தர்கள் அதுபற்றிச் சில நாட்கள் பேசுவார்கள். சில வாரங்கள் அல்லது ஓரிரு மாதங்கள்வரை பேசுவார்கள். கடவுள்கள் யாரும் புகார் செய்வதில்லை. ஆனால் இது இடைத்தேர்தல் நேரத்தில் நடந்துள்ளது. ஆகையால் இது தேர்தல் பிரச்சினை ஆகிவிட்டது. இதைக் கண்டுபிடித்தாக வேண்டும், உடனடியாக. இல்லையென்றால் அது ஆளும் தரப்பிற்கு எதிராகப் போய்விடும். இதைப் புரிந்துகொள்ளுங்கள் எஸ்.பி."

அனூப் அமைதியாக இருந்தார். மாவட்ட ஆட்சியர் தொடர்ந்து சொன்னார்.

"நீங்கள் இப்படிச் சொல்கிறீர்கள். எதிர்க்கட்சி வேறுவித மாகப் பேசுகிறது. உங்கள் நாய் ஏன் அஇஅதிமுக பிரமுகர் வாசலில் போய் நிற்க வேண்டும்?"

"நான் என்ன சொல்ல முடியும் சார்? அதை நாயிடம்தான் கேட்க வேண்டும்."

"நீங்கள் ஒரு பிரச்சினைக்குரிய நபராக இருக்கிறீர்கள் எஸ்.பி."

"இல்லீங்க சார். சில நேரங்களில் போலீஸ் நாயும் தவறு செய்யக்கூடும்.."

"அதை எதிர்க்கட்சிகளிடம் சொல்லுங்கள். இந்த நாய் எத்தனை சதவீதம் சரி அல்லது தவறு என்று நினைக்கிறீர்கள்?"

அனூப் பதில் பேசவில்லை.

"நீங்கள் ஏன் விசாரணை அதிகாரிகளை அதிகப்படுத்தக் கூடாது?" ஆட்சியர் தொடர்ந்து கேட்டார்.

இப்போது திருநெல்வேலி மேற்கு எஸ்.பி. பாண்டியன் குறுக்கிட்டுச் சொன்னார். "அதற்கு இப்போது நேரமில்லை சார். தேர்தல் தேதி நெருங்கிவிட்டது."

"என்ன செய்யலாம்.. நீங்களே சொல்லுங்கள். சரி. நாங்கள் ஐந்து லட்ச ரூபாய் மதிப்புள்ள தங்கம் தருகிறோம். அதை

உங்கள் விசாரணை அதிகாரி கண்டுபிடித்ததாகக் காட்டுங்கள். அது ஒரு முக்கியத் திருப்பமாக இருக்கும்" என்றார் ஆட்சியர்.

"அதெப்படி சார்? என்று அனூப் கேட்டார்.

"அதை உங்கள் விசாரணை அலுவலரிடம் விட்டுவிடுங்கள். அவருக்குத் தெரியும் எப்படிச் செய்வது என்று."

அனூப் பதில் சொல்ல முற்பட்டார். ஆட்சியர் அவரைப் பேசவிடவில்லை.

"அனூப் நீங்கள் பேசாமலிருங்கள். நாங்கள் பார்த்துக் கொள்கிறோம்."

"இல்லை சார். நீங்கள் இப்படி ஒரு கருத்தை வைத்திருக்கிறீர்கள் என்பதை முன்கூட்டியே சொல்லியிருக்க வேண்டும். நான் இதை அனுமதிக்க மாட்டேன். இதைப் பார்த்துக்கொண்டு அமைதியாக இருக்க என்னால் முடியாது."

"உங்களை மாற்றிவிடுவார்கள். தெரிகிறதா? அது பற்றியும் கொஞ்சம் யோசியுங்கள்."

"அதெப்படி சார். தேர்தல் அறிவிக்கப்பட்டுவிட்டது. என்னை எப்படி மாற்ற முடியும்? நல்லதோ, கெட்டதோ. நான் இங்கிருக்கிறேன். நீங்கள் அதைக் கவனத்தில் கொள்ளுங்கள். என்ன நேர்ந்தாலும் நான் இதை அனுமதிக்க மாட்டேன். அமைதியாக இருக்கவும் மாட்டேன்."

கூட்ட அறையில் முழு அமைதி நிலவியது.

அனூப் தன் முகாம் அலுவலகத்திற்குத் திருமபினார். சற்று நேரம் கழித்து டி.ஐ.ஜி. ஜாபர் அலியைச் சந்திக்கப் புறப்பட்டார். அவர் அனூப்பிடம் உறவினர்போல அனுசரணையுடன் பழகுபவர். அவரிடம் என்ன நடந்தது என்பதையும் தான் என்ன செய்ய எண்ணியிருக்கிறேன் என்பதையும் சொன்னார். ஜாபர் அலி, டி.எஸ்.பி. பதவியிலிருந்து வந்தவர். நீண்ட கால அனுபவமும் பக்குவமும் கொண்டவர். இன்னும் ஒரு சில ஆண்டுகளில் ஐ.ஜி.யாகப் பணிஓய்வுபெறவிருந்தார்.

"அமைதியாயிருங்கள். அப்படிச் செய்யாதீர்கள். இதை என்னிடம் விட்டுவிடுங்கள். எனக்குத் தெரியும். நான் பார்த்துக் கொள்கிறேன். என்னிடம் விட்டுவிடுங்கள்."

கடைசியில் ஆட்சியர் திட்டமிட்டபடி நடக்கவில்லை. இடைத்தேர்தல் தேதியும் நெருங்கிவிட்டது. டி.ஜி.பி.கே. ரவீந்திரன் திருநெல்வேலிக்கு வந்தார். சட்டம் ஒழுங்கு ஐ.ஜி. வந்தார். உயர் அதிகாரிகள் பலரும் திருநெல்வேலியில் வந்திறங்கினார்கள்.

அங்கிருந்த அரசு விடுதிகளும் ஹோட்டல்களும் நிரம்பிவழிந்தன. டி.ஜி.பி., தேர்தல் தேதிக்கு ஐந்து நாட்கள் முன்னதாகவே அங்கு வந்து முகாமிட்டார். அவர் பல ஆண்டுகள் மத்திய அரசின் ஐ.பி.யில் பணியாற்றியவர். மிக எளிமையானவர்.

முதல் கூட்டத்தில் நிலவரம்பற்றி ஜெய்ஸ்வாலிடம் முழுமையாகக் கேட்டறிந்தார். கூட்டத்திற்குப் பிறகு, இந்தியா சிமெண்ட்ஸ் விருந்தினர் விடுதியில் மதிய உணவு அருந்துகிறீர்களா என்று அவரைக் கேட்டார்கள். அவர் ஜெய்ஸ்வாலைப் பார்த்து, “அனூப் நான் உங்கள் குழந்தைகளைப் பார்க்க விரும்புகிறேன்” என்றார்.

“அது எங்களுக்கு ரொம்ப மகிழ்ச்சியைத் தரும் சார்.”

“அப்ப நாம வீட்லயே சாப்பிடலாமே?”

“நிச்சயமா சார். நான் என் மனைவிக்கு போன் செய்கிறேன்.”

டி.ஜி.பி., ஜாபர் அலியைப் பார்த்தார், “நீங்களும் வரீங்களா?”

அனூப் தனிப்பிரிவு இன்ஸ்பெக்டரை அழைத்து, இரண்டு உயரதிகாரிகள் சாப்பிட வருகிறார்கள் என்று தன் மனைவி நீலத்திடம் தெரிவிக்குமாறு கேட்டுக்கொண்டார்.

தனிப்பிரிவு இன்ஸ்பெக்டர் நீலத்திடம் அதைத் தெரிவித்ததோடு, அப்போதே மதியம் ஆகிவிட்டதால், அருகிலுள்ள ஹோட்டலிலிருந்து சாப்பாடு வரவழைத்து விடலாம் என்றார்.

“ஹோட்டலிலிருந்து வரவழைத்துச் சாப்பிடுவதாக இருந்தால், அவர்கள் அங்கேயே போய்விடலாமே? வேண்டாம். அவர்கள் வீட்டிற்கு வரட்டும். நான் இருப்பதை வைத்து ஏதாவது செய்கிறேன். கொஞ்சம் பட்டாணி மட்டும் வாங்கிட்டு வாங்க.”

நீலம், பட்டாணி புலவு, லஸ்ஸி, பருப்பு, உருளைக் கிழங்கு, கத்திரிக்காய் கொத்ஸு செய்துவிட்டு, பரோட்டாவுக்கு மாவு பிசையத் தொடங்கினார். அவருக்கு வேலை சரியாக இருந்தது.

விருந்தினர்கள் வீட்டிற்கு வந்தவுடன் நீலம், டி.ஜி.பி.யிடம், “கொஞ்சம் அவகாசம் வேண்டும். இன்னும் அரைமணி நேரத்தில் எல்லாம் தயராகிவிடும். பஞ்சாபி உணவு செய்துகொண்டிருக்கிறேன்” என்றார்.

“அம்மா. ஒன்றும் அவசரமில்லை. பொறுமையாகச் செய்யுங்கள். உங்கள் பெயர் என்னவென்று நான் தெரிந்து கொள்ளலாமா?”

“நீலம்.”

“எனக்கு உங்கள் தந்தையின் வயதாகிறது. நான் உங்களைப் பெயர் சொல்லி அழைக்கலாமா?”

“தாராளமாக.”

“நீலம். நான் உங்கள் பிள்ளைகளோடு விளையாடிக் கொண்டிருக்கிறேன். நீங்கள் பொறுமையாகச் சமையலை முடியுங்கள்.”

டி.ஜி.பி. சோபாவில் உட்கார்ந்தார். ஜெய்ஸ்வாலின் மூத்த மகன் மனு அவரருகில் வந்தான். டி.ஜி.பி.யின் சீருடையில் அவரது பதவியைக் குறிக்கும் அடையாளங்கள் இருந்தன. அவற்றைக் காட்டி இந்தியில் கேட்டான். “இது என்ன?”

“இது டி.ஜி.பி. பதவியைக் குறிக்கிறது.”

“எங்க அப்பா எஸ்.பி. பதவியில் இருக்கிறார்.”

“ம். எனக்குத் தெரியும்.”

“டி.ஜி.பி., எஸ்.பி. ரெண்டில் யார் பெரியவர்.?”

“டி.ஜி.பி.”

“இல்ல. நீங்க பொய் சொல்றீங்க.”

“ஏன்?”

“எங்க அப்பாவவிட பெரியவங்க யாருமில்ல.”

டி.ஜி.பி. வாய்விட்டுச் சிரித்தபடி சொன்னார். “நீ சரியாத் தான் சொல்ற. உங்க அப்பா எல்லாரையும் விட பெரியவர்.”

“எங்க அப்பா யாருக்கும் பயப்பட மாட்டார்.”

“ரொம்ப சரி மகனே. எனக்கும் தெரியும். உங்க அப்பா யாருக்கும் பயப்பட மாட்டார். சரி நீ சாப்பிட்டியா?”

“இன்னும் இல்ல.”

“ஏன்?”

“நீங்க எல்லாம் சாப்பிட்ட பிறகு சாப்பிடுவேன்.”

தேர்தலுக்கு ஒரு நாள் முன்னதாகப் பிரச்சாரம் ஓய்ந்தது. அன்று காவல்துறை எல்லாப் பாதுகாப்பு ஏற்பாடுகளையும் செய்ய வேண்டும். அரசியல் கட்சிகளுக்கும் வாக்காளர்களுக்கும் இடையே எதுவும் கைமாறாமலும், தேர்தல் ஒழுங்காக நடப்பதையும் உறுதி செய்ய வேண்டும். அன்று காலை

டி.ஜி.பி. ஜெய்ஸ்வாலை விருந்தினர் விடுதிக்கு வரச் சொன்னார். டி.ஐ.ஜி.ஜாபர் அலியும் அங்கிருந்தார்.

"அனூப். நீங்கள் மணிமுத்தாறில் இருந்தீர்கள் அல்லவா?" டி.ஜி.பி. கேட்டார்.

"ஆமாம் சார்."

"நீங்க ஏன் என்னை மாஞ்சோலைக்கு அழைத்துப் போகக் கூடாது?"

"போகலாம் சார். ஆனால் நாளை தேர்தல் இருக்கிறது."

"அது தெரிந்ததுதான். இங்கே நிறைய அதிகாரிகள் இருக்காங்க. அவங்க பாத்துப்பாங்க."

"ஆனா சார். தேர்தலுக்கு முந்தைய முக்கியமான நாள் இது."

"தெரியும்."

"சார். இன்னக்கிதான் கட்சிக்காரங்க வாக்காளர்களைக் கவர எல்லா வேலையும் செய்வாங்க."

"அதுவும் தெரியும்."

அப்போது ஜாபர் அலி குறுக்கிட்டு, "சார். அவர் எப்படிப் போக முடியும்? அவர்தான் இந்த மாவட்ட எஸ்.பி. அவர்தான் பொறுப்பு."

"நீங்கதான் இருக்கீங்களே. இன்னும் எஸ்.பி.க்கள் இதுக்காகவே வந்திருக்காங்க, அதுக்காகவே இந்த ஏரியா தெரிஞ்ச எஸ்.பி.க்களைப் போட்டிருக்கோம். அவங்களுக்கு இந்த வேலை பத்தியும் நல்லா தெரியும். இது இடைத்தேர்தல்தானே. நீங்க பாத்துக்க மாட்டீங்க? அனூப் என்னோடு வரட்டும்."

அதன் பிறகு ஜாபர் அலி எதுவும் பேசவில்லை.

"எப்ப கிளம்பலாம். டிபன் சாப்பிட்டுவிட்டுப் புறப்பட லாமா?"

"சரிங்க சார்."

காலை உணவுக்குப் பிறகு, அனூப் டி.ஜி.பி.யின் காரில் அமர்ந்துகொள்ள மற்றவர்கள் பின்னால் ஜீப்பில் தொடர அவர்கள் மாஞ்சோலைக்குப் புறப்பட்டார்கள். மணிமுத்தாறு பட்டாலியன் தளவாய்க்குத் தகவல் சொல்லப்பட்டிருந்தது. அவர் டி.ஜி.பி.யையும் மற்றவர்களையும் வரவேற்று மணிமுத்தாறு அருவிக்கு அழைத்துப்போனார்.

குற்றமும் அநீதியும்

பின்னர் டி.ஜி.பி. கேட்டார். "அனூப் நீங்கள் ஜீப் ஓட்டுவீங்க இல்ல."

"ஆமாம் சார்."

"சரி. நீங்க ஜீப்ப எடுங்க. நாம இப்ப மாஞ்சோலை போகலாம்."

அனூப் ஜீப்பை ஓட்ட, டி.ஜி.பி. அவர் பக்கத்தில் அமர்ந்து கொள்ள, ஒரு டிரைவரும் மற்றொரு கான்ஸ்டபிளும் பின் சீட்டில் ஏறிக்கொள்ள அவர்கள் புறப்பட்டார்கள். டி.ஜி.பி.யின் காரும் மற்ற வாகனங்களும் அங்கேயே நின்றன.

சிறிது நேரப் பயணத்திற்குப் பின் டி.ஜி.பி. சொன்னார். "நீங்க நல்லா வண்டி ஓட்றீங்க."

"இது எனக்கு நல்லா பழகிய பாதை. அம்பாசமுத்திரம் ஏ.எஸ்.பி.யா இருந்தப்ப இந்தப் பாதையில நிறைய முறை போய் வந்திருக்கேன் சார்."

மாஞ்சோலை சென்றடைய சுமார் பத்து கிலோ மீட்டர் இருக்கும்போதே பசுமை போர்த்திய மலைகள் அழகான ஏற்ற இறக்கங்களுடன் அலை அலையாய் எதிர்த் திசையில் விரைந்தன. தேயிலைத் தோட்டங்களுக்கு வேலி கட்டியது போல சுற்றிலும் உயர்ந்த மரங்களின் வரிசை, வானத்தைத் தொட முயல, "வேண்டாம், இங்கே வந்துவிடாதீர்கள்" என்று தடை விதிப்பதுபோல் வெண்பஞ்சு மேகங்கள் மரங்களினூடே விரவியிருந்தன. வானம் தெரியவில்லை.

காக்காச்சி கோல்ஃப் மைதானத்துக்கு வந்துவிட்டார்கள். மதியம் கடந்துவிட்டது. அனூப் ஜீப்பை நிறுத்தினார். எல்லோரும் இறங்கிக் கால்களை உதறிக்கொண்டார்கள். ஆங்காங்கே மேகங்கள் கொஞ்சம் விலகி வழிவிட, சூரியன் இதமான வெப்பத்தை அவர்கள்மீது வீசியது. எங்கும் அமைதி. தூரத்தில் பசுக்கள் மேய்ந்துகொண்டிருந்தன. கனமான புல்தரையில் கால்கள் அழுந்த டி.ஜி.பி. ரவீந்திரன் இப்படியும் அப்படியுமாய் உடலை முறுக்கிச் சோர்வை உதறினார். வெளிர் மஞ்சள் நிற வண்ணத்துப் பூச்சிகள் இங்குமங்கும் திரிந்தன. தும்பிகளின் கண்ணாடி இழை இறகுகளில் பட்டுப் பிரதிபலித்த வெயில் மின்னியது.

"இதுதான் பொருத்தமான இடம். இந்த இதமான இள வெய்யிலில் கொஞ்சம் பீர் குடித்தால் நன்றாக இருக்கும். அனூப், எனக்கு ஒரு பாட்டீல் பீர் தருவீங்களா?"

அனூப் இதை எதிர்பார்க்கவே இல்லை. டி.ஜி.பி. இப்படி ஒரு கோரிக்கை வைப்பார் என்று அவருக்குத் தெரியாது. ஊரிலிருந்து வெகு தொலைவில், இந்தக் காட்டின் நடுவே எங்கிருந்து பீர் கிடைக்கும்?

“முயற்சிக்கிறேன் சார்.”

“சரி. நான் இங்கே கொஞ்சம் ஓய்வெடுக்கிறேன்” என்று சொல்லியபடி ஷூ, சாக்ஸைக் கழற்றிவிட்டு, பெல்ட்டைத் தளர்த்திவிட்டுப் புல்தரையில் உட்கார்ந்துவிட்டார்.

டிரைவரையும் கான்ஸ்டபிளையும் அங்கேயே விட்டுவிட்டுத் தான் மட்டும் ஜீப்பை எடுத்துக்கொண்டு அனூப் புறப்பட்டார். சுமார் மூன்று கிலோமீட்டர் தொலைவில் அந்தத் தேயிலைத் தோட்ட மேலாளரின் பங்களா இருந்தது. அனூப் தன்னை அறிமுகப்படுத்திக்கொண்டார்,

“என்னோடு ஒரு மூத்த அதிகாரி வந்திருக்கிறார். எனக்கு ரெண்டு பாட்டீல் பீர் கடனாகத் தர முடியுமா? நான் மணிமுத்தாறு திரும்பியவுடன் யாரிடமாவது கொடுத்தனுப்பு கிறேன்.”

“தருகிறேன். ஆனால் இரண்டு நிபந்தனைகள்.”

“என்ன?”

“இரண்டு அல்ல நான்கு பாட்டீல் பீர் தருகிறேன். குளிர்ச்சியாக. ஆனால் திருப்பித் தரக் கூடாது. சரியென்றால் தருகிறேன்.”

“சரி”

மேலாளர் மற்றொரு அறைக்குள் சென்று நான்கு பீர் பாட்டீல்களை ஒரு துணிப்பையில் வைத்துத் தந்தார்.

அவருக்கு நன்றி சொல்லிவிட்டு அனூப் கோல்ஃப் மைதானத்துக்குத் திரும்பினார். டி.ஜி.பி. கண்களை மூடியபடி மல்லாந்து படுத்திருந்தார். அவர் முகத்தில் பரிபூரண அமைதி. இடைத்தேர்தல் பற்றிய நினைவுகளை விட்டு அவர் வெகு தூரம் விலகியிருப்பதாகத் தோன்றியது. அனூப் வரும் அரவம் கேட்டு எழுந்து உட்கார்ந்தார். அனூப் ஒரு பாட்டிலைத் திறந்து அவரிடம் கொடுத்தார். வாங்கிப் பருகியபடி,

“நீங்க பீர் குடிப்பீங்களா அனூப்?”

“எப்போதாவது சார்.”

“அப்ப நீங்களும் குடிங்க. இது நல்ல நேரம். அப்படி கவலையோடு பாக்கறத நிறுத்துங்க அனூப். கவலையில்லாம இருக்க கத்துக்கங்க.”

அனூப் தானும் ஒரு பாட்டிலை எடுத்துக்கொண்டார். டி.ஜி.பி. ஒரு பாட்டிலை முடித்ததும் மற்றொரு பாட்டிலை எடுத்து, திறந்து அவரிடம் கொடுத்தார் அனூப்.

“உங்களுக்கு?”

“வேண்டாம் சார். நா வண்டி ஓட்டணும்.”

அவர்கள் திரும்பப் புறப்பட்டபோது மணி இரண்டாகி யிருந்தது. மணிமுத்தாறு பட்டாலியன் அலுவலகத்தில் மதிய உணவு ஏற்பாடாகியிருந்தது. திருநெல்வேலி திரும்பியபோது மாலை மணி ஆறாகிவிட்டது. அனூப்பை அடுத்த அறையில் இருக்கச் சொல்லிவிட்டு, டி.ஜி.பி. தொலைபேசியில் யார் யாருடனோ பேசிக்கொண்டிருந்தார். அவர் வெளியே வந்தபோது, அனூப் அன்றைய தன் வேலைகளைப் பற்றிக் கவலையோடு பேசினார்.

“அனூப், உங்கள் இடத்தில் நான் இருந்தால், கவலைப் படவே மாட்டேன்” என்றார் டி.ஜி.பி.

“எப்படி சார். இது என் முதல் தேர்தல். நிறைய வேலைகள் இருக்கின்றன. எல்லாம் சரியாக இருக்கிறதா என்று பார்க்க வேண்டும்.”

“எல்லா ஏற்பாடும் செய்தாகிவிட்டது அனூப்.”

“செய்தாகிவிட்டதா?”

“ஆமாம். நிலைமை கட்டுக்குள் இருக்கிறது. நான் உங்களை இதிலிருந்து விலக்கிவைக்க வேண்டும் என்று நினைத்தேன். அதை வேறு எப்படிச் செய்வது என்று எனக்குத் தெரியவில்லை. இந்தக் குப்பையிலிருந்தும் சகதியிலிருந்தும் உங்களை விலக்கி வைக்கவே விரும்பினேன். இங்கே மட்டுமல்ல, எல்லா இடங்களிலும் இப்படித்தான் இருக்கிறது. இதை நீங்கள் புரிந்துகொள்ள வேண்டும். இதிலிருந்து தப்பித்துவிட முடியாது. புரிகிறதா அனூப்? இந்தச் சகதியில் வாழப் பழகிக்கொள்ளுங்கள்.”

அந்த 1986 திருநெல்வேலி இடைத்தேர்தலில் ஆர்.எம் வீரப்பன் 52,729 வாக்குகள், அதாவது பதிவான வாக்குகளில் 52 விழுக்காடு வாக்குகள் பெற்றார். தி.மு.க. வேட்பாளர் ஏ.எல். சுப்பிரமணியன் 39,495 வாக்குகள், 41.9 சதவிகித வாக்குகள், ஆர்.எம்.வீ.யைவிடச் சுமார் 13,000 வாக்குகள்

குறைவாகப் பெற்றார். பெண்கள் பலரும் புதிய மூக்குத்தியும் காதணிகளும் அணிந்து ஓட்டுப்போட வந்தனர். அந்த ஆண்டு தென்திருப்பேரை கோயில் வழக்குக் கண்டுபிடிக்கப்படவில்லை. வெகுநாள் கழித்து அது தீர்க்கப்பட்டதாகக் காட்டப்பட்டது. திருட்டு நடந்து ஒரு மாதத்திற்குப் பிறகு, 1986 ஆகஸ்ட் 26 அன்று அந்த வழக்குக் குற்றப்பிரிவு, குற்றப்புலனாய்வுத் துறைக்கு – சி.பி.சி.ஐ.டி.க்கு – மாற்றப்பட்டது.

சி.பி.சி.ஐ.டி. ஆவணங்களின்படி, குற்றவாளி பூல்பாண்டியன் என்பவரும் இதர ஏழு நபர்களும், அப்ரூவர் சாலமன் என்பவரும் திட்டம் தீட்டி அந்தத் திருட்டைச் செய்துள்ளார்கள் என்று தெரிகிறது. 12.5 கிலோ தங்கம், 21.068 கிலோ வெள்ளி, மதிப்பு மிக்க கற்கள் ஆகியவற்றை அருள்மிகு மகர நெடும்குழைக்காதர் ஆலயத்திலிருந்து திருடியுள்ளார்கள். வழக்கு சி.பி.சி.ஐ.டி.க்கு மாற்றப்பட்ட அன்றே டி.எஸ்.பி. விசாரணையைத் தொடங்கினார். 12.5 கிலோ தங்கம் மீட்கப்பட்டது. மீதித் தங்கம் என்னவானது என்று நீங்கள் கேட்பது புரிகிறது. ஆமாம். நீங்கள் என்ன நினைக்கிறீர்களோ அதையேதான் நானும் நினைக்கிறேன்.

திருட்டு நிகழ்ந்து 16 ஆண்டுகளுக்குப் பிறகு, தூத்துக்குடி தலைமை குற்றவியல் நடுவர் நீதிமன்றம் 31.08.2001 அன்று குற்றவாளிகளுக்குத் தண்டனை வழங்கித் தீர்ப்பளித்தது. எட்டுக் குற்றவாளிகளில் இருவர் வழக்கு நடந்துகொண்டிருக்கும் போதே இறந்துவிட்டனர். ஒருவர் விடுதலை செய்யப்பட்டார். மீதமுள்ளோருக்கு இரண்டாண்டுகள் முதல் ஏழு ஆண்டுகள்வரை சிறைத் தண்டனையும் இரண்டாயிரம் ரூபாய்முதல் ஏழாயிரம்வரை அபராதமும் விதிக்கப்பட்டன. அப்ரூவராக மாறிய முக்கியக் குற்றவாளிக்கு மிகக் குறைந்த தண்டனை (இரண்டாண்டு சிறை வாசம், இரண்டாயிரம் ரூபாய் அபராதம்) விதிக்கப்பட்டது.

2

காவலிலிருந்து தப்பித்தல்

பிரிக்கப்படாத திருநெல்வேலி மாவட்டத்திலிருந்த பாளையங்கோட்டை சிறையில் லாசர் ஒரு ஆயுள் தண்டனைக் கைதி. அவர் ஒரு கொலைக் குற்றத்திற்காகத் தண்டிக்கப்பட்டவர். பத்தாண்டு சிறைவாசம் முடிந்திருந்தது. தன் குடும்பத்தில் நடக்கவிருந்த ஒரு திருமணத்திற்காக அவர் பரோலுக்கு விண்ணப்பித்தார். சிறையில் அவரது நடத்தையை வைத்துப் பார்க்கும்போது, பரோலில் அனுப்பினால் அவர் தப்பியோடிவிடுவார் என்று கருத ஏதுமில்லை. எனவே சிறை அதிகாரிகள் அவருக்கு ஐந்து நாள்கள் விடுப்புத் தர முடிவு செய்தார்கள்.

கொடுங்குற்றவாளிகளை, வன்முறைக் குற்றவாளிகளை பரோலில் விடுவிக்கும்போது அதுபற்றி மாவட்ட நிர்வாகத்திற்குத் தெரிவிப்பது நடைமுறை. ஏனென்றால் அத்தகையோரது வருகை அந்த ஊரில், பகுதியில் பதற்றத்தை உருவாக்குமா எனக் கண்காணிக்க வேண்டும். சிறைத்துறை அதனைச் செய்ய இயலாது. மாவட்ட நிர்வாகம்தான் செய்ய வேண்டும். அதன்படி, லாசர் அவரது ஊருக்கு வருவதுபற்றி மாவட்டக் காவல் துறைக்கும் மாவட்டக் காவல் கண்காணிப்பாளருக்கும் தெரிவிக்கப்பட்டது. இதுபோன்ற சமயங்களில் வழக்கமாகச் செய்வதுபோல், ஒரு தலைமைக் காவலரும், நான்கு காவலர்களும் லாசரின் வழிக்காவலுக்கு அவரது கிராமத்திற்கு அனுப்பப்பட்டனர்.

அவர்கள் கிராமத்தை அடைந்தபோது ஊர் விழாக்கோலம் பூண்டிருந்தது. காவலர்கள் வீட்டிற்கு வெளியே காவலுக்காகத் தங்கிக்கொண்டனர். லாசரின் வீட்டிற்குப் பல வாயில்கள் இருந்தன. எங்கும் அவரது உறவினர்கள் நிறைந்திருந்தனர். வருவதும் போவதுமாய் இருந்தனர். வீட்டிற்குள் போன லாசர், உள்ளேயே இருக்கிறாரா அல்லது வேறு வழியாக வெளியே போய்விட்டாரா என்று தெரியவில்லை. தெரிந்து கொள்ளவும் வழியில்லை. கொண்டாட்டத்தின் ஒரு அங்கமாய்க் காவலுக்கு வந்தவர்களுக்கும் இனிப்புக்களும் தின்பண்டங்களும் வந்துகொண்டே இருந்தன. அவ்வப்போது லாசரும் உணவு வகைகளைக்கொண்டுவந்து தந்தார்.

இப்படியே மூன்று நாட்கள் கடந்தன. நான்காவது நாள் லாசர் வீட்டில் இருக்கிறாரா என்று பார்த்தனர். ஆனால் அவர் வீட்டில் இல்லை. வீட்டிலிருப்பவர்களைக் கேட்டனர். லாசர் இரவு வெளியே போனதாகவும், அதன்பின் அவர் வீடு திரும்பவில்லை என்றும் தெரிந்தது. திருமணம் முடிந்ததும் அவர் காணாமல் போய்விட்டார். எங்கிருக்கிறார், என்னவானர் என்று தெரியவில்லை. காவலர்கள் பதற்றமடைந்தனர். அக்கம் பக்கத்தில் தீவிரமாக விசாரித்தபின், உள்ளூர்க் காவல் நிலையத்திற்குச் சென்று கைதி தப்பியோடிவிட்டார் என்று புகாரளித்தனர். இந்தியத் தண்டனைச் சட்டம் பிரிவு 223–இன்கீழ் வழக்குப் பதிவுசெய்யப்பட்டது. சம்பந்தப்பட்ட அனைவருக்கும் விரைவுச் செய்தி அனுப்பப்பட்டது. இக்குற்றத்திற்கு கைதிக்கு இரண்டாண்டு சிறைத் தண்டனை உண்டு.

திருநெல்வேலி மாவட்ட எஸ்.பி. கடுங்கோபம் கொண்டார். ஆயுதந்தாங்கிய ஐந்து காவலர்கள் ஒரு கைதியைத் தப்பியோடாமல் பார்த்துக்கொள்ள முடியவில்லையா? காவல்துறை எந்த நிலைக்குப் போயக்கொண்டிருக்கிறது? அவர் அந்த ஐவரையும் கடமை தவறி, கைதியைத் தப்பியோட விட்டதற்காகத் தற்காலிகப் பணி நீக்கம் செய்து ஆணை வழங்கினார். பணி நீக்கம் அல்லது பதவியிறக்கம் போன்ற பெரிய தண்டனை வழங்குவதற்கான ஒருழுங்கு நடவடிக்கை விதி 3 பி–யின் கீழ் ஒழுங்கு நடவடிக்கை தொடரப்பட்டது.

அவர்களது மேலதிகாரியான டி.எஸ்.பி. விசாரணை நடத்தினார். அவர்கள் தங்கள் தவறை ஒப்புக்கொண்டார்கள். ஆனால் எந்தச் சூழலில் தவறு நேர்ந்தது என்பதையே தங்கள் தரப்பு வாதமாக முன்வைத்தார்கள். லாசரின் வீட்டிற்குப் பல வாயில்கள் இருந்தன. எல்லா வாயில்களையும் கண்காணிப்பது சாத்தியமாக இல்லை. ஒரு திருமண நிகழ்வின்போது லாசரின் நடமாட்டத்தைக் கட்டுப்படுத்த இயலவில்லை. ஆனால்

டி.எஸ்.பி. இதையெல்லாம் ஏற்றுக்கொள்ளவில்லை. அவர்கள் மீதான குற்றச்சாட்டு நிரூபணமாவதாகத் தன் முடிவை அறிவித்தார். அவர்களுக்குத் தண்டனை வழங்கப்பட வேண்டும்.

அந்த நேரத்தில், திருநெல்வேலியிலிருந்து பிரித்து, தூத்துக்குடி ஒரு புதிய மாவட்டமாக உருவானது. அந்த ஐந்து காவலர்களும் பணிபுரிந்த உட்கோட்டம் இப்போது தூத்துக்குடி மாவட்டத்தில் இருந்தது. அதன் கண்காணிப்பாளர் என்ற முறையில் அனூப் ஜெய்ஸ்வால் தண்டனை வழங்கும் அதிகாரி. சம்பந்தப்பட்ட கோப்பு அவருக்கு வந்தது. மாவட்ட எஸ்.பி.யாக அவர் ஆணை வழங்கும் முதல் தண்டனைக் கோப்பு அது.

“வழக்கமாக இதுபோன்ற கைதியைத் தப்பிக்கவிடும் குற்றச்சாட்டுக்கு என்ன தண்டனை வழங்கப்படும்?” ஜெய்ஸ்வால் தன்னுடைய தனிப் பிரிவு இன்ஸ்பெக்டர் வடிவேலுவைக் கேட்டார்.

“சார். இது ஒரு சீரியஸான கடமை தவறல். அவர்களை டிஸ்மிஸ் செய்ய வேண்டும்.”

“என்ன டிஸ்மிஸா?”

“இல்லையென்றால் குறைந்தபட்சம் ரிமூவல் அதாவது பணிநீக்கம் செய்ய வேண்டும் சார்.”

“இதற்கும் அதற்கும் என்ன வித்தியாசம்?”

“டிஸ்மிஸ் என்றால் அவர்கள் மீண்டும் எந்த அரசுப் பணிக்கும் வர இயலாது. ரிமூவல் என்றால் வேறு அரசுப் பணிக்குத் தேர்வாகலாம்.”

“சரி, கோப்பு என்னிடம் இருக்கட்டும். நான் பார்க்கிறேன்.”

ஜெய்ஸ்வால் குழப்பமடைந்தார். ஒரு திருமண வீட்டில், ஐந்து காவலர்கள் ஒரு கைதியை எப்படிக் காவல் காக்க முடியும்? இரண்டு நபர்கள் ஒரு நாளைக்கு 12 மணிநேரம் காவல் காத்தாலும், எல்லா வாயில்களையும் கண்காணிக்க முடியுமா? அங்கு எத்தனைக் கதவுகள் இருந்தன என்றாவது தெரியுமா? கைதி பூட்டிவைக்கப்படவில்லை. காவலர்கள் கைதியுடனேயே வீட்டிற்குள் நடமாடவும் முடியாது. அப்படிச் செய்வது கைதிக்கு பரோல் தந்த நோக்கத்தையே அர்த்தமற்றதாக்கிவிடும். இந்தச் சூழ்நிலையில் முறையான காவல் பணி சாத்தியமா? ஒரு அறை, ஒரு கதவு, சிறைச்சாலை, அல்லது ஒரு சுற்றுச் சுவர் இருந்தால் மட்டுமே காவல்காப்பது சாத்தியம். இந்தக் காவலர்கள் எங்கே தவறு செய்தார்கள்?

ஜெய்ஸ்வால் சிறை அதிகாரிகளுடன் பேசி, லாசருக்கு பரோல் என்ன நிபந்தனைகளின் பேரில் தரப்பட்டது என்று கேட்டார். அவர்கள் பரோல் ஆணையை அனுப்பிவைத்தார்கள். அது தமிழில் இருந்தது. அனூப் தன் உதவியாளரிடம் அதனை மொழிபெயர்க்கச் சொன்னார்:

"நீங்கள் இதன் மூலம் ஐந்து நாட்களுக்கு பரோலில் விடுவிக்கப்படுகிறீர்கள். 500 ரூபாய்க்கு உறுதிப்பத்திரம் தர வேண்டும். பரோல் காலம் முடிந்தவுடன், சிறைக் கண்காணிப்பாளர் முன் ஆஜராக வேண்டும். தவறினால் பத்திரத்தொகை பறிமுதல் செய்யப்படுவதோடு, நீங்கள் கைது செய்யப்பட்டு மீதமுள்ள தண்டனையைக் கழிக்கச் சிறையில் அடைக்கப்படுவீர்கள்."

இப்போது எழும் கேள்வி: அவர் 'விடுவிக்கப்படுகிறார்' என்றால், அவருக்குக் 'காவல்' என்னும் சங்கதி எங்கே இருக்கிறது? அனூப் தனக்குள்ளும் தன் அலுவலர்களிடமும் விவாதித்தார். இறுதியாக அவரது முடிவு: "அந்தக் காவலர்கள் தவறேதும் செய்யவில்லை."

அனூப், கோப்பில் தன்னுடைய ஆணையை எழுதினார்.

"பரோல் ஆணையின்படி, கைதி, சிறையிலிருந்து விடுவிக்கப் பட்டு, தன் ஊருக்குப் போக அனுமதிக்கப்பட்டுள்ளார். விடுவிக்கப்பட்ட பின் அவருக்குக் காவல் என்னும் கேள்வியே எழவில்லை. அவர் காவலில் இல்லை என்னும்போது அதிலிருந்து தப்பித்தல் என்பதும் இல்லை. அப்படிச் சொல்லுவது அர்த்தமற்றது. இந்தக் காவலர்களின் மீதான குற்றச்சாட்டு கைவிடப்படுகிறது. அவர்கள் தற்காலிகப் பணிநீக்கத்தில் இருந்த காலம் பணிக்காலமாகக் கருதப்படுகிறது."

கோப்பு டி.ஐ.ஜி.யின் ஆய்வுக்குப்போனது. காவல்துறை நடைமுறையின்படி இதுபோன்று எந்த ஒரு அதிகாரி வழங்கும் ஆணையும் அவரது மேலதிகாரியால் சரிபார்க்கப்பட்டு ஏற்கப்பட வேண்டும். மேலதிகாரி அந்த ஆணையை மாற்றலாம்; அதற்கான நடைமுறைகளும் உண்டு.

கோப்பு மேலதிகாரியின் பார்வைக்குப்போய்ச் சில மாதங்களுக்குப் பின் சென்னையில் இருக்கும் சட்டம் ஒழுங்குப்பிரிவு ஐ.ஜி.யிடமிருந்து தொலைபேசி அழைப்பு வந்தது.

"அனூப், உங்களுக்கு ஏதோ ஆகிவிட்டதுபோல இருக்கிறது. அதனால்தான் நீங்கள் அவர்கள் எல்லோரையும் விடுவித்துவிட்டீர்கள்" என்றார் ஐ.ஜி.

குற்றமும் அநீதியும்

அனூப் அமைதியாகவே இருந்தார். ஐ.ஜி. தொடர்ந்து பேசினார்.

"சரி. எனக்குச் சொல்லுங்கள். அந்த லாசர் என்பவருக்குக் காவல் தேவையில்லையென்றால், எதற்காக ஒரு தலைமைக் காவலரும் நான்கு காவலர்களும் அவர் பின்னால் அனுப்பப்பட்டார்கள்? அதிலும் ஏன் ஆயுதங்களுடன் அனுப்பப் பட்டார்கள்? ம்... சொல்லுங்கள்."

"அது எனக்குத் தெரியாது சார். எதற்காக இப்படி பரோலில் அனுப்புகிறார்கள் என்று பார்க்க வேண்டும். லாசரின் அந்த பரோல் ஆணையில், 'நீங்கள் விடுவிக்கப்படுகிறீர்கள்' என்றுதான் இருக்கிறது."

"அப்படியானால் எதற்காக ஆயுதம் தாங்கிய காவலர்கள் அனுப்பப்படுகிறார்கள்? ஒருவர், இருவர் அல்ல. ஐந்து பேர். அவர்கள் சுற்றுலாவுக்கா போனார்கள்?"

அத்துடன் தொலைபேசி துண்டிக்கப்பட்டது.

பரோலில் போகிறவர்களோடு காவலர்கள் அனுப்பப்படுவது, அவர்களது நடவடிக்கைகளைக் கண்காணிப்பதற்குத்தான். கைதியின் வருகை அந்த ஊரில், பகுதியில் பதற்றத்தை உருவாக்குகிறதா என்பதை அவர்கள் தங்கள் மேலதிகாரிகளுக்குத் தெரிவிக்க வேண்டும். அந்தக் கைதி ஏதேனும் குற்றச் செயலில் ஈடுபடுகிறாரா என்பதையும் கண்காணிக்க வேண்டும். கைதியின் காவலுக்காக அல்ல என்பதில் அனூப் உறுதியாக இருந்தார்.

லாசர் தன் பரோலுக்கான கட்டணமாக 500 ரூபாய் செலுத்திவிட்டார். அவர் மீண்டும் கைதுசெய்யப்படும்போது தப்பியோடிய காலம், அதற்கான தண்டணைக் காலம் ஆகியவற்றையும் சேர்த்துச் சிறையில் இருக்க வேண்டும்.

அதன்பின் ஐ.ஜி.யிடமிருந்து ஏதேனும் தகவல் அல்லது ஆணை வருகிறதா என்று அனூப் காத்திருந்தார். ஏதும் வரவில்லை.

3

மிக முக்கியப் பிரமுகர்

முக்கியப் பிரமுகர் பாதுகாப்பு என்று வரும் போது, பாதுகாப்புக்குத் தரப்படும் முக்கியத்துவம் அந்தப் பிரமுகரைப் பொறுத்தே அமைகிறது. பிரதமர் ராஜீவ் காந்தி தேர்தல் பிரச்சாரத்திற்காகத் தூத்துக்குடி வரவிருந்தார். அது தொடர்பாக உயர் அதிகாரிகள் கூட்டிய ஒரு கூட்டத்தில் அவர் எந்த வழியாக வரவிருக்கிறார் என்று விளக்கப்பட்டது. அதே கூட்டத்திற்கு அப்போதைய தமிழக முதலமைச்சரும் வரவிருந்தார். அவர் வரும் பாதை எதுவென்றும் கூட்டத்தில் விளக்கப்பட்டது. தமிழ்நாட்டைப் பொறுத்தவரை நாட்டின் பிரதமரைக் காட்டிலும் முதலமைச்சர்தான் மிக மிக முக்கியப் பிரமுகர். அவரைத்தான் வி.வி.ஐ.பி. என்று குறிப்பிடுகிறார்கள். அவரது புகழ், அந்தஸ்து, செல்வாக்கை அது குறிக்கிறது. தர்க்கரீதியாக அது சரிதான் என்பதை மறுப்பதற்கில்லை.

அதற்காக ஒரு பாதுகாப்புத் திட்டம் தயாரிக்கப் படும். அதாவது கூட்டத்தைச் சமாளிப்பது எப்படி என்பதன் சுருக்க வடிவம்தான் பாதுகாப்புத் திட்டம். கூட்டம் குறைவாக இருந்தால், காவல் துறைதான் கூட்டத்திற்கு ஏற்பாடும் செய்ய வேண்டும். வி.ஐ.பி. அல்லது வி.வி.ஐ.பி.யின் உள்ளம் குளிர வேண்டும். கிராமங்களிலிருந்து வி.ஐ.பி. பங்கேற்கும் நிகழ்விடங்களுக்கு மக்கள் வருவதற்குப் பேருந்துகள் ஏற்பாடு செய்ய வேண்டும். காவல் துறையின் உதவியுடன், பேரணியை நடத்தும் கட்சி பேருந்துகள் ஏற்பாடு செய்ய வேண்டும். இதனைக்

கட்சியும் காவல் துறையும் ஒன்றிணைந்தே செய்கின்றன. உதாரணமாக, போக்குவரத்து இன்ஸ்பெக்டருடன் கைகோத்து நிற்பதால் கிடைக்கும் நன்மைகள் என்னவென்று பஸ் முதலாளிகளுக்குத் தெரியும். சாலையில் செல்லும்போது, காவல் துறையின் சைகைக்கும் வார்த்தைக்கும் என்ன ஆற்றல் என்பது தெரிந்ததுதான். அது எழுதப்படாத விதி. எனவே பஸ் முதலாளிகள், காவல் துறை எப்போது கேட்டாலும் வாகனங்களைக் கொடுத்துவிடுவார்கள். மற்ற ஊர்களுக்குப் போகும் வண்டிகளைக் குறைத்துத் திசைமாற்றிவிடுவார்கள். சில நேரங்களில் அவர்களுக்கு வாகனங்களுக்கான முழுக் கட்டணம் கிடைத்துவிடும். சில நேரங்களில் கொஞ்சம் குறைவாகக் கிடைக்கும். சில நேரங்களில், வேறு இடங்களுக்குப் போகும் வாகனங்களைக் காவல்துறை, கூட்டம் நடக்கும் இடம் நோக்கித் திருப்பிவிடுவதும் உண்டு. அரங்கில் கூட்டம் குறைவாக இருக்கிறது என்றால் அப்படிச் செய்வதுண்டு.

ஒருமுறை அந்தத் தலைவர், ஒரு மேடையில் நின்றுகொண்டு ஊர்வலத்தைப் பார்வையிடுவதாக ஏற்பாடு. ஊர்வலம் மேடையைக் கடக்க மூன்று மணிநேரம் ஆக வேண்டும் என்பது உத்தரவு. அவ்வளவு கூட்டம் திரட்ட வேண்டும். அதற்குக் குறைவாக இருந்தால், கட்சியின் உள்ளூர்த் தலைவர்களின் பாடு திண்டாட்டம்தான். தலைகள் உருளலாம். மேடையிலிருந்து சற்றுத் தொலைவில் ஒரு பாலத்தின் அடியில் மறைவாக ஒரு முகாம் அமைக்கப்பட்டிருந்தது. ஊர்வலத்தில் வருபவர்கள் அந்த முகாம் வழியாக வந்து அங்கு சிறு பிளாஸ்டிக் உறைகளில் தரப்படும் அரசு சாராயத்தை வாங்கிக்கொண்டு உற்சாகம் பெற்று மேடையை நோக்கி வீறு நடை போட வேண்டும். ஆனால் கூட்டம் குறைவு என்ற நிலை வந்தது. பாதுகாப்புக்குப் பொறுப்பேற்றிருந்த காவல்துறை அதிகாரி குழப்பமடைந்தார். என்ன செய்வது என்று தவித்தார். அப்போது யாரோ ஒரு புத்திசாலி ஒரு ஆலோசனை சொன்னார். 'ஊர்வலத்தின் தலையையும் வாலையும் இணைத்துவிடுங்கள், அது சுற்றிச் சுற்றி வரட்டும். அப்போது கூட்டம் குறையவே குறையாது.'

மேலும் சாராயப் பாக்கெட்டுகள் வரவழைக்கப்பட்டன. மேடையைக் கடந்த தொண்டர்கள், சுற்றிக்கொண்டு மீண்டும் பாலத்தின் அடியிலுள்ள முகாமுக்கு வந்து இன்னும் ஒரு சாராய பாக்கெட்டை வாங்கிக்கொண்டு இன்னும் உற்சாகமாக மேடையை நோக்கி நடந்தனர். ஊர்வலத்தின் முடிவில் அவர்களுக்கு பிரியாணி பாக்கெட்டுகள் தயாராக இருந்தன. இப்படியாக ஊர்வலம் முடிவின்றித் தொடர்ந்தது. தனக்கிருக்கும் இந்த மக்கள் ஆதரவைக் கண்டு தலைவர் மகிழ்ச்சியின்

உச்சிக்கே சென்றார். நின்றபடியே கையசைத்து கூட்டத்தினரை உற்சாகப்படுத்தினார். கால் வலிக்கும்போது அவ்வப்போது கொஞ்சம் உட்கார்ந்துகொண்டார்.

1984ஆம் ஆண்டு அக்டோபர் மாதத்தில் இந்திரா காந்தி படுகொலை செய்யப்பட்ட பின் முக்கியப் பிரமுகர் பாதுகாப்பு ஒரு புதிய பரிமாணத்தை அடைந்தது. தேசியப் பாதுகாப்புக் குழு *(National Security Guard-NSG)* என்னும் அமைப்பு தில்லியில் உருவானது. அதன் பின்னர் சிறப்புப் பாதுகாப்புக் குழு *(Special Protection Group-SPG)* உருவானது. தமிழ்நாட்டிலிருந்து சில அதிகாரிகள் தேசத் தலைநகரில் பணிபுரியப் போனார்கள். நெருக்கப் பாதுகாப்பு என்பது அவர்கள் பணி. எவ்வளவு நெருக்கம் என்பது தெரியவில்லை. முக்கியப் பிரமுகருக்குப் பாதுகாப்புத் தருவது மாநில அரசின் பணியென்றாலும், எஸ்.பி.ஜி. சொல்வதே சட்டம் என்றாகியது. அதிகப் பாதுகாப்புப் பெறுபவர் அதிக முக்கியத்துவமுடையர் என்றாகியது. அதாவது, உங்களுக்குப் பாதுகாப்புத் தரப்படவில்லையென்றால், நீங்கள் அத்தனை முக்கியமானவரல்ல என்றாகியது. அதைத் தொடர்ந்து தலைவர்கள் பலரும் பாதுகாப்புப் பெறப் போட்டியிட்டனர். சிலர் தங்களுக்குத் தாங்களே மிரட்டல் கடிதங்கள் எழுதிக் கொண்டனர். சிலர் பொதுத் தொலைபேசியிலிருந்து தங்கள் எண்ணுக்கே அழைப்பு விடுத்துத் தங்களைத் தாங்களே மிரட்டிக்கொண்டார்கள்.

இவ்வாறு பல சிபாரிசுகள் வந்தன. அச்சுறுத்தல் இருப்பதாக வெளிப்படையாகத் தெரியவில்லை என்றாலும், பாதுகாப்பு முகமைகள், "மறைமுக அச்சுறுத்தல்கள் இல்லையென்று சொல்லிவிட முடியாது" என்ற அடிப்படையில் பாதுகாப்பு தரப் பரிந்துரைத்தன. இவ்வாறாக, அச்சுறுத்தலுக்கு உள்ளானோர், அச்சுறுத்தப்படலாம் எனப்படுவோர், அச்சுறுத்தல் இல்லை யென்று சொல்ல முடியாது எனப்படுவோர் என்று வகைப்படுத்தப் பட்டு, துப்பாக்கி ஏந்திய பாதுகாப்பு தரப்பட்டது.

இது சில நேரங்களில் இன்னும் வினோதமான விளைவு களை ஏற்படுத்தியது. ஒருமுறை, தமிழகச் சட்டப்பேரவை சபாநாயகர் பி.எச் பாண்டியன் தூத்துக்குடி வந்தார். அவர் ஸ்பிக் விருந்தினர் விடுதியில் தங்கினார். அவருக்குக் காவல்துறை பாதுகாப்பு தரப்பட்டது. மாவட்ட எஸ்.பி. என்ற முறையில் அனூப் அவரை விருந்தினர் விடுதியில் மரியாதை நிமித்தம் சந்தித்துவிட்டுத் தன் அலுவலகம் திரும்பினார். சபாநாயகர் மாலை சென்னை திரும்பவிருந்தார். அனூப் அலுவலகம் திரும்பி சுமார் இரண்டு மணிநேரம் கழித்து, சபாநாயகரின்

பாதுகாப்புப் பணியில் இருந்த இன்ஸ்பெக்டர் தொலைபேசியில் தொடர்புகொண்டு, சபாநாயகருடன் இருக்கும் சிலர், அவரது அரசு வாகனத்தில் வயர்லெஸ் கருவிகள் பொருத்த வேண்டும் என்று வலியுறுத்துவதாகத் தெரிவித்தார்.

சபாநாயகரின் வாகனத்தில் வயர்லெஸ் கருவிகள் பொருத்த இயலாது என்பதற்கு இரண்டு காரணங்கள் இருந்தன. ஒன்று அதனைப் பயிற்சிபெற்ற ஒரு காவலரால் மட்டுமே இயக்க முடியும். மற்றொன்று, அதனைத் தவறாகப் பயன்படுத்தினால், ஒட்டுமொத்த செய்திப் போக்குவரத்தும் தடைப்பட்டுவிடும். அனூப், அந்த ஆய்வாளருக்குப் போன்செய்து, வயர்லெஸ் கருவிகள் பொருத்த இயலாது என்று தெரிவிக்குமாறு சொன்னார். ஆனால் அவர் திரும்பவும் எஸ்.பி.யை அழைத்து, வயர்லெஸ் கருவிகள் பொருத்துமாறு சபாநாயகரே வலியுறுத்துவதாகத் தெரிவித்தார்.

அனூப் மீண்டும் விருந்தினர் விடுதிக்குச் சென்று சபாநாயகரிடம், "ஐயா. உங்கள் பாதுகாப்பு வாகனத்தில் வயர்லெஸ் இருக்கிறதே. அவர்கள்தான் செய்திப் போக்குவரத்துக்குப் பொறுப்பு" என்றார்.

"இல்லை. என்னுடைய காரில் ஒரு வயர்லெஸ் செட் வேண்டும்."

அந்நாட்களில், வயர்லெஸ் செட்டுக்கள் அளவில் பெரியவை. கையில் வைத்துப் பேசும் கருவியொன்று தனியாக இருக்கும். அதனை எடுத்துப் பேசும்போது அதிலிருக்கும் ஒரு லிவரை அழுத்திக்கொண்டு பேச வேண்டும். மற்றவர் பேசுவதைக் கேட்க அதனை விட்டுவிட வேண்டும்.

"வயர்லெஸ் செட்டை வைத்துக்கொண்டு நீங்கள் என்ன செய்யப்போகிறீர்கள் ஐயா? யாரோடு பேசப்போகிறீர்கள்? என்ன பேசப்போகிறீர்கள்?"

சபாநாயகர் சிரித்தபடி சொன்னார். "நீங்க என்னுடைய ஆட்களுடன் பேசுங்க. சென்ற வாரம் இங்கு ஒரு காங்கிரஸ் தலைவர் வந்ததாகவும், அவரது காரில் இரண்டு வயர்லெஸ் செட்கள் இருந்ததாகவும், ஆன்டனாக்கள்கூடப் பெரியதாக இருந்ததாகவும் சொல்றாங்க. அது எல்லோர் கவனத்தையும் கவர்ந்திருக்கு. அவர் மத்திய அமைச்சர்தான். நான் தமிழ்நாடு சட்டப்பேரவையின் சபாநாயகர்."

"யார் வந்தாங்க?" அனூப் சுற்றியிருந்தவர்களைக் கேட்டார்.

சபாநாயகரின் பி.ஏ சொன்னார், "சார். போன வாரம் மத்திய அமைச்சர் அருணாசலம் ஐயா வந்திருந்தாங்க. அவர்

காரில் சக்திவாய்ந்த வயர்லெஸ் இருந்திருக்கு. அவருக்கு எல்லா இடத்திலிருந்தும் செய்திகள் வந்துகொண்டே இருந்தன."

அனூப் யோசித்தார். பி.ஏ. குறிப்பிட்டது, காங்கிரஸ் அமைச்சர் எம். அருணாசலம். தென்காசிக்காரர். மூன்று முறை நாடாளுமன்ற உறுப்பினர். அப்போது மத்திய அரசின் தொழில்துறை இணை அமைச்சர்.

பி.ஏ. தொடர்ந்து சொன்னார்: "இந்தப் பெரிய மாநிலத்தின் சபாநாயகருக்கு அதுபோன்ற வயர்லெஸ் இல்லையென்றால், என்ன நினைப்பாங்க. இவர் என்ன முக்கியத்துவம் குறைந்தவரா? அதை நாங்க ஒப்புக்கொள்ள முடியாது."

அனூப் சபநாயகரைப் பார்த்தார். அவர் புன்னகைத்தபடி இருந்தார்.

"சார். இதற்கு ஒரு தீர்வு இருக்கிறது."

"சொல்லுங்க."

"நா உங்களுக்கு ஒரு பெரிய ஆன்டனா தரேன். ஒன்று அல்ல இரண்டு தரேன். காரில் பொருத்திக்கொண்டால் மத்திய அமைச்சரிடம் இருந்ததைவிடச் சக்திவாய்ந்த வயர்லெஸ் இருப்பதாகத் தெரியும்."

"இது நல்ல தீர்வு. அப்படியே செய்ங்க."

அனூப் சபாநாயகரின் காரில் இரண்டு பெரிய ஆன்டனாக்கள் பொருத்த ஏற்பாடு செய்தார். காரின் பின்புறம் பொருத்தப்பட்டு, ஒரு வளைவைப் போல முன்புறம் அதன் மற்றொரு முனை பொருத்தப்பட்டது. வெளியே இருந்து பார்க்கும்போது அந்த அம்பாஸிடர் காரில் சக்திவாய்ந்த் வயர்லெஸ் இருப்பதுபோலவும், இங்கிருந்து நிலவில் இருப்பவரோடுகூடப் பேசலாம் என்பதுபோலவும் தோன்றியது. அணைந்து அணைந்து எரியும் இரு நீல நிற விளக்குகளும் ஊர்தியின் தலைப்பில் பொருத்தப்பட்டன. எவ்வளவு பகட்டாக இருந்ததோ அந்த அளவுக்குப் பாதுகாப்பாக இருப்பதாக முக்கியப் பிரமுகர் உணர்ந்தார்.

❍

1988ஆம் ஆண்டு ஆகஸ்டில் அப்போதைய பிரதமர் ராஜீவ் காந்தி தமிழகத்தில் சூறாவளிச் சுற்றுப்பயணம் மேற்கொண்டார். மூன்று நாட்களில் மூன்று மாவட்டங்கள், 600 கிலோமீட்டர் தூரம். கன்னியாகுமரியிலிருந்து புறப்பட்டு திருநெல்வேலி வழியாகத் திருச்செந்தூர் கோவிலுக்குப் போகிறார். திருநெல்வேலி – திருச்செந்தூர் இடையேயான 45 கி.மீ. தூரம் ஜெய்ஸ்வாலின்

கட்டுப்பாட்டுக்குள் வருகிறது. அங்கு மட்டும் சுமார் 3500 காவலர்கள் பாதுகாப்புப் பணியில் ஈடுபடுத்தப்படவிருந்தனர். வி.ஐ.பி. வரும் நாளுக்கு நான்கு அல்லது ஐந்து நாட்களுக்கு முன்னரே காவலர்களுக்கான பயிற்சி தொடங்கியது. குடியிருப்புக்கள் நிறைந்த பகுதிகளில் சாலைகளில் கூட்டம் இறங்கிவிடாதவாறு தடுப்பு வேலி அமைக்க வேண்டும். வி.ஐ.பி.க்கு எதிரான சுவர் வாசகங்கள், கேலிச் சித்திரங்களைச் சாலையோரச் சுவர்களில் யாரும் எழுதிவிடாமல் தடுப்பதும் போலீஸின் முக்கியமான வேலை. போபர்ஸ் ஊழல்பற்றி அப்போது பேச்சு இருந்தது. பிரதமர் போகும் பாதையில் சுவர்களில் யாரும் கிறுக்கலாக ஒரு பீரங்கி வடிவத்தையோ அல்லது இரண்டு டயர்களிடையே ஒரு குழாயையோ வரைந்து விடாமல் பார்த்துக்கொள்வதும், வரைந்திருப்பின் அதனை அகற்றுவதும் போலீஸின் வேலைதான். வி.ஐ.பி. வருவதற்கு இரு தினங்களுக்கு முன் அவர் வரவிருக்கும் அதே நேரத்தில் அந்தப் பாதையில் முழுச் சீருடையில் பாதுகாப்பு ஒத்திகை நடக்கும். அடுத்த நாள் காவலர்களுக்கு ஓய்வு. அதற்கு அடுத்த நாள் முழு ஆற்றலுடன் தயாராவதற்காகவே அந்த ஓய்வு. முழுச் சீருடை ஒத்திகையின்போது ஏதேனும் பாதுகாப்புக் குறைபாடுகள் தெரியவந்திருந்தால் அதையும் சரிசெய்ய வேண்டும். வி.ஐ.பி.யின் வருகைக்கு மூன்று மணிநேரத்திற்கு முன்னதாகக் காவலர்கள் ஆங்காங்கே நிறுத்தப்படுவார்கள். வழிகாட்டுதல்களின்படி இரண்டு மணிநேரம் முன்னதாக நிறுத்தினால் போதும் என்றாலும், வி.ஐ.பி. பாதுகாப்பு என்று வரும்போது கொஞ்சம் அதிக நேரப் பாதுகாப்பு கொடுப்பது வரவேற்கத்தக்கதுதான்.

முழுச் சீருடை ஒத்திகையின்போது திட்டமிடப்பட்ட முழுப் படையும் களத்தில் நிற்க வேண்டும். தில்லியிலிருந்து சிறப்புப் பாதுகாப்புக் குழுப் பிரிவு ஒன்று (SPG) ஒத்திகையை மேற்பார்வையிட வந்திருந்தது. மறுநாள் வி.ஐ.பி. வரவிருக்கும் அதே நேரத்தில், அவரோடு வரவிருக்கும் அதே எண்ணிக்கை வாகனங்கள், அதே வேகத்தில், அந்தப் பாதை முழுவதும் பயணித்து ஒத்திகை பார்க்க வேண்டும். சாலையில் இடையூறுகள் இல்லாமலிருப்பதை உறுதிசெய்யப் பொதுப்பணித் துறைக் குழு ஒன்று தயாராக இருந்தது. வேகத் தடைகளை நீக்கிச் சாலையைச் சமப்படுத்த வேண்டும். வி.ஐ.பி.க்கு எந்த அசௌகரியமும் ஏற்படக் கூடாது. எல்லா ஒத்திகையும் முடிந்து படையினருக்கு இறுதி அறிவுரை வழங்கிக் கலைந்துபோகச் செய்தபோது மணி பிற்பகல் 12.30.

அப்போது ஜெய்ஸ்வாலுக்கு ஒரு செய்தி வந்தது – சென்னையிலிருந்து மூத்த இன்ஸ்பெக்டர் ஜெனரல் (ஐ.ஜி.)

ஜி.வி. ராகவன் பாதுகாப்புப் பணிகளை மேற்பார்வையிட வருகிறார் என்று. அவர் திருநெல்வேலி வந்தடைந்து ஜெய்ஸ்வாலுடன் தொலைபேசியில் பேசினார். "நான் ஒத்திகையை மீண்டும் பார்க்க வேண்டும்" என்றார். தான் எஸ்.பி. பொறுப்புக்குப் புதியவன், அனுபவமில்லாதவன் என்பதால் மேலிடம் ஒரு மூத்த அதிகாரியை மேற்பார்வை செய்ய அனுப்புகிறது என்று அனூப் எண்ணினார்.

ஜெய்ஸ்வால் மாவட்ட எல்லைக்குச் சென்று ஐ.ஜி.யை வரவேற்றார். முழு ஒத்திகை அப்போதுதான் முடிந்து காவலர்கள் களைப்புடன் இருப்பதாக விளக்கிச் சொன்னார். ஆனால் ஐ.ஜி. அதை ஏற்கவில்லை.

"இது என் உத்தரவு. நான் மீண்டும் ஒத்திகையைப் பார்க்க வேண்டும். வேண்டுமானால் ஒன்று செய்யலாம், ஒத்திகையை வி.ஐ.பி. புறப்படும் இடத்திலிருந்து அல்லாமல் அவர் திரும்பப் புறப்படும் இடத்திலிருந்து அதாவது திருச்செந்தூர் கோவிலிலிருந்து பார்வையிடலாம்" என்றார்.

"என்ன ஏற்பாடுகள் செய்யப்பட்டுள்ளன என்று நான் பார்க்க வேண்டும். பிறகு காவலர்கள் அனைவரையும் களத்தில் நிற்கவைத்துப் பார்க்க வேண்டும்." தொடர்ந்து சொன்னார் ஐ. ஜி.

அந்த நண்பகல் நேரத்தில் வெயில் சுட்டெரித்தது. ஐ.ஜி.யும் அவ்வப்போது தன் கைக்குட்டையை எடுத்து முகத்தைத் துடைத்துக்கொண்டார். அவர் வி.ஐ.பி. வந்திறங்கும் இடத்திலிருந்தே தன் ஆய்வைத் தொடங்கினார்.

"சீக்கிரம் ஆகட்டும் அனூப், நேரம் போய்க்கொண்டிருக்கிறது. சரி பார்வையாளர்களுக்கு என்ன ஏற்பாடு செய்திருக்கிறீர்கள்?" என்று திருச்செந்தூர் கோவிலில் வைத்துக் கேட்டார் ஐ.ஜி.

"கூட்டம் கிடையாது சார். பொதுமக்களுக்கு அனுமதி இல்லை. கோயிலைக் காலியாக வைத்திருக்கவே உத்தரவாகி இருக்கிறது."

"இத பாருங்க அனூப். அது வி.ஐ.பி.க்குப் பிடிக்காமல் போகலாம். அவர் பொதுமக்களைப் பார்க்க விரும்பலாம். நாம ஏன் காவலர் குடும்பத்தினர் சிலரை வரவழைக்கக் கூடாது. அவர்களென்றால் பாதுகாப்புச் சோதனைகள் தேவையில்லை" என்று சொன்னபடி தன்னைச் சுற்றி நின்றவர்களைப் பார்த்தார். அவர்களும் ஐ.ஜி.யை வெறுமனே பார்த்துக்கொண்டிருந்தார்கள். யாரும் பேசவில்லை.

அனூப் சொன்னார், "சார். காவலர் குடும்பத்தினரை நாம் கட்டாயப்படுத்த முடியாது."

"என்ன?"

"வி.ஐ.பி.க்கு ஒரு காட்சிப் பொருளாக வந்து நிற்க அவர்கள் விரும்பாமலிருக்கலாம்."

"இல்ல. இல்ல. நீங்க இன்ஸ்பெக்டரிடம் பேசுங்க. பிரதமரை அருகிலிருந்து பார்க்க அது அரிய வாய்ப்பு. யாருக்குக் கிடைக்கும் அப்படியொரு வாய்ப்பு. அதுவும் முருகன் சந்நிதானத்தில். இன்ஸ்பெக்டர் ஏற்பாடு செய்யட்டும். நூறுபேர் இருந்தால் போதும்."

ஐ.ஜி.யின் ஆய்வுக் குழு கோவில் மூலஸ்தானத்தை நோக்கி நகர்ந்தது. சந்நிதானத்தில், இறைவன் உருவச் சிலை முன் நிற்கும்போது ஆண்கள் சட்டை அணிய அனுமதியில்லை. காவல் துறைக்கு விதிவிலக்கு உண்டு என்றாலும், வி.ஐ.பி. சட்டை அணிய அனுமதிக்க முடியாது என்று தலைமைக் குருக்கள் சொன்னார். மூலஸ்தான வாயிலில் இரண்டு பெரிய மரக் கதவுகள் இருந்தன. அவை சுமார் ஒரு அடி உயரமுள்ள ஒரு மரத் துண்டின் மீது நிறுத்தப்பட்டிருந்தன. அந்த மரத் துண்டு படுக்கை வாட்டில் ஒரு வாயிற்படிபோல, அதைத் தாண்டிக்கொண்டுதான் உள்ளே போக முடியும் என்பதுபோல இருந்தது.

ஐ.ஜி. அதைப் பார்த்து வியந்தார். "இது என்ன? இது என்ன? ஒரு தடைக்கல் மாதிரி குறுக்கே நிற்கிறது. இதை அகற்றுங்கள்."

"சார் அது கோவிலின் ஒரு அங்கம் சார். தடையல்ல. அது நூற்றாண்டுகளாக அங்கே இருக்கிறது. அதன் மீதுதான் கதவுகள் நிற்கின்றன."

"இல்ல. இல்ல. நான் ஒப்புக்கொள்ள மாட்டேன். நீங்க குறுக்க பேசாதீங்க. கோயில் நிர்வாகிகள கூப்பிடுங்க. வி.ஐ.பி. தடுக்கி விழுந்தா யார் பொறுப்பேற்கறது?"

"அவர் தடுக்கி விழுந்தா அவரேதான் சார் பொறுப்பு. அவர்தான் பார்த்து நடக்கணும். அது ஒண்ணும் தாண்ட முடியாத அளவுக்குப் பெரிசில்ல. அவரது உதவியாளர்களும் அவர எச்சரிக்கலாம்."

இந்த உரையாடலைக் கேட்டுக்கொண்டிருந்த தலைமைக் குருக்கள் குறுக்கிட்டுச் சொன்னார், "இல்லீங்க சார். அத அகற்ற முடியாது."

"இல்ல. இல்ல. நாங்க பாத்துக்கறோம். ஒரு நல்ல தச்சரைக் கூப்பிட்டு வெட்டி எடுத்துடுவோம். நிகழ்ச்சி முடிஞ்ச பிறகு திரும்பவும் பொருத்திடலாம்."

"இல்லீங்க சார். அத அனுமதிக்க முடியாது."

"வி.ஐ.பி.யின் பாதுகாப்புதான் முக்கியம். அதை வெட்டித்தான் ஆகணும்."

"அப்படியானா நா ஒரு ஆலோசனை சொல்றேன் சார். நாம முருகரை வெளியே கொண்டுவந்து விடுவோம். கதவுக்கு இந்தப் பக்கம். வி.ஐ.பி. வரும்வரை முருகர் காத்திருக்கட்டும். வி.ஐ.பி.யின் உயிருக்கும் ஆபத்தில்லை. இந்தப் பழைய கட்டுமானத்தையும் உடைக்க வேண்டியதில்ல."

அப்போது அங்கிருந்த தனிப் பிரிவுக் காவலர் குறுக்கிட்டுச் சொன்னார்,

"இல்லீங்க சார். பிரதமரைவிடக் கடவுள் பெரியவர். அப்படி நடந்தால் பொதுமக்கள் தவறாக நினைப்பார்கள். விஷயம் வெளியே தெரிந்தால் அது தேர்தலையும் பாதிக்கும்."

"அப்படின்னா நாம பொதுமக்கள உள்ள அனுமதிக்க வேணாம். அப்ப யாருக்கும் தெரியாது" என்றார் குருக்கள்.

"இல்லீங்க சார். விஷயம் எப்படியும் வெளியே போய்விடும். நாம அதை மறைக்க முடியாது. காவலர் குடும்பங்கள பார்வையாளரா அழைத்துவரலாம் என்றீர்களே. அவங்களும் இத பத்தி பேசுவாங்க. அப்படி ஆனா காங்கிரஸ் தோற்கும் சார்."

இந்தப் பதில் ஐ.ஜி.க்கு மகிழ்ச்சியளிக்கவில்லை. வேறு வழியின்றி ஒப்புக்கொண்டார்.

4.5 கிலோ மீட்டர் சாலை முழுவதும் மீண்டும் ஒத்திகைக் காகப் படையினரை நிறுத்து முன், ஐ.ஜி., வி.ஐ.பி. பேசவிருக்கும் மேடையில் ஏறிச் சுற்றிலும் நோட்டமிட்டார். அருகில் இருந்த எஸ்.பி. ஜெய்ஸ்வாலுக்கு உத்தரவுகளை வழங்கத் தொடங்கினார்.

"நல்லது அனூப். எல்லாம் சரியாக இருக்கிறது. ஆனால் குடைகள் எங்கே? வாங்கிவிட்டீர்களா?"

"குடைகளா சார்?"

"என்ன... உங்கள் ஆட்களுக்குக் குடைகள் தரவில்லையா? அதெப்படி?"

"எனக்குப் புரியலயே சார்."

ஐ.ஜி. மீண்டும் தன் கைக்குட்டையை எடுத்து முகத்தைத் துடைத்துக்கொண்டார்.

"மழை பெய்யலாம். அல்லவா அனூப்?" வெயில் சுட்டெரிக்கும் வானத்தைக் காட்டியபடி ஐ.ஜி. சொன்னார்.

"இது மழைக்காலம் இல்லையே சார். அது பற்றிய பேச்சே இல்லை. இந்த மாநிலத்தில் மழைக்காலம் முடிந்துவிட்டது சார்."

"ஓ. வானிலை பற்றி நீங்களே உத்தரவாதம் தந்துவிடுகிறீர்கள். என்ன அனூப், எல்லாவற்றையும் நானே யோசிக்க வேண்டுமா?"

"ஆனால். மூவாயிரம் குடைகள் வேண்டுமே சார்."

"அதனாலென்ன?"

"இவ்வளவு குறுகிய அவகாசத்தில் ஏற்பாடு செய்வது கஷ்டம் சார்."

"அதெல்லாம் எனக்குத் தெரியாது. நீங்க செய்தே ஆகணும்."

சற்று இடைவெளிக்குப் பின் ஐ.ஜி. கேட்டார்:

"உங்க ஆட்களுக்கு டார்ச் கொடுத்திருக்கிறீர்கள் அல்லவா?"

"டார்ச்சா சார்?"

"ஆமாம் அனூப். டார்ச். பொத்தானை அமுக்கினால் விளக்கு எரியுமே அது. மின்சாரம் துண்டித்தால் என்ன செய்வீர்கள்?"

"சார். நிகழ்ச்சி காலை 09.30 மணிக்கு சார். தெளிவான வானிலையும் வெயிலும் இருக்கும் சார்."

"வி.ஐ.பி. தாமதமாக வரலாம்தானே? அது எப்போதும் நிகழ்வதுதானே? 12 மணிநேர தாமதம் நேராது என்று நீங்கள் உத்தரவாதம் தர முடியுமா அனூப்?"

"இல்லை சார். தர முடியாது. எனக்குத் தரப்பட்ட அளவுகோல்களை வைத்தே நான் செயலாற்ற முடியும்."

"அனூப். மர்பியின் விதிபற்றி கேள்வியுற்றிருக்கிறீர்களா? பின்னால் வருத்தப்படுவதைவிட முன்னெச்சரிக்கை நல்லது. வி.ஐ.பி. ஒருக்கால் 12 மணிநேரம் தாமதமாக வந்தால், உங்களுக்கு டார்ச் தேவைப்படும் அல்லவா?"

"ஆமாம். சார்."

"பிறகென்ன, ஏற்பாடு செய்யுங்கள்."

காவல்துறை கிடங்கில் சுமார் 100 அல்லது 200 டார்ச் லைட்கள் இருக்கும். மாவட்டத்திலுள்ள எல்லாக் காவல் நிலையங்களிலிருந்தும் கொஞ்சம் திரட்டலாம். இவ்வளவு குறுகிய நேரத்தில் மீதியைத் திரட்டுவது சிரமம்தான். அனூப் மனதிற்குள் காவலர்களின் நிலையைக் கற்பனை செய்து பார்த்தார். அவர்களுக்குப் பல கைகள் இருக்கின்றன. ஒரு கையில் லத்தி, ஒரு கையில் டார்ச், மற்றொரு கையில் குடை, ஒரு கையால் அவர் அதிகாரிகளுக்கும் வி.ஐ.பி.க்கும் சல்யூட் செய்கிறார். இது அளவை மீறிய முன்னெச்சரிக்கையாகத் தோன்றியது. ஐ.ஜி. பாதுகாப்பு நடைமுறைகளையே மாற்றி எழுதிக்கொண்டிருக்கிறார் என்று தோன்றியது. அனூப் தன்னைக் கட்டுப்படுத்திக்கொள்ள முடியாமல் கேட்டார்:

"சார். நான் அவர்களுக்கு நீண்ட கழிகள் தரலாமா?"

"நீண்ட கழிகளா? அதுவும் ஒரு முன்னெச்சரிக்கை யாகத் தோன்றுகிறது. ஆனால் எதற்காக?" எங்கோ பார்த்தபடி, ஏதோ யோசனையில் கேட்டார் ஐ.ஜி.

"ஒருவேளை வானம் இடிந்து விழுமானால், அவர்கள் நீண்ட கழிகளால் அதைத் தாங்கிப் பிடிக்கலாம்."

ஐ.ஜி. நீண்ட நேரம் அனூப்பைப் பார்த்தார். பின் சொன்னார்: "நீங்க உண்மையாகவே சொல்றீங்களா? இல்ல. ஜோக் அடிக்கிறீங்க. நீங்க இப்படி இருக்கவே கூடாது அனூப். இது ரொம்ப சீரியஸான விஷயம் அனூப், இது வி.ஐ.பி. பாதுகாப்பு. சுய நினைவுக்கு வாங்க அனூப்."

அனூப்பிற்குத் தான் ஏற்கெனவே சென்னையில் ஒரு பாதுகாப்புப் பணிக்குப் போனது நினைவுக்கு வந்தது—

அன்று அனூப்பைச் சென்னைக்கு வெளியே உள்ள ஸ்ரீபெரும்புதூருக்கு அவரது சொந்தக் காரிலேயே வருமாறு உத்தரவாகியிருந்தது. அங்கு ராஜீவ் காந்தி கலந்துகொள்ளும் காங்கிரஸ் கட்சிக் கூட்டம் நடக்கவிருந்தது. வட இந்தியாவிலிருந்தும் பல காங்கிரஸ் தலைவர்கள் வரவிருந்தனர். அனூப்பிற்கு இந்தி தெரியும் என்பதால் அவரை வரச் சொல்லியிருந்தார்கள். திட்டமிட்டபடி தலைவர்களை நிகழ்ச்சியில் கலந்துகொள்ளச் செய்வது அவரது பொறுப்பு. வெள்ளை உடையும் வெள்ளைத் தொப்பியும் அணிந்த காங்கிரஸ் சேவாதளத் தொண்டர்கள் அணிவகுப்பு ஒன்றைப் பிரதமர் பார்வையிடவிருந்தார். தொண்டர்களில் ஆண்களே அதிகமிருந்தனர். பெண் தொண்டர்கள் மிகவும் குறைவு. ஏற்பாட்டாளர்கள் இதைப் பெரும் குறையாக உணர்ந்தார்கள்.

அப்போது யாரோ ஒரு ஆலோசனையைச் சொன்னார்கள். பெண் போலீஸார் சிலரை வெள்ளை உடையில் வரச் செய்தால் இந்தக் குறையை நிறைவு செய்துவிடலாம். அவர்களது அணிவகுப்பு நடையும் சிறப்பாக இருக்கும்.

ஒரு இன்ஸ்பெக்டர் கேள்வியெழுப்பினார்:

"வெள்ளைப் புடவைகளை அப்படியே வாங்கி விடலாம். ஜாக்கெட்டுகளுக்கு எங்கே போவது?"

அக்கம்பக்கத்திலிலுள்ள கிராமங்கள், நகரங்களிலிருந்து பத்துப் பன்னிரண்டு தையற்காரர்கள் வரவழைக்கப்பட்டார்கள். அவர்கள் இரவு முழுதும் வேலைசெய்து முப்பது, நாற்பது ஜாக்கெட்டுகள் தைத்தார்கள்

அனூப்பின் ஓட்டுநர் சொக்கலிங்கம் வி.ஐ.பி.யின் காருக்கு முன்னால் செல்லும் பைலட் காரை ஓட்ட வேண்டும். வாகன அணிவகுப்பின் பின்னால் அனூப் இருப்பார். சொக்கலிங்கத் திற்கு ஒரு புதிய அம்பாஸிடர் கார் தரப்பட்டது. காலி செய்யப்பட்ட சாலையில் ஒருமுறை ஓட்டிப்பார்த்துக் கொண்டார்.

ராஜீவ் காந்தி தனது சொந்த அதிவேக அயல்நாட்டுக் காரைக் கொண்டுவந்தார். இந்திய விமானப் படை விமானம் ஐ.எல். 76 அதைக்கொண்டுவந்து இறக்கியது. ராஜீவ் காந்தி எங்கு சென்றாலும் அந்த விமானம் காருடன் பறந்து அவர் செல்லு மிடத்திற்கு அருகிலுள்ள விமான நிலையத்தில் இறக்கியது. ராஜீவ், தன் மனைவி பக்கத்தில் அமர்ந்திருக்க, சிறப்புப் பாதுகாப்புப் படையினர் பின்னால் அமர்ந்திருக்கத் தானே காரை ஓட்டுவதில் விருப்பம் கொண்டிருந்தார். எப்போதும் அவர் காரை அதிவேகமாகவே ஓட்டினார். எங்கேனும் கூட்டம் நிற்பதைப் பார்த்தால் சற்றே வேகத்தைத் குறைத்துக் கையசைத்துவிட்டு மீண்டும் வேகமெடுத்துவிடுவார்.

சொக்கலிங்கத்திற்குக் காரை வேகமாக ஓட்ட வேண்டும் என்று சொல்லியிருந்தார்கள். அவரும் வேகமாகவே ஓட்டினார். தனக்குப் பின்னால் வர வேண்டிய பிரதமரின் கார் தனக்கு இணையாக வருவதையும், முந்திச் செல்ல முயற்சிப்பதையும் கண்டு திகைத்தார். பிரதமர் அவரைப் பார்த்துப் புன்னகைத்தபடி கையசைப்பதையும் பார்த்தார். சில நொடிகளில் பிரதமர் வேகமெடுத்து சொக்கலிங்கத்தைக் கடந்து விரைந்தார். இதனால் தடுமாறிய சொக்கலிங்கத்தின் கார் திசைமாறி சாலையோரப் பள்ளத்தை நோக்கிப் பாய்வதை உணர்ந்து சட்டென்று பிரேக்கை மிதிக்க, பெருத்த ஓசையுடன் கார் நின்றது. பிரதமரின் கார்

தன் பார்வையிலிருந்து மறைவதையும் அவரது அணிவகுப்பு வாகனங்கள் சிரமத்துடன் பின்தொடர்வதையும் பார்த்தார்.

வாகன அணிவகுப்பின் கடைசியில் இருந்த அனூப், சொக்கலிங்கத்தின் பைலட் வாகனம் சாலையோரம் நிற்பதையும், அதிலிருந்த இரு அதிகாரிகள் திகைத்து நிற்பதையும் பார்த்தார். அவர்களில் ஒருவர் என்ன செய்வதென்று தெரியாமல், தன் தொப்பியைச் சரிபார்த்துக்கொண்டிருப்பதையும் பார்த்தார். என்ன நடந்தது என்று அனூப்பிற்குப் பின்னர் தெரியவந்தது. பாதுகாப்புக் குறைபாடு நேர்ந்தது என்றால் அது வி.ஐ.பி. யாலேயே நேர்ந்தது. ஆனால் அது குறைபாடாகப் பார்க்கப் படுவதில்லை. பிரதமரின் வாகன அணிவகுப்புக் கடப்பதற்காக நிறுத்திவைக்கப்படும் ஆம்புலன்ஸில் ஒரு நோயாளி இறந்து போனால் அது தற்செயலான நிகழ்ச்சியாகவே பார்க்கப்படுகிறது. அதுபற்றி யாரும் விமர்சிப்பதில்லை. அத்தகைய நிகழ்வுகள் பதிவுசெய்யப்படுவதுமில்லை. ஒவ்வொரு முறை வி.ஐ.பிக்கள் பயணிப்பதற்காகப் போக்குவரத்து நிறுத்தப்படும்போதும் அவசரநிலை நோயாளிகளை ஏற்றிச் செல்லும் ஆம்புலன்ஸ்களும் நிறுத்தப்பட்டுவிடுகின்றன.

பொதுக்கூட்ட அரங்கிற்குச் செல்லுமுன், பிரதமர் வழியில் ஒரு தர்காவைப் பார்வையிட ஏற்பாடு செய்யப்பட்டிருந்தது, அவரது மதச் சமநிலையைக் காட்டுவதற்காக. அதன் பிறகே அவர் திருச்செந்தூர் போகிறார். அதற்கேற்றவாறு ஒரு தர்காவைத் தேர்வு செய்திருந்தனர். அங்கு பிரதமர் தன் தலையில் ஒரு கைக்குட்டையைக் கட்டிக்கொண்டு சில நிமிடங்கள் மௌனமாக நிற்பார். அதைச் சற்றுத் தொலைவிலிருந்து படமெடுத்துக்கொள்ளலாம். அது ஒரு சிறிய தர்கா. அங்கு சில கல்லறைகள் இருந்தன. சிறிய இடம். அதிகபட்சம் ஏழு பேர் மட்டுமே நிற்கலாம் எனக் கணக்கிடப்பட்டது. பிரதமருக்கும் அவரது சிறப்புப் பாதுகாப்புப் படையினருக்கும் மட்டுமே அனுமதி.

இந்தப் பொறுப்பு ஒரு இன்ஸ்பெக்டரிடம் ஒப்படைக்கப் பட்டது. ஆனால் வாகன அணிவகுப்பிலிருந்த எல்லாக் கார்களிலிருந்தும் இறங்கியோர் பலரும் தர்காவை நோக்கி விரைந்தனர். அங்கு பணியில் இருந்த இன்ஸ்பெக்டர் முதலில் வந்த பாதுகாப்புப் படையினர் ஏழு பேரை உள்ளே அனுமதித்து விட்டு எட்டாவதாக வந்தவரை நிறுத்திவிட்டார். அந்த எட்டாவது நபர்தான் வி.ஐ.பி. என்பது அந்த இன்ஸ்பெக்டருக்குத் தெரியவில்லை. இன்ஸ்பெக்டருக்கு என்ன உத்தரவு என்பது வந்தவர்களுக்குத் தெரியாது.

குற்றமும் அநீதியும்

வி.ஐ.பி., வெள்ளை வேட்டியும், வெள்ளை நிற முழுக்கைச் சட்டையும் அணிந்து மழுங்கச் சவரம் செய்த முகத்தில் பெரிய கறுப்புக் கண்ணாடி அணிந்திருந்தார். தன்னையே நிறுத்திவிட்டார்கள் என்பது அவருக்கு அதிர்ச்சியளித்தது. இன்ஸ்பெக்டரை அதட்டலாகக் கேட்டார்: "என்னை ஏன் உள்ளே விட மறுக்கிறீர்கள்?"

"ஏழு பேர் மட்டுமே உள்ளே போக முடியும் சார்."

"நான் யார் என்று தெரியவில்லையா?"

"இல்லை சார். எனக்குத் தெரியாது."

"உங்க எஸ்.பி. எங்க? அவரக் கூப்பிடுங்க."

சற்று தூரத்தில் நின்றுகொண்டிருந்த அனூப்பை இன்ஸ்பெக்டர் அழைத்தார். வி.ஐ.பி. அனூப்பைப் பார்த்து, "நீங்கதான் எஸ்.பி. யா?"

"ஆமாம்."

"உங்கள் இன்ஸ்பெக்டருக்கு நான் யார் என்று சொல்லுங்க."

அனூப்பிற்கும் அவரை யார் என்று தெரியவில்லை. "நீங்கள் யார் சார்?"

வி.ஐ.பி பொறுமையிழந்து கத்தத் தொடங்கினார். டி.ஐ.ஜி. அங்கு ஓடிவந்தார். வி.ஐ.பி. அவரிடம், "உங்க ஆளுங்களுக்கு நான் யார் என்று சொல்லுங்க. சொல்லுங்க அவங்களுக்கு. சொல்லுங்க."

டி.ஐ.ஜி. அவரைப் பொறுமையாகத் தூர அழைத்துச் சென்றார்.

4

உண்மையும் மாயையும்

அனூப் ஜெய்ஸ்வால் திருநெல்வேலி கிழக்கு மாவட்ட எஸ்.பி.யாகப் பொறுப்பேற்றுப் பத்து நாட்கள் ஆகியிருந்தன. ஒருநாள் அதிகாலை அனூப் தனது பங்களாவிலிருந்து செய்தித்தாள்களை எடுப்பதற்காக வெளியே வந்தார். தனது அலுவலகக் கார் போர்டிகோவில் நிற்பதைப் பார்த்தார். நன்கு துடைக்கப்பட்டுப் பளபளத்து நின்றது. அருகில் ஓட்டுநர் சொக்கலிங்கம் முழுச் சீருடையில் நின்றிருந்தார். எஸ்.பி.யைப் பார்த்ததும் விரைப்பாக சல்யூட் செய்தார். காலையில் போக வேண்டிய வேலை எதையும் மறந்துவிட்டோமோ என்று தோன்றியது.

"என்ன சொக்கலிங்கம். நாம காலையில எங்கயாவது போறோமா?"

சொக்கலிங்கம் குழப்பமடைந்தவராகக் காணப்பட்டார். "உங்க உத்தரவு ஐயா" என்றார்.

"இல்ல. இல்ல. நா அத கேக்கல. மணி ஆறே முக்கால்தான் ஆவுது. நீங்க வந்திருக்கீங்க. நமக்கு ஏதாவது பரோக்ராம் இருக்கா. அதுக்காகச் சீக்கிரமா வந்திருக்கீங்களா?"

சொக்கலிங்கம் பதில் சொல்லவில்லை.

"உங்க வீடு எங்க இருக்கு?"

"என்னோட குவாட்டர்ஸ் பக்கத்துலதான் ஐயா. ஒரு கிலோ மீட்டர் இருக்கும்."

“சரி நீங்க வீட்டுக்குப் போங்க. ஏதாவது தேவைன்னா கூப்புடறேன். ஏதாவது அவசரம்னாகூட கேம்ப் ஆபீஸ் ஜீப் இருக்கு.”

எஸ்.பி.யின் முகாம் அலுவலகத்திற்கு ஒரு ஜீப் இருந்தது, அதற்கு முழுநேர ஓட்டுநரும் இருந்தார். ஓட்டுநருக்கு அங்கேயே தங்கும் வசதியும் இருந்தது. எனவே அவசரத் தேவைக்குப் பிரச்சினையில்லை.

சொக்கலிங்கம் ஏதும் பேசாமல் நின்றிருந்தார்.

“நீங்க வீட்டுக்குப் போயிட்டு எட்டே முக்கால்மணிக்கு வாங்க. நாம ஒன்பதுமணிக்கு அலுவலகம் புறப்படலாம்” என்றார் அனூப். சொக்கலிங்கம் சல்யூட் அடித்துவிட்டுப் புறப்பட்டார்.

மூன்று நான்கு நாட்களுக்குப் பிறகு ஒருநாள் காலை அனூப் செய்தித்தாள்களை எடுக்க வெளியே வந்தபோது, அங்கே சொக்கலிங்கம் நிற்பதைப் பார்த்தார்.

“என்ன சொக்கலிங்கம், எனக்கு இன்னைக்கு எங்கேயும் வெளியே போற வேலை இல்ல. நா உங்கள சீக்கிரமா வர வேண்டாம்னு சொல்லியிருந்தேன். பிறகு ஏன் இவ்வளவு சீக்கிரமா வந்தீங்க?”

சொக்கலிங்கம் எச்சரிக்கையாகப் பதிலளித்தார், “ஐயா, காலையில ஆறரைமணிக்கு இருக்கணும்னு ரிசர்வ் இன்ஸ்பெக்டர் உத்தரவுங்க ஐயா.” (ரிசர்வ் இன்ஸ்பெக்டர் மாவட்ட வாகனப் பிரிவுக்குப் பொறுப்பு அதிகாரி.)

“நா வர வேண்டாம்னு சொன்னதாகச் சொன்னீங்களா?”

“சொன்னேன் ஐயா.”

“பின்ன ஏன் வந்தீங்க?”

“ரிசர்வ் இன்ஸ்பெக்டர் ஐயா ஒப்புக்கல ஐயா. நீ போய்த்தான் ஆகணும்னு சொல்லிட்டாங்க ஐயா.”

“சரி நா ரிசர்வ் இன்ஸ்பெக்டர்கிட்ட பேசறேன்.”

ஒன்பதுமணிவாக்கில் அனூப் காரில் அலுவலகம் புறப்பட்டார். அது சுமார் இருபது நிமிடப் பயணம். வண்டி ஓட்டிக்கொண்டிருந்த சொக்கலிங்கம் பின்புறம் பார்க்கும் கண்ணாடி வழியாக எஸ்.பி.யைப் பார்த்தார்.

“ஐயா, நா ஒண்ணு சொன்னா கோபப்பட மாட்டீங்களே?”

சொக்கலிங்கம் பல எஸ்.பி.க்களிடம் பணியாற்றியவர். அதிகாரிகளிடம் சகஜமாகப் பேசக்கூடியவர்.

"நீங்க என்ன சொல்லணுமோ சொல்லுங்க."

"சார். நா. உங்கள பத்து நாளா பாக்கறேன். நீங்க வெளிய மத்தவங்க சொல்ற மாதிரி இல்லீங்க சார்."

"மன்னிக்கணும் ஐயா. நீங்க ரொம்ப கோபக்காரர்னு சொல்றாங்க. கோவத்தில நீங்க டி.ஜி.பி.யையே கை ஓங்கிட்டீங்கன்னு சொல்றாங்க. டி.ஐ.பி.யையே அடிச்சிட்டீங்கன்னும் அதனால டிஸ்மிஸ் ஆகி, உங்களுக்குப் பிரதமர்வரைக்கும் செல்வாக்கிருந்ததால திரும்ப வேலைக்கி வந்தீங்கன்னு சொல்றாங்க. ரிசர்வ் இன்ஸ்பெக்டர் சொல்றார். டி.ஜி.பி.க்கே அப்படின்னா நாம எல்லாம் எம்மாத்திரம்னு சொல்றார் ஐயா."

சொக்கலிங்கம் தொடர்ந்து சொன்னார்: "உங்களப் பாத்து எல்லோரும் பயப்படறாங்க ஐயா."

அனூப் ஒன்றும் பேசாமல் மௌனமாகப் புன்னகைத்தார்.

மதியம் உணவு இடைவேளைக்கு வீட்டிற்கு வந்தபோது, நீலத்திடம், "இனி என்ன எப்பவும் கோபப்படுத்த நினைக்காதே" என்றார்.

"என்ன சொல்றீங்க?" என்று திகைத்தார் நீலம்.

"வெளிய எனக்குப் பயங்கரமான கோபக்காரன்னு பேர் இருக்கு. நா அப்படியே இருக்க விரும்பறேன்."

"என்ன இன்னக்கிப் புதிரா இருக்கீங்க. ஆபீசில என்ன நடந்தது?"

"நல்லது. உங்களுடைய கோபக்காரன் என்ற பெயரை வாசலில் கழற்றி வைத்துவிட்டு வீட்டிற்குள் நுழையுங்கள். இங்கு குடும்ப வன்முறை யாருக்கும் தேவையில்லை" என்று அழுத்தமாகச் சொன்னார் நீலம்.

நான்கு மாதங்களுக்குப் பிறகு, திருநெல்வேலி மாவட்டம் இரண்டாகப் பிரிக்கப்பட்டு அனூப் தூத்துக்குடியின் எஸ்.பி.யாகப் பொறுப்பேற்றார். அங்கு தலைமையிட டி.எஸ்.பி.யாக ஆஸ்டின் என்பவர் இருந்தார். வயதிலும் அனுபவத்திலும் மூத்தவர். அவரைச் சந்திப்பது அனூப்பின் அன்றாடப் பணிகளில் ஒன்றாக இருந்தது.

மாவட்டத் தலைமையகம் தூத்துக்குடிக்கு மாற்றப்பட்ட போது, சரக டி.ஐ.ஜி. ஜாபர் அலி, டி.எஸ்.பி. ஆஸ்டினைத் தொலைபேசியில் அழைத்துச் சொன்னார்:

"ஆஸ்டின், புதிய எஸ்.பி. குழந்தை மாதிரி. அடிக்கடி உணர்ச்சிவசப்படுவார். உணர்ச்சிவசப்பட்டு எதாவது செய்துவிடுவார். அவரைக் கொஞ்சம் பார்த்துக்கொள்ளுங்கள். சரியான அறிவுரை சொல்லுங்கள்."

தமிழ்நாட்டில் ஒரு காட்டுமிராண்டிச் சட்டம் இருக்கிறதென்றால், அது குண்டர் சட்டம்தான். அச்சட்டம், மாவட்ட நிர்வாக நடுவருக்கு, நகரக் காவல்துறை ஆணையாளருக்கு, அடுத்தடுத்துக் குற்றச் செயல்களில் ஈடுபடுவோரை அல்லது வன்முறைக் குற்றங்களில் ஈடுபடுவோரை, விசாரணையின்றி ஓராண்டுவரை சிறைப்படுத்த அதிகாரமளிக்கிறது. அவ்வாறு சிறைப்படுத்தியது சரியா தவறா என்று முடிவுசெய்ய ஒரு ஆலோசனைக் குழு உள்ளது. குண்டர் சட்டத்தில் சிறையிலடைக்கப்பட்ட ஒருவர் உயர்நீதிமன்றம் செல்வதைத் தவிர வேறு சட்ட நிவாரணம் இல்லை. ஆனால் பெரும்பாலும் இத்தகைய குற்றவாளிகள் உயர்நீதிமன்றம் செல்லுமளவுக்கு வசதியில்லாதவர்களே. சிறு குற்றவாளிகளைக் கட்டுப்படுத்துவதில் குண்டர் சட்டம் பெரும் பங்காற்றியது.

வர்கீஸ் அத்தகைய ஒரு குற்றவாளி. முரடன், ரவுடி, சிறு சிறு அச்சுறுத்தல், பணம் பறித்தலில் ஈடுபடுவான். சில நேரங்களில் இன்னும் சிலரைச் சேர்த்துக்கொண்டு குழுவாகவும் குற்றச் செயல்களில் ஈடுபடுவான். தன்னைத் தானே தலைவனாக ஆக்கிக்கொண்டு கட்டப் பஞ்சாயத்து செய்வான்.

ரவுடிகள் சிலரைக் குண்டர் சட்டத்தில் அடைக்குமாறு ஆஸ்டினுக்கு டி.ஐ.ஜி. உத்தரவிட்டிருந்தார். ஆஸ்டின் தான் தயாரித்த ரவுடிகள் பட்டியலை அனூப்பிடம் கொண்டுவந்தார். அனூப் அதற்கு ஒப்புதலளித்தார். ஆஸ்டின் அதற்கான தயாரிப்புப் பணிகளில் ஈடுபட்டார். பழைய வழக்குகளிலிருந்து சான்றுகளைத் திரட்டி, அவற்றின் தற்போதைய நிலையோடு குண்டர் சட்டத்திற்கான அடிப்படை வழக்கு தயாரிக்கப் பட்டது. இந்த அடிப்படை வழக்குகள் பொதுவாக, உருவாக்கப் பட்ட வழக்குகளாகவே இருக்கும். அப்போதுதான் குண்டர் சட்டத்தின் கீழ் அவற்றைக்கொண்டுவர முடியும்.

வர்கீஸுக்கு அவனது எதிரிகள் கொடுத்த அடிதடிப் புகார்களே போதுமானதாக இருந்தன. அவனைக் கைதுசெய்து காவல் நிலையம் கொண்டுவந்தார்கள். அடுத்து அவனை நீதிமன்றக் காவலில், அதாவது சிறைச்சாலையில் அடைக்க

வேண்டும். அதன்பின் அவனைக் குண்டர் சட்டத்தில் அடைப்பதற்கான ஆவணங்கள் மாவட்ட ஆட்சியருக்கு அனுப்பப்படும். ஆட்சியரின் ஆணை குற்றவாளிக்குச் சிறையில் தரப்படும். அதன்பின் அவர் குண்டர் சட்டத்தில் அடைக்கப் பட்டவராக ஆகிவிடுவார். அவர் ஆய்வுக் குழுவுக்கும் பின் உயர் நீதிமன்றத்திற்கும் முறையீடு செய்யலாம். முறையீட்டு மனுக்களின் வரிசையின்படி அவை ஆய்வுக்கு வரும்.

அன்று சனிக்கிழமை. அனூப் முகாம் அலுவலகத்தில் இருந்தார். ஒரு பெண் அவரைப் பார்க்க வந்திருப்பதாகக் காவலர்கள் சொன்னார்கள். உள்ளே வரச் சொன்னார். அவள் இளம் பெண். சுமார் இருபது வயதிருக்கலாம்; வந்தவுடனே மன்றாடத் தொடங்கினாள்.

அப்பெண் அழுதுகொண்டே பேசியதால் அனூப்பிற்கு அவள் என்ன சொல்கிறாள் என்று உடனே புரியவில்லை. இன்னும் மூன்று, நான்கு நாட்களில் அவளுக்குத் திருமணம் நடக்க இருக்கிறது. நீண்ட போராட்டத்திற்குப் பிறகே அவளது பெற்றோரும் உறவினர்களும் இந்தத் திருமணத்திற்குச் சம்மதித்திருக்கிறார்கள். அதற்குள் மணமகனைப் போலீஸார் கைதுசெய்துவிட்டார்கள். மணமகன் பெயர் வர்கீஸ்.

"அவன் ஏதாச்சும் தப்பு பண்ணியிருப்பாம்மா."

"இல்ல சார். கொஞ்ச நாளா அவர் எந்த தப்பும் பண்ணல சார்."

"உனக்கு எப்படி தெரியும்?"

"எனக்குத் தெரியும் சார். நா அவர் கூடவேதான் இருக்கேன். அவர் ரொம்ப நல்லவர் சார். அவர் திருந்திட்டார் சார். அப்புறம்தான் நான் அவர கல்யாணம் பண்ண சம்மதிச்சேன். ரொம்ப போராடி என் அப்பா, அம்மாவையும் சம்மதிக்க வெச்சேன். இப்ப அவர் ஜெயிலுக்குப் போயிட்டா கல்யாணம் நின்னுபோயிரும் சார். என் அப்பா அம்மாவும் மறுத்துடுவாங்க. எனக்கு ஒரு வாய்ப்புக் கொடுங்க சார். என் வாழ்க்கைய பாழாக்கிடாதீங்க சார்."

அனூப், ஆஸ்டினுக்கு போன்செய்து கேட்டார்.

"வர்கீஸைக் கல்யாணம் பணணிக்கப்போற பொண்ணு அவன் நல்லவன்னு சொல்லுது. என்ன இது ஆஸ்டின்?"

ஆஸ்டின் சிரித்தபடி சொன்னார், "இல்லீங்க சார். அவன் ரொம்ப மோசமானவன். நா இப்ப நகர தெற்கு ஸ்டேஷன்ல தான் இருக்கேன். இங்கதான் அவன வெச்சிருக்கோம். சார் நா இப்ப அங்கதான் வரேன். நேர்ல வந்து சொல்றேன் சார்."

குற்றமும் அநீதியும்

அனூப் அந்தப் பெண்ணை ஆஸ்டின் வரும்வரை வெளியே உட்காருமாறு சொன்னார். ஆஸ்டின் அரைமணிநேரத்தில் அங்கு வந்தார்.

அனூப்பின் அறைக்குள் வந்து சல்யூட் செய்து நாற்காலியில் அமர்ந்தார்.

"சார், அந்தப் பெண் சொல்றத எடுத்துக்காதீங்க சார். அவன் இந்தப் பொண்ணோட வாழ்க்கையையும் பாழாக்கிடுவான் சார். அவள் அவனைக் கல்யாணம் பண்ணிக்காததே நல்லது. நாம அவளுக்கு நல்லதுதான் செய்றோம் சார்."

வர்கீஸுக்குப் பல பெண்களுடன் தொடர்பு இருப்பதாக ஆஸ்டின் சொன்னார். "வர்கீஸ் போன்றவங்கள நம்ப கூடாது சார்."

அனூப், ஆஸ்டின் சொன்னதை ஏற்றுக்கொண்டார். அந்த இளம் பெண்ணை அழைத்து,

"வர்கீஸ் மேல் பல குற்றங்கள் இருக்கும்மா. அவன் ஜெயிலுக்குப் போறதுதான் சரி. அவன விட முடியாதும்மா."

ஆஸ்டின் எழுந்து சல்யூட் செய்துவிட்டு அறையைவிட்டு வெளியேறினார். வெளியே சென்று இன்ஸ்பெக்டரிடம் பேசிக்கொண்டிருந்தார்.

அந்தப் பெண் அனூப்பின் கால்களில் விழுந்து கதறினாள்.

"எனக்கு ஒரு வாய்ப்பு கொடுங்க சார். அவர் எந்த தப்பும் பண்ண மாட்டார். அப்படி தப்பு பண்ணா நீங்க கைது பண்ணுங்க. ஒரு வாய்ப்பு கொடுங்க. என் கல்யாணம் இப்ப நடக்கலன்னா என் வாழ்க்கையே பாழாயிடும் சார். நா தற்கொலை பண்ணிக்கறத தவிர வேற வழியில்ல சார். ஒரு வாய்ப்பு கொடுங்க."

அனூப் எழுந்து அறையை விட்டு வெளியே வந்தார். ஆஸ்டின் ஜீப்பில் ஏறிப் புறப்படும் முன் அவரை நிறுத்தினார்.

"இத பாருங்க ஆஸ்டின். நா இந்தப் பொண்ணுக்கு எப்படி இல்லன்னு சொல்றது. ரொம்ப சின்ன பொண்ணு. அப்பாவியா இருக்கிறா. அவள் வாழ வேண்டியவ. நாம அத இப்படி அணைத்துவிடக் கூடாது."

ஆஸ்டின் ஜீப்பிலிருந்து இறங்கி, சிரித்தபடி சொன்னார், "சார் நீங்க ஒண்ணுமில்லாத விஷயத்துக்கு உணர்ச்சிவசப்படறீங்க."

"இல்ல. இது உணர்ச்சிவசப்பட வேண்டிய விஷயம்தான். நாம் வர்கீஸை இரண்டு மாதம் கழித்துக்கூடக் கைது பண்ணலாம். எங்க போயிடுவான். குண்டர் சட்டம் இரண்டு மாதங்கள் கழித்துப் பாயலாம்."

"ஆனா சார் நாம அடிப்படை வழக்கைத் தயாரித்து விட்டோம்."

"அது இட்டுக் கட்டப்பட்ட வழக்குதானே. அதைத் தள்ளி வையுங்கள்."

"சார் அவனுக்கு வாய்ப்புக் கொடுக்காதீர்கள் சார். அவன் மோசமானவன்."

"நான் அந்தப் பெண்ணுக்குத்தான் வாய்ப்புத் தரச் சொல்றேன். அவனுக்கு இல்ல. பாக்கலாம்."

"சரிங்க சார்" என்று சொல்லிவிட்டு ஆஸ்டின் ஜீப்பில் புறப்பட்டார்.

சுமார் மூன்று மாதங்கள் கழித்து அனூப், ஆஸ்டினைக் கேட்டார். "என்ன ஆஸ்டின் அந்த ரவுடி வர்கீஸ் என்ன ஆனான்?"

"தெரியல சார். அவன் வேறு எங்கேயாவது போய் விட்டிருப்பான்."

மேலும் இரண்டு மூன்று மாதங்கள் கடந்த பின் அனூப் மீண்டும் வர்கீஸைப் பற்றிக் கேட்டார். "அவனைப் பற்றி ஏதாவது செய்தி உண்டா?"

"இல்லீங்க சார். அவன் ஒருவேளை ஊரை விட்டே போயிருக்கலாம்."

அனூப் தூத்துக்குடியை விட்டுப் போகும்வரை வர்கீஸைப் பற்றிக் கேள்விப்படவே இல்லை.

5

ஏமாற்றாதே ஏமாறாதே

மதுரையில், யாரோ ராஜஸ்தானியர்கள் சிலரால் புதியதாகத் திறக்கப்பட்ட கடையொன்று பெரும் பரபரப்பை உண்டாக்கியது. ஜெய்ஸ்வால் அப்போது மதுரையில் பி 1 காவல் நிலையத்தில் பயிற்சி ஏ.எஸ்.பி.யாக இருந்தார். அந்தக் காவல் நிலைய எல்லையில்தான் மதுரை மீனாட்சியம்மன் கோயில் இருக்கிறது.

அந்தக் கடை நம்ப முடியாத ஒரு அறிவிப்பைச் செய்திருந்தது. நீங்கள் ஏதேனும் ஒரு வீட்டு உபயோகப் பொருளை வாங்க விரும்பினால், சிறுவர்களுக்கான சைக்கிளோ, பிளாஸ்கோ, டிபன் பாக்ஸோ, குக்கரோ எதுவாக இருந்தாலும், அதை வாங்க உங்களுக்கு விருப்பமான கடைக்குப் போங்கள், அவர்களிடம் அந்தப் பொருளை, அதன் விலையைக் குறிப்பிட்டு ஒரு இன்வாய்ஸ் அதாவது ஒரு முதன்மைப் பட்டியல் வாங்கிக்கொள்ளுங்கள். அந்தப் பட்டியலை மேலே சொன்ன ராஜஸ்தானி கடையில் கொடுத்து அதில் குறிப்பிட்டுள்ள விலையில் சரியாகப் பாதித் தொகையை மட்டும் கொடுங்கள். சரியாக ஒரு மாதம் கழித்து நீங்கள் விரும்பிய அதே பொருளை எடுத்துக்கொண்டு போகலாம். அதாவது நீங்கள் செலுத்திய அந்தப் பாதித் தொகையைச் சுற்றுக்கு விட்டுச் சம்பாதித்த வட்டியில் அது இரட்டிப்பாக நீங்கள் வாங்க விரும்பிய பொருளாகத் தரப்படுகிறது.

இதனால் அந்தக் கடையில் கூட்ட நெரிசல் ஏற்பட்டது. ஜெய்ஸ்வால் இந்தி தெரிந்தவர் என்பதால் அவரால் எளிதாக விசாரிக்க முடிந்தது.

"எப்படி நீங்கள் ஒரு மாதத்தில் தொகையை இரட்டிப்பாக்க முடிகிறது?"

"நாங்கள் இந்தத் தொகையை எங்கள் ஊரில் வட்டிக்கு விட்டு ஒரு மாதத்தில் இரட்டிப்பாக்குகிறோம்."

அதாவது, ஒரு மாதத்திற்கு 100 விழுக்காடு வட்டி, ஓராண்டிற்கு 1200 விழுக்காடு வட்டி என்பதை நினைத்துப் பார்க்க முடியவில்லை. நூறு ரூபாய் ஓராண்டில் 12,000 ரூபாயாக எப்படி மாற முடியும்?

"அது சாத்தியமே இல்லை" என்று ஜெய்ஸ்வால் கடைக்காரரிடம் சொன்னார்.

"அது நடந்துகொண்டுதான் இருக்கிறது. நாங்கள் தினந்தோறும் பணம் கொடுத்துக்கொண்டுதான் இருக்கிறோம்" என்றார் கடைக்காரர்.

"இவர்கள்மீது புகார் ஏதும் இருக்கிறதா?" ஜெய்ஸ்வால் காவல் நிலையத்தில் கேட்டார்.

கடை திறந்து இரண்டு மாதங்கள் ஆகிவிட்டன. ஒரு புகாரும் இல்லை என்றார்கள். தானே ஒரு டிபன் பாக்ஸ் வாங்கியதாக ஒரு தலைமைக் காவலர் சொன்னார். அதன் விலை நூறு ரூபாய். அவர் ஐம்பது ரூபாய் செலுத்தி ஒரு மாதம் கழித்து டிபன் பாக்ஸை வாங்கிக்கொண்டார்.

ஜெய்ஸ்வால் இதை எஸ்.பி. ஆர்.என். சவானியின் கவனத்திற்குக்கொண்டு சென்றார். அவர் சிரித்தபடி சொன்னார்: "அவன் கொடுத்த வாக்கைக் காப்பாற்றுகிறவரை அவன் எப்படிச் செய்கிறான் என்பது நமது பிரச்சினையல்ல. புகார் ஏதும் இல்லாதபோது நாம் என்ன செய்ய முடியும்?"

ஐந்து மாதங்களுக்குப் பிறகு எதிர்பார்த்தது நடந்தது. கடையில் ஒரே களேபரம் என்று தகவல் வந்தது. ஜெய்ஸ்வால் அங்கு சென்றார். கடை மூடியிருப்பதைப் பார்த்தார். அக்கம்பக்கம் இருந்தவர்களெல்லாம் கோபத்தோடு கடையைத் தாக்க வந்தார்கள். இந்த இடைப்பட்ட காலத்தில் கடையின் முகவர்கள் பொதுமக்களிடையே டெபாசிட்கள் வாங்கியதும், கடைக்காரன் பெருந்தொகையுடன் ஓடிவிட்டதும் தெரியவந்தது. பல லட்சங்கள் இருக்கலாம் என்று பேசிக்கொண்டார்கள்.

“இதில் ஏதோ கோளாறு இருக்கிறது என்று நான் முன்பே உங்களிடம் சொன்னேன் சார்” என்றார் ஜெய்ஸ்வால் எஸ்.பி. யிடம்.

எஸ்.பி. தன் கைகளை விரித்தபடி, “நாம் என்ன செய்ய முடியும் அனூப்? இது சட்டத்தின் ஓட்டையாக இருக்கலாம். 1200 விழுக்காடு வட்டி சாத்தியமே இல்லையென்று நாம் பொதுமக்களுக்கு அறிவுறுத்தியிருக்கலாம். கணக்கு ரொம்பத் தப்பாக இருந்தது” என்றார்.

❍

தூத்துக்குடி மாவட்ட எஸ்.பி என்ற முறையில் அனூப் திருச்செந்தூர் போயிருந்தார். அங்கு ஒரு பெரிய ஏமாற்றுப் பேர்வழி கைதுசெய்யப்பட்டிருப்பதாகவும், புகார்தாரர் களுக்காகக் காத்திருப்பதாகவும் சொன்னார்கள். ஓரிருவர் அவனை அடையாளம் காட்ட முன்வந்தார்கள். ஆனால் அவர்களை ஏமாற்றியவன் அவன்தானா என்பதில் சந்தேகம் இருந்தது.

அவன் மாலை மங்கிய பின் தூத்துக்குடியின் கடலோரக் கிராமங்களில் சுற்றிக்கொண்டிருந்தான். ஏதேனும் ஒரு கோயிலுக்குப் பக்கத்தில் ஒரு மரத்தடியில் அவன் அமர்ந்து கொள்வான். அவனது உதவியாளன் கிராமத்திற்குள் சென்று மக்களிடம், தன் முதலாளி ஒரு பெரிய கடத்தல்காரர் என்றும், அவரிடம் நிறையத் தங்க நாணயங்கள் இருப்பதாகவும், ஆனால் அவர் இப்போது கொஞ்சம் கஷ்டத்தில் இருப்பதால் குறைந்த விலைக்கு அவற்றை விற்க இருப்பதாகவும் சொல்லுவான். அப்போது ஒரு சவரன் தங்கம் 3000 ரூபாய். அதை 500 ரூபாய்க்குத் தரத் தயாராக இருப்பதாகச் செய்தியைப் பரப்புவான்.

அந்த மீனவ மக்கள் அவனை எளிதில் நம்பிவிடவில்லை. தங்கம் தரமானதுதானா?

“நீங்க உங்க கிராமத்து ஆசாரியைக் கூட்டிவந்து சோதிச்சி பாத்துக்கலாம்.”

சிலர் கிராமத்து ஆசாரியைத் தேடி ஓடினார்கள். அவர் தன் ஊது உலை, தங்கம் உருக்கும் பாத்திரம், கரி ஆகியவற்றை எடுத்துக்கொண்டு அந்த மரத்தடிக்கு வந்தார். கடத்தல்காரர் தன் பெட்டியிலிருந்து ஒரு தங்க நாணயத்தை எடுத்து அவரிடம் கொடுத்தார். அதைச் சோதித்த ஆசாரி, அது நல்ல தங்கம்தான் என்று சொன்னார். எட்டு கிராம் இருக்கிறது. இதன் விலை இப்போது ரூ.2200 என்றார்.

“இத நீங்க 500 ரூபாய்க்கு தரப் போறீங்களா?”

“ஆமாம்.”

அங்கிருந்தவர்களில் ஒருவரிடம் மட்டுமே 500 ரூபாய் இருந்தது. அவர் அதைக் கொடுத்து அந்த நாணயத்தை வாங்கிக் கொண்டார்.

கடத்தல்காரர் தன் பெட்டியிலிருந்து மற்றொரு தங்க நாணயத்தை எடுத்து ஆசாரியிடம் கொடுத்தார். அதையும் சோதித்த ஆசாரி அது நல்ல தங்கம் என்றார். பார்த்துக் கொண்டிருந்தவர்கள் பலரும் பணம் எடுத்துவர வீட்டிற்கு ஓடினார்கள். இப்படி ஐந்து ஆறு நாணயங்கள் கைமாறின. ஆசாரி தானும் ஒரு நாணயத்தை வாங்கிக்கொண்டார்.

இப்போது கூட்டம் சேர்ந்துவிட்டது. பலரும் பணத்தோடு வந்திருந்தார்கள். இப்போது ஆசாரி, தான் சோதிப்பதற்குக் கட்டணம் தர வேண்டும் என்றார்.

அப்போது கடத்தல்காரரின் உதவியாளர் அவர் காதுகளில் ஏதோ கிசுகிசுத்தார். அதைக் கேட்ட கடத்தல்காரர் தன் தங்க நாணயப் பெட்டியையும் மற்ற பொருட்களையும் எடுத்துக் கொண்டு கிளம்பினார். “போலிஸும் சுங்க அதிகாரிகளும் வறாங்க . நாங்க போகணும்.”

இந்த எதிர்பாராத அதிர்ஷ்டத்தால் தங்க நாணயம் வாங்கிய ஐந்தாறு நபர்கள் மகிழ்ச்சியடைந்தார்கள். ஆனால் கிராமத்தில், தங்கம் வாங்காத குடும்பங்களில் குழப்பம். மனைவியர் சிலர் தங்கள் கணவரிடம், “உங்க சந்தேக புத்தியாலதான் நம்மால வாங்க முடியல. நாம எப்பவும் இப்படியேதா ஏழையா இருக்கப் போறோம்” என்றார்கள்.

நாணயம் வாங்கியவர்களும், இன்னொன்று வாங்காமல் போய்விட்டோமே என்று வருந்தவே செய்தார்கள்.

ஆனால் ஒரு மீனவர் சொன்னார்: “மற்றொருவருடைய துரதிர்ஷ்டத்தில் நாம லாபம் பாக்கக் கூடாது. பாவம் அந்தக் கடத்தல்காரருக்கு என்ன கஷ்டமோ இவ்வளவு மலிவா விக்கறாரு.”

“நீயும் உன்னோட நியாயமும். கிராமம்பூரா முன்னே போகும்போது நாம மட்டும் பின்னாடியே நிப்போம்” என்றார் அவர் மனைவி.

இப்படிப் பேச்சுக்கள் ஓரிரு நாட்களுக்குப் பின் அடங்கின. கிராமத்தில் இயல்பு வாழ்க்கை திரும்பியது.

சுமார் இரண்டு மாதங்களுக்குப் பிறகு அந்தக் கடத்தல்காரர் அந்தக் கிராமத்திற்குத் திரும்பவும் தன் உதவியாளருடன் வந்தார். இப்போது கிராமமே அவரைச் சுற்றி நின்றது. சுமார் 40 அல்லது 50 நபர்கள் பணத்துடன் வந்திருந்தார்கள்.

இப்போது அவரிடம் நிறையத் தங்க நாணயங்கள் இருந்தன. தரையில் ஒரு துண்டை விரித்து அவற்றைப் பரப்பினார். ஒரு சிலர் ஆசாரியை அழைத்துவரப் போனார்கள். ஆனால் அவர் வீட்டில் இல்லை. ஆசாரியின் உதவியாளர், அவர் ஒரு வேலையாக வெளியே போயிருப்பதாகவும் சீக்கிரம் வந்துவிடுவார் என்றும் சொன்னார். அவர்கள் காத்திருந்தார்கள். ஆனால் அவர் வரவில்லை. கடத்தல்காரர் புறப்படத் தயாரானார்.

"நா அடுத்த கிராமத்துக்குப் போயிட்டுத் திரும்ப வரும்போது இங்க வறேன். அங்கே வித்தது போக மீதிய நீங்க வாங்கிக்கலாம்" என்றார்.

இப்போது போகிறேன் என்று சொல்லும் இவர் திரும்ப வரும்போது தங்கக் காசு மிச்சமிருக்குமா? அவர் தன் தங்கத்தைச் சோதித்துப் பார்த்த பிறகே விற்க விரும்புகிறார். ஆனால் ஆசாரிதான் இல்லை. பொருளில் கோளாறு இருந்தால் இவர் சோதிக்கத் தருவாரா என்றும் யோசித்தார்கள்.

அவர்கள் சோதிக்காமலே வாங்கத் தயாராயினர். இந்த முறை சுமார் 200 நாணயங்கள் கைமாறின. மக்கள் தங்கள் அதிர்ஷ்டத்தை நினைத்து மகிழ்ச்சி வெள்ளத்தில் மிதந்தனர். ஒன்றுக்கு மேல் நாணயங்கள் வாங்கியவர்கள் அதிக சந்தோஷப் பட்டனர். முதல்முறை வாங்கிய நாணயத்தோடு இந்த முறை வாங்கியதை ஒப்பிட்டுப் பார்த்தனர். இரண்டையும் இருகை களில் வைத்து ஒப்பிட்டுப் பார்த்தபோது முந்தையதைவிடப் புதியது எடை குறைவாக இருப்பதாகத் தோன்றியது. புதிய நாணயம் அதிகப் பளபளப்பாகவும் இருந்தது.

இரவு 9 அல்லது 10 மணிவாக்கில் ஆசாரி கிராமத்திற்குத் திரும்பியபோது, கிராமத்தினர் அவருக்காகத் திரளாகக் காத்திருந்தனர். தான் ஒரு வேலையாக மற்றொரு கிராமத்திற்குப் போயிருந்ததாகவும், அங்கு தனக்கு நல்ல வருவாய் கிடைத்ததாகவும் ஆசாரி தெரிவித்தார். பின்னர் அவர் நாணயங்களைச் சோதித்தார். எல்லாமே போலி, ஒன்றுகூட உண்மைத் தங்கம் இல்லை.

ஜெய்ஸ்வால், ஆசாரியை விசாரித்தார். இரண்டாவது முறை வந்தபோது கடத்தல்காரர், திட்டமிட்டு ஆசாரியை

வி. சுதர்ஷன்

வேறு கிராமத்திற்கு அனுப்பியது தெரியவந்தது. இது அவர்கள் இருவரும் கூட்டுக் கொள்ளை அடிக்கும் முறை.

ஆசாரி, ஜெய்ஸ்வாலைப் பார்த்து சிரித்தபடி சொன்னார்: "இதுக்கு நா பொறுப்பில்ல சார். அவங்க பேராச அவங்கள ஏமாத்திடுச்சி. அவங்க எப்பவும் வாழ்க்கைல இப்படித்தான் ஏமாறறாங்க. தங்கம் உலக ரூபாய் நோட்டு மாதிரி. எங்கும் செல்லும். நா உங்ககிட்ட வந்து நூறு ரூபாய் நோட்ட குடுத்து, இத வச்சிகிட்டுப் பத்து ரூபா குடுங்க போதும்னு சொன்னா நீங்க ஒப்புக்குவீங்களா? அதேதான் தங்கத்துக்கும். யாராவது 2500 ரூபா மதிப்புள்ள தங்கத்தை வெறும் 500 ரூபாவுக்கு உங்களுக்குத் தந்தா. அது போலின்னு நீங்க யோசிக்க வேணாமா? நா போலி தங்கத்த உண்மையான தங்கம்னு சொல்லல. அவங்க பேராசக்கி நா பொறுப்பில்ல. நா ஏமாற்றுக்காரனில்ல. அவங்கப் பேராசையால அவங்க ஏமாந்தாங்க."

6

காத்திருப்பு

தூத்துக்குடி மாவட்ட எஸ்.பி.யாக ஒரு வருடம் பணியாற்றிய பின், ஜெய்ஸ்வால் பயணச் சலுகை விடுப்பு எடுத்துக்கொண்டு தன் சொந்த ஊருக்குப் போகத் திட்டமிட்டார். உத்தரப் பிரதேச மாநிலத்தில் கோரக்பூர் அவரது சொந்த ஊர். அது 1987ஆம் ஆண்டு. அரசு அதிகாரிகளுக்கு இரண்டாண்டுகளுக்கு ஒருமுறை விடுப்புப் பயணச் சலுகை (LTC) வழங்கப் பட்டது. நான்காண்டுக் காலத்தில், ஒருமுறை சொந்த ஊருக்கும் ஒருமுறை இந்தியாவில் வேறு ஏதேனும் ஊருக்கும், கன்னியாகுமரி, ராஜஸ்தான், அந்தமான் நிக்கோபார் தீவுகள் என்று எங்கு வேண்டுமானாலும் போகலாம்.

கோரக்பூரில் ஜெய்ஸ்வாலின் பெற்றோரும் தில்லியில் நீலத்தின் பெற்றோரும் வசித்தனர். பள்ளிகளுக்குக் கோடை விடுமுறை, ஒன்றுவிட்ட சகோதர சகோதரிகள், மாமன்கள், மைத்துனிகள் எல்லோரும் வீட்டிலிருக்கும் காலம். கோரக்பூர் சென்றவுடன் அனூப் முதலில் அந்த மாவட்ட எஸ்.பி.யோடு தொடர்புகொண்டார். அதற்கு இரண்டு காரணங்கள் இருந்தன. ஒன்று, உறவினர்கள் எல்லோரும், தங்கள் குடும்பத்தில் ஒருவர் ஒரு உயர் போலீஸ் அதிகாரி என்பது அந்த ஊர் போலீஸுக்குத் தெரிய வேண்டும் என்று விரும்பியது; அது அவர்களுக்கு ஒரு பாதுகாப்பு உணர்வைத் தந்தது.

"நீங்க மாவட்ட எஸ்.பி.யை நம் வீட்டுக்குத் தேநீர் அருந்த அல்லது உணவருந்த அழைக்கலாமே?"

என்று அவர்கள் அனூப்பைத் தூண்டினார்கள். அகில இந்தியப் பணியில் சக ஊழியர் என்ற வகையில் அனூப்பிற்கு அது எளிதானதுதான்; இல்லையென்றால் ஒரு அரசு அதிகாரியை அப்படி அழைக்க முடியாது.

கோரக்பூர் எஸ்.பி., அனூப்பிற்குப் பணியில் இளையவர். அனூப் அவருக்கு போன் செய்தபோது அவர் சந்திக்கச் சம்மதித்தார். அனூப் தானே நேரில் வருவதாகச் சொன்னார். கோரக்பூரின் மையப் பகுதியில், கோல்கரில் உள்ள ஆட்சியர் அலுவலக வளாகத்தில் எஸ்.பி. அலுவலகம் இருந்தது. அந்த வளாகம் ஆட்சியரகக் கச்சேரி என்று அழைக்கப்பட்டது. மாவட்ட நீதிமன்றம், மற்ற சில நீதிமன்றங்கள் எல்லாம் அங்கு இருந்தன. அருகில் ஒரு காவல் நிலையமும் இருந்தது.

ஜெய்ஸ்வாலின் சகோதரர் அவரைத் தன் காரில் அழைத்து வந்து அங்கு இறங்கினார். "அதோ அந்தக் கட்டிடம்தான்" என்று எஸ்.பி. அலுவலகத்தைக் காட்டிவிட்டு, தான் ஒரு வேலையாகப் போய்விட்டு ஓரிரு மணிநேரத்தில் அங்கே வந்து திரும்ப அழைத்துப்போவதாகச் சொல்லிவிட்டுப்போனார்.

தெளிவான நீல வானப் பின்னணியில், அங்கு இரண்டு கொடிகள் கம்பீரமாகப் பறந்துகொண்டிருந்தன. ஒன்று ஆட்சியரின் கொடி, மற்றொன்று எஸ்.பி.யின் கொடி.

"எஸ்.பி.யைப் பார்க்க வந்திருக்கிறேன்" அலுவலகத்தில் நுழைந்தபடி சொன்னார் அனூப். ஒரு நீண்ட தாழ்வாரத்தைக் காட்டினார்கள். அதன் இருபுறமும் சிறு சிறு அறைகள். போலீஸார் இங்கும் அங்கும் விரைந்துகொண்டிருந்தார்கள். தாழ்வாரத்தின் உள்ளே போகப் போக வெளிச்சம் குறைந்தது. தாழ்வாரத்தின் கடைசியில் ஒரு அறையின் கதவுக்கு மேல் ஒரு சிறு மின் விளக்கு மங்கலாக ஒளிர்ந்துகொண்டிருந்தது. அருகே இரண்டு நீண்ட பெஞ்சுகள் இருந்தன. கைவைத்த நாற்காலிகள் இல்லை.

"எஸ்.பி.யைப் பார்க்க வந்திருக்கிறேன்" அனூப் மீண்டும் சொன்னார்.

தாழ்வாரத்தின் கடைசியில் இருந்த ஒரு அறையைக் காட்டினார்கள். மூடிய கதவின்மீது திரைச்சீலை தொங்கியது. அருகில் ஒரு போலீஸ்காரர் நின்றிருந்தார். அவரிடமும், "எஸ்.பி.யைப் பார்க்க வந்திருக்கிறேன்" என்றார் அனூப்.

அந்தப் போலீஸ்காரர் மூலையில் கொக்கிபோல் தொங்கிக் கொண்டிருந்த ஒரு கம்பியிலிருந்து ஒரு சிறு தாளைப் பிய்த்து எடுத்து அனூப்பிடம் நீட்டினார். "இதுல உங்க பேர எழுதுங்க" என்றார்.

“அனூப் ஜெய்ஸ்வால், ஐ.பி.எஸ்., எஸ்.பி, தூத்துக்குடி” என்ற எழுதி அவரிடம் கொடுத்தார் அனூப். அவர் அதில் என்ன எழுதியிருக்கிறது என்று பார்க்காமலே உள்ளே எடுத்துப்போனார். போன வேகத்தில் திரும்பி வந்து, “காத்திருக்கச் சொன்னார்” என்றார்.

அறைக்கு வெளியே தொங்கிய ஒரு அறிவிப்புப் பலகையில், “பார்வையாளர் நேரம் 09.00 மணிமுதல் 11.00 மணிவரை” என்று எழுதியிருந்தது.

அனூப்பிற்கு இது கொஞ்சம் வினோதமாக இருந்தது. புறப்படும் முன் அனூப் எஸ்.பி.யிடம் பேசியிருந்தார். இதுபோன்ற சந்திப்புகளில் சம்பந்தப்பட்ட அதிகாரி வெளியில் வந்து தன் சக அதிகாரியை வரவேற்று, “கொஞ்சம் இருங்கள், இதோ வந்துவிடுகிறேன்” என்று சொல்வதே வழக்கமான நடைமுறை.

அனூப் உட்கார இடம் இருக்கிறதா என்று பார்த்தார். ஒரு பெஞ்சில் ஒரு இடம் காலியாக இருந்தது. அனூப் அங்கு சென்று அமர்ந்தார். பக்கத்தில் இருந்த நபரை அவர் முதலில் கவனிக்கவில்லை. பின்னர் மெல்ல அவர் பக்கம் கவனம் திரும்பிது. அவருக்குச் சுமார் ஐம்பது வயதிருக்கலாம். அவர் அமைதியின்றித் தவிப்பதாகத் தோன்றியது. அனூப் அவரைப் பார்க்கும்போதெல்லாம் அவர் அனூப்பைப் பார்த்துக்கொண்டிருந்தார். அவர் அனூப்பை மெல்லக் கேட்டார்: “நீங்க எஸ்.பி.யப் பாக்க முத முறையா வரீங்களா?”

“ஆமா. என்ன விஷயம்?”

“நா மூனு நாளா வரேன். எஸ்.பி.ய பாக்க முடியல. ஏன்னு தெரியல.”

“ஏன்? என்ன நடந்தது?”

அவர் அழத் தொடங்கினார்.

“என் மகள சில குண்டர்கள் தூக்கிட்டுப் போயிட்டாங்க. அவங்க ஒரு போலீஸ்காரருக்குச் சொந்தக்காரங்கன்னு சொல்றாங்க. நா ஒரு வக்கீல்கிட்ட கேட்டேன். அவர் சொன்னாரு எஸ்.பி.யப் பாருங்கன்னு. முதல் நாள் கொஞ்சம் லேட்டா வந்துட்டேன். எஸ்.பி.யப் பாக்கற நேரம் 09.00லேருந்து 11.00க்குள்ளன்னு சொல்லிட்டாங்க. அப்புறம் ரெண்டு நாளா காலையில 08.30 மணிக்கே வந்துட்டேன். நா ஸ்லிப்ல என் பேர எழுதி குடுத்தேன். ரிஜிஸ்டர்லயும் எழுதிட்டேன். காத்திருக்கச் சொன்னாங்க. பெரிய பெரிய ஆளுங்கல்லாம் நேரா போயி எஸ்.பி.யப் பாக்கறாங்க. அரசியல்வாதிங்க, வக்கீலுங்க

எல்லாம் பாக்கறாங்க. நா மூணு நாளா காத்திருக்கேன். 11 மணி ஆயிட்டா இன்னக்கி நேரம் முடிஞ்சிருச்சி, நாளாக்கி வாங்கன்னு சொல்லிடராங்க” மளமளவென்று கொட்டித் தீர்த்தார்.

எஸ்.பி. அறையின் மறுபுறம் இருக்கும் கதவைத் திறந்தால், அவரது கார் நிற்கும் போர்டிகோவுக்குப் போய்விடலாம் என்று தெரிந்தது. எஸ்.பி. இந்தப் பக்கம் வராமலே வெளியே போய்விடலாம்.

அனூப் எழுந்து எதிரில் இருந்த மற்றொரு அறைக்குள் நுழைந்தார். அங்கு சில அலுவலக உதவியாளர்கள் இருந்தனர். “நா உங்க தொலைபேசியைப் பயன்படுத்தலாமா?” என்று கேட்டார்.

“நீங்க யார்?”

“நான் ஐ.பி.எஸ். அதிகாரி. தமிழ்நாட்டில் திருநெல்வேலி மாவட்ட எஸ்.பி. நான் உங்க எஸ்.பி.யைப் பார்க்க வரேன்னு போன்ல சொல்லியிருக்கேன். கொஞ்சம் இன்டர்காம்ல பேசலாமா?”

அவர்கள் இணைப்பு தந்தனர். “நான் அனூப் பேசறேன். உங்க அறைக்கு வெளியே காத்திருக்கேன்.”

எஸ்.பி. தன் அறையிலிருந்து ஓடி வந்தார். மன்னிப்புக் கேட்டார். தன் கான்ஸ்டபிளிடம் கோபித்துக்கொண்டார். “ஐயா வந்திருக்காங்கன்னு ஏன் சொல்லல?”

அந்தக் காவலர், அனூப்பின் தூண்டுச் சீட்டை எஸ்.பி.யிடம் கொடுத்திருக்க மாட்டார்போல இருந்தது.

“உள்ள வாங்க அனூப்ஜி” என்றார் எஸ்.பி.

“இல்ல. இல்ல. எனக்கு அவசரமில்ல. இந்த மனிதர் மூணு நாளா உங்களப் பாக்கக் காத்திருக்கார். அவர் மகள யாரோ கடத்திட்டங்களாம்.”

அந்த நபர் கைகளைக் கட்டிக்கொண்டு அழுதார்.

“நான் காத்திருக்கேன். நீங்க இவர் பிரச்சினைய முதலில் பாருங்க.”

எஸ்.பி. அந்த மனிதரைத் தன் அறைக்குள் அழைத்துச் சென்றார். அங்கு அவர் சத்தமிடுவதும் கட்டளைகள் வழங்குவதும் கேட்டது. சுமார் 15 நிமிடங்களுக்குப் பின் அந்த நபர் வெளியே வந்தார். அனூப்பிற்கு நன்றி சொன்னார். அனூப் எழுந்து நின்று வணக்கம் சொல்லி அவரை வழியனுப்பினார்.

எஸ்.பி. மீண்டும் வெளியே வந்து அனூப்பைத் தன் அறைக்கு அழைத்துச்சென்றார். அவருக்குச் சங்கடமாக இருந்தது.

"ஒரே ஒரு கதவு இருந்தா நல்லாயிருக்கும். மக்கள் எஸ்.பி.யப் பாக்க பயப்படறாங்க. இல்லையா" என்றார் அனூப்.

"நான் இத என்னன்னு கவனிக்கிறேன்."

"அந்த கான்ஸ்டபிள் மேல தப்பில்ல. நாமதான் செயல்படணும்."

அனூப் தூத்துக்குடி திரும்பியதும் செய்த முதல் காரியம் தன் அலுவலக அறைக் கதவை அகற்றிவிட்டு ஒரு கண்ணாடிக் கதவைப் பொருத்தியதுதான். வெளியே இருப்பவர்களை அவர் பார்க்க முடியும். வெளியே இருப்பவர்கள் அவரைப் பார்க்க முடியும். எஸ்.பி.யைப் பார்க்க வரும் பொதுமக்களை எப்படி நடத்த வேண்டும் என்று அவரது அறையின் பாதுகாவலருக்குப் பயிற்சி தரப்பட்டது. அவர் முகாம் அலுவலகத்தில் இல்லையென்றால், அவர் எங்கிருக்கிறார், எப்போது வருவார் என்று பார்க்க வருபவருக்குத் தெரிவிக்க வேண்டும். அவர் முடிவின்றிக் காத்திருப்பதைத் தவிர்க்க வேண்டும். கவலையோடு கூடிய காத்திருப்பே ஒரு துன்பம் அல்லவா?

இந்தத் தகவல்கள் பரவியதும் பொதுமக்கள் நகருக்கு வெளியே இருக்கும் எஸ்.பி.யின் வீட்டிற்கு வரத் தொடங்கினார்கள். தூத்துக்குடி பஸ் நிலையத்தில் அல்லது ரயில் நிலையத்தில் இறங்கியவர்கள் காவல் நிலைத்திற்குப் போகாமல் எஸ்.பி. வீட்டிற்குப்போனார்கள்.

யார் வந்தாலும் எஸ்.பி. கேட்கும் முதல் கேள்வி, "காவல் நிலையத்திற்குப் போனீர்களா?" என்பதுதான். அவர்கள் போகவில்லையென்றால், அவர்களின் பெயர், விவரங்களை ஒரு பதிவேட்டில் எழுதிக்கொள்வார்கள். சம்பந்தப்பட்ட காவல் நிலையத்திற்கு வயர்லெஸ்ஸில் தகவல் சொல்லிவிட்டு, இவர்களை அங்கு போகச்சொல்வார்கள். உங்களுக்கு போலீஸ் எடுக்கும் நடவடிக்கையில் திருப்தியில்லையென்றால் நீங்கள் மீண்டும் இங்கு வரலாம் என்றும் சொல்லியனுப்புவார்கள். அதன் பின் எஸ்.பி.யின் முகாம் அலுவலகம் அந்தப் புகாரின்மீது காவல் நிலையம் எடுக்கும் நடவடிக்கையைக் கண்காணிக்கும்.

ஒருமுறை, மனநிலை சரியில்லாது, கிழிந்த ஆடைகளுடன் வீதிகளில் சுற்றிக்கொண்டிருந்த பெண்ணை யாரோ கர்ப்பமாக்கியிருப்பதும், அந்த நிலையில் அவள் வீதியில் மயங்கிக் கிடக்கிறாள் என்றும் தெரியவந்தது. யாருக்கும்

என்ன செய்வது என்று தெரியவில்லை. சிலர் அவளை ஒரு ரிக்ஷாவில் தூக்கிப்போட்டு ஜெய்ஸ்வாலின் வீட்டு வாசலில் கிடத்திவிட்டுப் போய்விட்டார்கள். ஜெய்ஸ்வால் அந்தப் பெண்ணை மருத்துவமனைக்கு அனுப்பிவைத்தார். அவளைப் பரிசோதித்த மருத்துவர்கள் அவளுக்குப் பிரசவத்தில் பிரச்சினைகள் இருக்கலாம் என்று கண்டறிந்து கருக்கலைப்புச் செய்து அனுப்பிவிட்டார்கள். அவள் மீண்டும் வீதிக்கு வந்துவிட்டாள்.

○

மற்றொரு சம்பவத்தில், மூன்றரை அல்லது நான்கு வயது குழந்தையொன்று எஸ்.பி.யின் வீட்டருகே நின்று அழுது கொண்டிருந்தது. சத்தம் கேட்டு எட்டிப் பார்த்த காவலர்கள் அந்தக் குழந்தையுடன் யாரும் இல்லை என்று அறிந்தனர். காவலர்களில் ஒருவர் குழந்தையுடன் பக்குவமாகப் பேசி, அவன் பெயர் என்னவென்று கேட்டார். அவன் தன் பெயரைச் சொன்னான். ஆனால் வேறு எந்த விவரமும் சொல்லத் தெரியவில்லை. அந்தக் காவலர் எஸ்.பி.யிடம் விஷயத்தைச் சொன்னார். அவர் சொல்லும்போது நீலமும் உடன் இருந்தார். நீலம் கேட்டதும் அந்தக் குழந்தைக்கு எதுவும் சொல்லத் தெரியவில்லை. அந்தக் குழந்தை அழுதுகொண்டே இருப்பதைப் பார்த்த நீலம், அவன் பசியாயிருக்க வேண்டும் என்று ஊகித்து, வீட்டிற்குள் போய் கொஞ்சம் பாலும் ஒரு பாக்கெட் பிஸ்கெட்டும் கொண்டுவந்தார்.

குழந்தை பிஸ்கெட் பாக்கெட் முழுவதையும் ஒரே மூச்சில் சாப்பிட்டு முடித்தான். காப்பறை அருகே அந்தக் குழந்தையை விளையாட விட்டுவிட்டு, நகர டி.எஸ்.பி.யை அழைத்தார் அனூப். டி.எஸ்.பி.யும் அவரது இன்ஸ்பெக்டரும் குழந்தையை மெல்ல மெல்ல விசாரித்தனர். அன்று மாலை இன்ஸ்பெக்டர் சொன்னார்:

"சார். இவன் ஏதோ ஒரு ரயில்ல வந்திருக்கான்னு மட்டும் தெரியுது."

"எப்படி சொல்றீங்க?"

"சார். இவன காலைல ஒன்பது, ஒன்பதரை மணிவாக்கில் ரெயில்வே ஸ்டேஷன்ல பாத்திருக்காங்க. இவன் தவறுதலா ஏதோ ஒரு டிரைன்ல ஏறி இங்க வந்து எறங்கிட்டான்னு நெனைக்கிறோம் சார்."

"எந்த டிரெய்ன் தெரியுமா?"

"தெரியாதுங்க சார். முயற்சிக்கிறோம் சார். பெரும்பான்மை டிரெய்ன்கள் மதுரையிலிருந்து வருது. சில டிரெய்ன்கள்தான் திருநெல்வேலியிலிருந்து வருது. காலை டிரெய்ன்கள் எல்லாம் மதுரை பக்கமிருந்துதான் வருது."

"அவன ஒரு ரயிலில் கூட்டிச் சென்று பாருங்க. அவன் எதையாவது அடையாளம் காட்றானான்னு பாருங்க."

ஒரு சப் இன்ஸ்பெக்டர் அதைச் செய்ய முன்வந்தார். அவனைக் கூட்டிச் சென்று சாப்பிட வைத்து காலை 06.30க்குப் புறப்படும் ஒரு ரெயிலில் ஏறினார். அந்தப் பையன் அவர் பக்கத்தில் அமைதியாக உட்கார்ந்திருந்தான். ரயில் நகர ஆரம்பித்ததும் பையன் பரபரப்படைந்தான். அந்த சப் இன்ஸ்பெக்டருக்கு எவ்வளவு தூரம் இந்தப் பையனை அழைத்துப்போவது என்று தெரியவில்லை. மதுரைவரை போகலாமா? மதுரை பத்து நிலையங்கள் தாண்டி இருந்தது. இல்லை சென்னை வரையே போக வேண்டுமா? பையன் சன்னலோர இருக்கையில் அமர்ந்திருந்தான். மணியாச்சி, கடம்பூர், கோவில்பட்டி என்று ஒவ்வொரு நிலையமாகக் கடக்கக் கடக்க, கம்பிகளில் முகத்தை அழுத்திவைத்து வெளியே பார்த்துக்கொண்டிருந்தான். ரெயில் மதுரை வந்தடைந்தது. அது ஒரு பெரிய ரெயில் நிலையம். பையன் சட்டென்று சீட்டிலிருந்து குதித்துக் கதவை நோக்கி ஓடினான். சப் இன்ஸ்பெக்டர் மேலே இருந்த தன் கைப்பையை அவசரமாக அள்ளிக்கொண்டு அவன் பின்னால் ஓடினார். ரெயில் சரியாக நிற்கும் முன்னரே இருவரும் கீழே குதித்தனர். பையன் முன்னால் ஓட, சப் இன்ஸ்பெக்டர் அவனைக் கூப்பிட்டுக்கொண்டே பின்னால் ஓடினார். பையனுக்கு இப்போது தான் என்ன செய்கிறோம் என்று தெரிந்திருந்தது. நடைமேடை முழுவதையும் கடந்து கடைசியில் நடைமேடையின் கம்பி வேலியில் ஓரிடத்தில் ஒரு திறப்பு இருந்தது. அதில் லாவகமாக நுழைந்தான் சிறுவன். எதிரே பல குடிசைகள். எங்கும் நிற்காமல் சிட்டாகப் பறந்து அவற்றில் ஒன்றில் நுழைந்து மறைந்தான். உள்ளே இருந்து மகிழ்ச்சி ஆரவாரம் கேட்டது.

சிறுவனின் பெற்றோர்கள் வெளியே வந்து சப் இன்ஸ்பெக்டருக்குக் கண்ணீர் மல்கநன்றிசொன்னார்கள். அந்தச் சிறுவனின் நண்பர்கள் பலரும் அவனைச் சூழ்ந்திருந்தார்கள்.

நடந்தது இதுதான்: அன்று காலை, அந்தப் பகுதிச் சிறுவர்கள் வழக்கம்போல ரயில் நிலைய நடைமேடையில் விளையாடிக்கொண்டிருந்தார்கள். இந்தச் சிறுவன் வீட்டில்

ஏதோ ஒரு பொருளைப் போட்டு உடைத்துவிட்டுப் பெற்றோர் திட்டுவர்களோ அடிப்பார்களோ என்ற பயத்தில் நடை மேடைக்கு ஓடிவந்து அங்கு நின்றிருந்த ரெயிலில் ஏறிவிட்டான். சற்று நேரத்தில் ரெயில் நகர்ந்துவிட்டது.

சப் இன்ஸ்பெக்டருக்குப் பெரும் மகிழ்ச்சி. பொதுத் தொலைபேசியிலிருந்து தொடர்பு கொண்டு எஸ்.பி.க்குத் தகவல் சொன்னார். அவர் தூத்துக்குடி திரும்ப அடுத்த ரெயிலுக்கு இன்னும் மூன்று மணிநேரம் இருந்தது. எனவே அவர் மதுரை மீனாக்ஷி அம்மன் கோவிலுக்குப் போய் வழிபாடு செய்தார். எல்லாம் நல்லபடியாய் முடிந்ததற்கு இறைவனுக்கு நன்றிசொன்னார். தூத்துக்குடியில் எல்லோருக்கும் தருவதற்காகப் பிரசாதம் வாங்கிக்கொண்டார்.

7

நிலம் என்னும் நல்லாள் நகும்

தூத்துக்குடி மாவட்டக் காவல் கண்காணிப் பாளர் அனூப் ஜெய்ஸ்வாலின் மேசையிலிருந்த தொலைபேசி ஒலித்தது. அப்போது சட்டமன்றத் தேர்தல்கள் முடிந்து ஒரு மாதம் முடிந்திருந்தது. தொலைபேசி அழைப்பு, வ.உ. சிதம்பரனார் கல்லூரியிலிருந்து வந்திருந்தது. கல்லூரியின் தாளாளரும் முதல்வரும் எஸ்.பி.யைச் சந்திக்க வேண்டும் என்றனர்.

நேரில் வந்தபோது, தங்கள் கல்லூரிக்கு அரசு குத்தகைக்குத் தந்த நிலம் இருப்பதாகவும், இப்போது அதைத் தி.மு.க. கட்சியினர் ஆக்கிரமித்து, கட்சிக் கொடிகளை நட்டு, தி.மு.க தலைவர் பெயரில் கலைஞர் நகர் என்று பெயரிட்டிருப்பதாகவும், காலி செய்ய மறுப்பதாகவும் தெரிவித்தனர்.

"உங்களிடம் லீஸ் ஆவணங்கள் இருக்கின்றனவா?" அனூப் கேட்டார்.

அவர்கள் லீஸ் ஆவண நகலைத் தந்தார்கள். அதைப் படித்துப் பார்த்த அனூப், நகர தெற்குக் காவல் நிலைய இன்ஸ்பெக்டரை தொலைபேசியில் அழைத்து, "அவர்கள் தி.மு.க. கொடிகளை நட்டிருக் கிறார்களா?" என்று கேட்டார்.

"ஆமாம் சார். அவர்கள் கொடிகளோடு நிலத்தை ஆக்கிரமித்திருக்கிறார்கள்."

வி. சுதர்ஷன்

அனூப் தொலைபேசியில் டி.எஸ்.பி.யோடு பேசினார்:

"ஆஸ்டின், உங்கள் ஆட்களைத் திரட்டுங்கள். நாம் வ.உ.சி. கல்லூரி மைதானத்தை ஆக்கிரமித்திருப்பவர்களைக் காலி செய்யப் போகிறோம்."

"ஆனால் சார். அவங்க ஆளுங்கட்சி ஆட்கள்."

"அவர்கள் ஆக்கிரமிப்பாளர்கள். அவர்களைக் காலி செய்யத்தான் வேண்டும்."

"எப்போது சார்?"

"உடனடியாக. நீங்கள் உங்கள் ஆட்களுடன் அங்கு போய் ஒலிபெருக்கியில் அறிவிப்பு செய்யுங்கள். அவர்கள் காலி செய்யவில்லையென்றால் ட்ரெஸ்பாஸ் வழக்குப்பதிவுசெய்து அவர்களைக் கைது செய்யுங்கள்."

"சார். அவங்க நிறைய பேர் இருக்காங்க. அவங்கள கைது பண்ணி எங்க வைக்கறது?"

"அதைப் பிறகு பார்க்கலாம். முதலில் அவர்களை வ.உ.சி. கல்லூரி மைதானத்திலிருந்து வெளியேற்றுங்கள்."

சற்று நேரத்தில் மாவட்ட ஆட்சியரே எஸ்.பி. அலுவலகத் திற்கு வந்தார். அவர்கள் முன்னர் வ.உ.சி. கல்லூரி விடுதிக் கட்டடத்தை ஆக்கிரமித்தார்கள். காவல் துறையே அதை வாடகைக்கு எடுத்து எஸ்.பி. அலுவலகமாக மாற்றியது. வ.உ.சி. கல்லூரி அதற்குப் பக்கத்திலேயே இருக்கிறது.

ஆட்சியர் நேராக எஸ்.பி.யின் அறைக்கு வந்து "நீங்க அவங்கள கைது செய்ய போறதா சொன்னாங்க. கொஞ்சம் மெதுவா போங்க. அரசாங்கம் அவங்க லீஸையே ரத்து பண்ணிடலாம்."

"அது ரொம்ப சரிங்க சார். அரசாங்கம் லீஸை ரத்துப் பண்ணிட்டா அத யார் ஆக்கிரமித்தாலும் எனக்குக் கவல இல்ல. ஏன்னா அரசாங்கம்தான் புகார் கொடுக்கணும். ரத்து பண்ணாத வரைக்கும் ஒரு நிமிடம் என்றாலும் அது ஆக்கிரமிப்புதான்."

"அவங்க ஊர்வலம் போகப் போறாங்களாம். யார் தலைமையில் தெரியுமா?"

"சொல்லுங்க சார். எனக்குத் தெரியல."

"எம்.எல்.ஏ. பெரியசாமி தலைமைல."

"அப்படின்னா. அவரயும் கைது பண்ணுவோம்."

“இங்க சட்டம் ஒழுங்குக்கு நான்தான் பொறுப்புன்றத நினைவுபடுத்தலாமா?”

“சட்டம் ஒழுங்கு குலைந்திருக்கிறது சார். நடவடிக்கை எடுக்க நான் உங்க அனுமதி பெற தேவையில்லை சார்.”

வ.உ.சி. கல்லூரியின் புகாரின் பேரில் நகர தெற்கு காவல் நிலையம் வழக்கைப் பதிவுசெய்தது. கைது செய்யப் போகிறார்கள் என்று தெரிந்ததும் பெரியசாமி அங்கிருந்து ஓடிவிட்டார். கட்சிக்காரர்கள் சுமார் 150 பேரும் அங்கிருந்து அகன்றுவிட்டார்கள். யாரையும் கைது செய்யத் தேவையிருக்க வில்லை. போலீஸ் கட்சிக் கொடிகளை அகற்றியது. ஆக்கிரமிப் பாளர்கள் திரும்ப வராமலிருக்க போலீஸ் பாதுகாப்புப் போடப்பட்டது.

சென்னையிலிருந்து ஐ.ஜி. தொலைபேசியில் அழைத்தார். போனில் கர்ஜித்தார் என்றே சொல்ல வேண்டும்.

“இது ஒரு சென்ஸிட்டிவான விஷயம். நீங்க என்னிடம் கேட்டிருக்க வேண்டும். நீங்க ஆளுங்கட்சி எம்.எல்.ஏ.மீது வழக்குப் பதிவு செய்றீங்க. என்னைக் கேட்டிருக்க வேணாமா?”

“நான் என்ன செய்ய வேண்டும் என்பதில் எனக்குச் சந்தேகம் இருந்திருந்தால் நான் உங்களைக் கேட்டிருப்பேன் சார். ஆனால் நான் செய்தது சரி என்பதில் எனக்குச் சந்தேகம் இல்லை சார்.”

ஐ.ஜி. கோபத்தோடு போனை அறைந்து வைப்பது கேட்டது.

மறுநாள் பெரியசாமி அனூப்பின் முகாம் அலுவலகத்திற்கு வந்து வருத்தம் தெரிவித்தார்.

முன்பு ஒருமுறை, அ.இ.அ.தி.மு.க ஆட்சியில் இருந்தபோது அப்போதைய தி.மு.க. மாவட்டச் செயலாளராக இருந்த பெரியசாமியைக் கைதுசெய்யச் சொன்னபோது அனூப், குற்றச்சாட்டுக்கள் பொய் என்பதால் கைது செய்ய மறுத்து விட்டார். அதனால் அனூப்பிற்கே பாதிப்பு வர இருந்தது. பெரியசாமி அதை மறந்திருக்க வாய்ப்பில்லை.

“ஏன் இப்படி செஞ்சிங்க?” பெரியசாமியைக் கேட்டார் அனூப்.

“தப்பு நடந்திடுச்சி.”

“என்ன தப்பு?”

“நீங்க ஒரு வாரம் லீவுல போறீங்கன்னு சொன்னாங்க.”

"அப்படியா? என்ன லீவு?"

"நீங்க லீவு கேட்டிருக்கீங்க. ஒரு வாரம்போல ஊரில் இருக்க மாட்டீங்கன்னு சொன்னாங்க."

"அது ரத்தாகிவிட்டது."

உண்மையில் அனூப் தில்லியில் ஒரு குடும்ப நிகழ்ச்சியில் கலந்துகொள்வதற்காக விடுப்புக் கேட்டு விண்ணப்பித்திருந்தார். ஆனால் அந்த நிகழ்ச்சி ரத்தாகிவிட்டதால் விடுப்பையும் ரத்து செய்துவிட்டார். அந்தத் தகவல் பெரியசாமிக்குத் தெரியாது போலும்.

எஸ்.பி. ஒரு வாரம் ஊரிலிருக்க மாட்டார். எனவே அவரால் இடையூறு இல்லை. பக்கத்து மாவட்ட எஸ்.பி. பெரிதாக ஆர்வம் காட்ட மாட்டார். எனவே தனது ஆட்கள் கல்லூரி மைதானத்தை ஆக்கிரமிக்க இதுவே சரியான தருணம். ஒரு வாரம் கழித்து எஸ்.பி. திரும்ப வரும்போது இது முடிந்த விஷயமாக ஆகியிருக்கும். தனது ஆட்கள் குடிசைகள் போட்டிருப்பார்கள். அதன்பின் அது ஒரு அரசியல் பிரச்சினை யாக ஆகி, எஸ்.பி. எதுவும் செய்ய முடியாமல் போய்விடும். பிறகு விஷயம் நீதிமன்றத்திற்குப் போகும். அத்துடன் எல்லாம் முடிந்தது. ஆக்கிரமிப்பதே பாதி வெற்றி என்பது பெரியசாமி யின் கணக்காக இருந்தது.

கல்லூரி மைதான ஆக்கிரமிப்பைத் தடுத்த நிகழ்வுக்குப் பிறகு, எஸ்.பி. அனூப் மாற்றப்படுவார் என்று வதந்தி பரவியது. வதந்தி பல வாரங்கள் தொடர்ந்து, வளரவும் செய்தது. அனூப் ஒரு வார கால பயிற்சி ஒன்றிற்காக ஹைதராபாத் சென்றபோது அது நிகழ்ந்தேவிட்டது. மூன்றாம் நாள் பயிற்சியின்போது அவரது முகாம் எழுத்தர் வேலாயுதம் தொலைபேசியில் அழைத்து, அனூப் மாற்றப்பட்டுவிட்ட செய்தியைச் சொன்னார். தூத்துக்குடி மாவட்ட எஸ்.பி.யாக மூன்றாண்டுக் காலப் பணி முடிவுக்கு வந்தது.

அனூப் தூத்துக்குடிக்கு வந்தபோது, எம்ஜிஆர் தலைமை யில் அ.இ.அ.தி.மு.க ஆட்சி நடந்துகொண்டிருந்தது. பெரியசாமி அப்போது தி.மு.க.வின் மாவட்டச் செயலாளர். பிறகு எம்ஜிஆர் நோய்வாய்ப்பட்டு 1987இல் இறந்துபோனார். அ.இ.அ.தி.மு.க., ஜானகி அணி, ஜெயலலிதா அணி என்று இரண்டாக உடைந்தது. அப்போதைய சபாநாயகர் பி.எச். பாண்டியன், ஜானகி அணிக்குச் சாதகமாகத் தீர்ப்பளித்தபோதும் அவரது அரசு ஒரு மாத காலம்கூட நீடிக்கவில்லை. பின்னர் ராஜீவ் காந்தி அந்த அரசைக் கலைத்துவிட்டார். ஜெயலலிதா அப்போது தனது நிலையை ஸ்திரப்படுத்திக்கொள்ளவில்லை. குடியரசுத் தலைவர்

குற்றமும் அநீதியும்

ஆட்சி சுமார் ஓராண்டுக் காலம் நீடித்தது. 1989ஆம் ஆண்டு சட்டமன்றத் தேர்தல் அறிவிக்கப்பட்டபோது, மாநிலக் கட்சிகள் காங்கிரஸுடன் கூட்டணி வைக்க முன்வரவில்லை. ராஜீவ் காந்தி தீவிரப் பிரச்சாரம் செய்தபோதும் திமுக ஆட்சியைப் பிடித்தது. தூத்துக்குடி தொகுதியில் பெரியசாமி வெறும் 547 வாக்கு வித்தியாசத்தில் வெற்றிபெற்றார். அவர் காங்கிரஸ் வேட்பாளர் வி. சண்முகத்தைத் தோற்கடித்தார். வி. சண்முகம்தான் வ.உ.சி. கல்லூரியின் தாளாளர். தேர்தலுக்குச் சில தினங்களுக்கு முன் பெரியசாமி அனூப்பிடம் தேர்தலில் ஜெயிக்க உதவி கேட்டு வந்தார்.

“நான் என்ன செய்யணும்?”

“நீங்க துப்புரவுத் தொழிலாளர் சங்கத்தினருடன் பேசணும். அவங்களுக்குக் கணிசமான வாக்குகள் இருக்கு. நீங்க சொன்னா அவங்கக் கேப்பாங்க.”

துப்புரவுத் தொழிலாளர் அதிகம் வசிக்கும் தூத்துக்குடியின் இரண்டு துறைமுகப் பகுதிகளையும் கந்து வட்டிக்காரர்கள் தங்கள் கட்டுப்பாட்டில் வைத்திருந்தனர். குறிப்பாக மீன்பிடித் துறைமுகப் பகுதி. அனூப் கந்துவட்டிக்காரர்களின் சாம்ராஜ்யத்தைத் தகர்த்தெறிந்து துப்புரவுத் தொழிலாளர்களை அவர்கள் பிடியிலிருந்து விடுவித்தவர். எனவே அவர்கள் அனூப்பிற்குக் கடமைப்பட்டவர்கள். இதே கால கட்டத்தில் கந்து வட்டித் தொழிலிலும் நில அபகரிப்பிலும் ஈடுபட்டு வந்த லக்ஷ்மணன் என்னும் உள்ளூர் ரவுடியின் மீதும் ஜெய்ஸ்வால் கடும் நடவடிக்கை எடுத்தார். காலி நிலங்களைப் பலவந்தமாக ஆக்கிரமித்து விட்டு, காலி செய்யப் பணம் கேட்பார். நில உடைமையாளர் செல்வாக்கானவர் என்றால் லக்ஷ்மணன் அமைதியாகப் பின் வாங்கிவிடுவார்; இல்லையென்றால் அச்சுறுத்தல் இருக்கும், சூழ்நிலை பயன்படுத்தப்படும். ஜெய்ஸ்வால் அவர்மீதும் நடவடிக்கை எடுத்தார்.

அப்போதிருந்த அரசியல் ஸ்திரமின்மையே அனூப்பின் பலமாக இருந்தது. அவர் கடும் நடவடிக்கைகள் எடுத்த போதெல்லாம் எதிர்க்கட்சியாக இருந்தவர்கள் யாராக இருந்தாலும் அதைப் பாராட்டினார்கள். அரசு அதிகாரத் தொடர்பில் இருந்தவர்கள் எரிச்சலடைந்தார்கள். அவ்வப்போது அரசாங்கம் மாறிக்கொண்டிருந்ததால், யாரும் அனூப்பின் நடவடிக்கைகளைக் கூர்மையாக ஆய்வு செய்யவில்லை. எதிர்க் கட்சியாக இருந்தபோது பாராட்டியவர்கள், ஆட்சிக்கு வந்தபின் முகம் சுளித்தார்கள்.

தூத்துக்குடியிலிருந்து மாற்றப்பட்டு அனூப், திருச்சி மண்டலக் குடிமைப் பொருள் (சிவில் சப்ளைஸ் சி.ஐ.டி.) பிரிவுக்கு அமர்த்தப்பட்டார். அந்தப் பிரிவின் செயல் எல்லை ஏறக்குறைய மத்திய மண்டலம் முழுவதும் விரிந்து பரந்திருந்தது.

ஹைதராபாத்தில் மீதிப் பயிற்சியை முடித்துவிட்டுத் தூத்துக்குடி திரும்பினார். அவருக்குப் பின் அங்கு பணியமர்த்தப் பட்டிருந்த எஸ்.பி. மகேந்திரனிடம் பொறுப்பை ஒப்படைக்க வேண்டும்.

அனூப் சிவில் சப்ளைஸுக்கு மாற்றப்பட்டிருப்பது குறித்துப் பலரும் ஆச்சரியப்பட்டார்கள்.

"சிவில் சப்ளைஸுக்கு எப்படி சார் போட்டாங்க?" பலரும் கேட்டார்கள்.

"ஏன், சிவில் சப்ளைஸுக்கு என்ன பிரச்சினை?" என்றார் அனூப்.

யாரும் பதில் சொல்லவில்லை. அவர்களின் பதில் வெறும் புன்னகையாக இருந்தது.

அனூப்பிற்குத் தெரிந்ததெல்லாம், சிவில் சப்ளைஸ் சி.ஐ.டி. பிரிவு, அத்தியாவசியப் பொருட்கள் சட்டத்தை அமல்படுத்துகிறது என்பதுதான். பொதுமக்கள் நலன் கருதி, சில அத்தியாவசியப் பொருட்களின் உற்பத்தி, விநியோகம், வணிகத்தைக் கட்டுப்படுத்தும் சட்டம் அது.

தூத்துக்குடியில் அவருக்குப் பிரிவுபசார விழாக்கள் நடந்தன. எல்லாவற்றையும்விடப் பெரிய விழாவாக அமைந்தது எம்.எல்.ஏ. பெரியசாமியும் வியாபாரிகள் சங்கமும் நடத்திய விழாதான். அவருக்கு அணிவிக்கப்பட்ட சால்வைகளின் குவியல், அவரைவிட உயரமாக இருந்தது.

திருச்சியில் அனூப்பிற்கு முன்னால் சிவில் சப்ளைஸ் சி.ஐ.டி. எஸ்.பி.யாக இருந்த துக்கையாண்டி வாடகைக்கு எடுத்திருந்த வீட்டிற்கு அனூப்பின் குடும்பம் குடிபெயர்ந்தது. அது நகருக்கு வெளியே இருந்தது. இரண்டடுக்குப் புதிய கட்டடம். தரைத் தளத்தில் பெரிய கூடம், இரண்டு படுக்கையறைகள், சமையலறை இருந்தன. முதல் மாடியில் இரண்டு அறைகள். அவை எஸ்.பி.யின் முகாம் அலுவலகமாகப் பயன்பட்டன. அலுவலகமும் குடியிருப்பும் இணைந்த கட்டடம். மாடிக்குச் செல்ல, வீட்டிற்கு வெளியே தனிப் படிகள் இருந்தன. வீட்டின் பின்புறம், கண்ணுக்கு எட்டிய தூரம்வரை, வயல்களும் தோட்டங்களும்தாம். ஆங்காங்கே இருந்த நீர் நிலைகள், பல்வேறு வகைப் பறவைகளை ஈர்த்தன.

அனூப்பின் கட்டுப்பாட்டில் மத்திய தமிழ்நாடு முழுவதும் திருச்சிப் பிரிவு, தஞ்சைப் பிரிவு, நாகைப் பிரிவு என்று சுமார் பதினைந்து சிறு பிரிவுகள் இருந்தன. தமிழகத்தின் நெற்களஞ்சியம் முழுவதும் அவரது கட்டுப்பாட்டில் இருந்தது. அதன் எல்லை ஊட்டி, கரூர், சேலம்வரை நீண்டது. ஒரு பிரிவிற்குச் சுமார் 20 பணியாளர்கள் வீதம் சுமார் 300 பணியாளர்கள் இருந்தனர். ஒரு டி.எஸ்.பி. இருந்தார். அவரது மேலதிகாரி டி.ஐ.ஜி. சென்னையில் இருந்தார். சிவில் சப்ளைஸ் சி.ஐ.டி. பிரிவில், வட தமிழகத்திற்கு, சென்னையில் ஒரு எஸ்.பி.யும், தென் தமிழகத்திற்கு மதுரையில் ஒரு எஸ்.பி.யும் இருந்தனர். அவர் மதுரை, திருநெல்வேலி, கன்னியாகுமரி பகுதிகளைப் பார்த்துக் கொண்டார்.

இத்தனை பெரிய பகுதி அனூப்பின் கட்டுப்பாட்டில் இருந்தபோதும் அவர் மேசைமீது கோப்புக்கள் ஏதும் இல்லை. அதுபற்றி அவர் தன் உதவியாளர்களைக் கேட்டபோது அவர்கள் அமைதியாகவே இருந்தனர். தான் என்ன செய்ய வேண்டும் என்று அனூப்பிற்குத் தெரியவில்லை. அவரது டி.எஸ்.பி.யின் பெயர் யூனுஸ் கான். மூத்த அதிகாரி. அவரை அனூப்பிற்கு ஏற்கெனவே நன்கு தெரியும். ஏ.எஸ்.பி.யாக மதுரையில் பயிற்சியில் இருந்தபோது யூனுஸ் கான் அவரது பயிற்சியாளராக இருந்தார். அப்போதே அவர் டி.எஸ்.பி. பதவியில் இருந்தார். இளைஞர் அனூப் ஜெய்ஸ்வாலிடம் அவர் அன்பாகவே பழகினார்.

"எனக்கு ஒன்றும் புரியவில்லை. என்னுடைய வேலைதான் என்ன?"

"ஓய்வெடுங்கள் சார்." யூனுஸ் சிரித்தபடி சொன்னார்.

மற்றொரு நாள், யூனுஸ் கானின் சிரிப்பைத் தாண்டி ஒரு பதில் வந்தது.

"சார். நாம அரிசி, நெல் பதுக்கலைத் தடுக்க வேண்டும் சார்."

எல்லா அரிசி ஆலைகளும் சிவில் சப்ளைஸ் சி.ஐ.டி.யின் கட்டுப்பாட்டில் வருகின்றன. அவர்கள் அறுவடைக்குப் பின் விவசாயிகளிடமிருந்து நெல்லை வாங்கி அரிசியாக்குகிறார்கள். ஆனால் அவர்கள் ஒரு குறிப்பிட்ட அளவுக்குமேல் இருப்பு வைக்கக் கூடாது. அவர்களைக் கட்டுப்படுத்தவில்லையென்றால், அவர்கள் அரிசியைப் பதுக்கிவைத்துவிட்டு விலையேற்றத் திற்காகக் காத்திருப்பார்கள். நல்ல அரிசியோடு மட்டரக அரிசியைக் கலப்பார்கள். பத்து கிலோ நல்ல அரிசியோடு ஒரு கிலோ மட்ட அரிசியைக் கலந்தால் அது தெரியாது. இவற்றை எஸ்.பி. கண்காணிக்க வேண்டும். இன்னும் சில உணவுப் பொருட்களும் கண்காணிப்பில் வருகின்றன. சிவப்பு மிளகாய்,

வி. சுதர்ஷன்

கடலை போன்றவை. பொது விநியோகத் திட்டத்தின்கீழ் வழங்கப்படும் அரிசியை விற்பனை செய்யத் தடை இருக்கிறது. ஆனால் அது கடத்தப்படுகிறது. கடத்தப்படும் செய்தியும் அவர்களுக்கு வருகிறது. கேள்வி என்னவென்றால், பொது விநியோகத் திட்ட அரிசியைக் கண்டறிவது எப்படி?

திருச்சியில் பொறுப்பேற்றுப் பத்து நாட்களுக்குப் பின் அனூப் மற்றொரு விஷயத்தை அறிந்துகொண்டார். அது அவரது ஆர்வத்தைத் தூண்டியது. ஒரு அளவுக்குமேல் அரிசியைப் பறிமுதல் செய்யக் கூடாது என்றார்கள்.

"உங்களுக்கு யார் சொன்னது, எனக்குப் புரியவில்லையே?" என்றார் அனூப், யூனுஸ் கானிடம். "அது என்ன பறிமுதல் செய்வதில் உச்சவரம்பு?"

"சார். சிவில் சப்ளைஸ் சி.ஐ.டி.யின் எந்த பிரிவும், ஒரு மாதத்தில் பத்து லட்ச ரூபாய்க்குமேல் பறிமுதல் செய்யக் கூடாது."

"இது அர்த்தமில்லாததாக இருக்கிறதே. மாதத்தின் இரண்டாவது நாள் நீங்கள் பத்து லட்ச ரூபாய் அளவுக்குப் பறிமுதல் செய்துவிட்டால் அப்புறம் மீதி நாட்கள் என்ன செய்வீர்கள்?"

"வேலையை நிறுத்திவிடுவோம் சார். மீதி நாட்களுக்கு அந்தப் பிரிவுக்கு வேலை இல்லை."

"என்ன செய்வாங்க?

"அதேதான் சார். ஓய்வெடுப்பாங்க."

"அதெப்படி? ஒரு பெரிய பதுக்கல் பற்றித் தகவல் வந்தால் என்ன செய்வீங்க?"

"அடுத்த மாசம்வரை காத்திருப்போம் சார்."

"ஒருக்கால், நாம் ஒருமுறை பறிமுதல் செய்வது 40 லட்சம் என்றால்?"

"பத்து லட்சத்துக்குமேல் பறிமுதல் செய்ய மாட்டோம் சார்."

"இது என்ன விந்தை? எனக்குச் சட்டத்தைக் காட்டுங்க."

"இது சட்டம் இல்ல சார். வாய்மொழி உத்தரவு."

"அப்படியா? இந்த வாய்மொழி உத்தரவு கொடுத்த அறிவாளி யார்?"

குற்றமும் அநீதியும்

"ஐ.ஜி. சார்."

இது எல்லாமே அனூப்பிற்குக் குழப்பமாக இருந்தது. அலுவலக வளாகத்தில் நிற்கும் என்ஜின் இல்லாத ட்ரக்போல. அது அங்கேயே பல நாட்களாக நிற்கிறது. அனூப் திருச்சிக்கு வந்ததிலிருந்தே அது அங்கே நிற்கிறது; நகரவேயில்லை.

"அந்த ட்ரக் நம்ம வளாகத்தில் ஏன் நிற்கிறது? என்ன செய்துகொண்டிருக்கிறது?"

"அது பறிமுதல் செய்யப்பட்டது சார். கடத்தலுக்குப் பயன்பட்டபோது பறிமுதல் செய்யப்பட்டது."

"எத்தனை ஊர்திகள் பறிமுதல் செய்யலாம் என்று உச்சவரம்பு இருக்கிறதா?" அனூப் கிண்டலாகத்தான் கேட்டார். பதில் வரும் என்று எதிர்பார்க்கவில்லை.

ஆனால் பதில் வந்தது. "ஆமாம் சார்."

"அப்படியா? அது என்ன?"

"நான்கு சார். மாதத்திற்கு நான்கு வண்டிக்குமேல் பறிமுதல் செய்யக் கூடாது சார்."

அனூப் அந்த ட்ரக் அருகே சென்றார். அது சிதைந்திருந்தது. டயர்களில் காற்று இல்லை. சுற்றிலும் புல் மண்டியிருந்தது. கனமாகப் படிந்திருந்த அழுக்கில் ஏதோ எழுதப்பட்டிருந்தது. உள்ளே இருப்பது தெரியவில்லை. கதவைத் திறக்க வரவில்லை. அனூப் ஒரு துணியைக்கொண்டுவரச் சொல்லிக் கண்ணாடியைத் துடைத்துவிட்டு உள்ளே பார்த்தார். இருக்கைகள் கிழிந்திருந்தன. கியர் போடும் கம்பியைக் காணவில்லை. ஏதோ ஒரு ஊகத்தில் பானட்டைத் திறக்கச்சொன்னார்.

உள்ளே என்ஜின் இல்லை.

"இதுக்கு என்ன சொல்லப்போறீங்க யூனுஸ்?"

"சார். நம்ம டார்கெட்டுக்கு இத்தன வண்டி வேணும்னு மில் ஓனர்கள கேப்போம் சார். அவங்க அத்தன வண்டிகள அனுப்புவாங்க."

"இந்த வண்டி என்ஜின் இல்லாம வந்ததா?"

"ஆமா சார்."

"எப்படி?"

"டோ பண்ணி கொண்டுவந்தாங்க சார்."

“எத்தன நாளக்கி வண்டி இங்க நிக்கும்?”

“சாதாரணமா 15 நாளக்கி நிக்கும் சார்.”

“இந்த வண்டி?”

“கொஞ்சம் அதிகமா ஆவுது சார். என்ஜின் ரிப்பேருக்குப் போயிருக்கு. அது வந்ததும் ஒரு பைன் கட்ட சொல்லிட்டு ரிலீஸ் பண்ணிடுவோம் சார்.”

❍

அனூப்பின் வீட்டில் உதவிக்கு ஒரு கான்ஸ்டபிள் இருந்தார். அவர் பெயர் ராஜு. சுமார் 30 வயதிருக்கும். அனூப்பின் பிள்ளைகளோடு நன்கு பழகினார்.

அன்று காலை அனூப் புறப்படும்போது நீலம், அன்றைய சமையலுக்கு ஒரு கிலோ கோழிக்கறி வேண்டும் என்றார். அப்போது ஒரு கிலோ கோழிக்கறி விலை 30 ரூபாய். அனூப் ராஜுவைக் கூப்பிட்டு ஒரு நூறு ரூபாய் நோட்டைத் தந்து ஒரு கிலோ கோழிக்கறி வாங்கி வருமாறு சொன்னார்.

சுமார் 3 மணிநேரம் கழித்து அனூப் வீடு திரும்பியபோது நீலம் கேட்டார்:

“எவ்வளவு கோழிக்கறி வாங்கிவரச் சொன்னீங்க?”

“ஒரு கிலோ.”

“உண்மையாவா?”

“ஆமா. ஏன் கேக்கற?”

“இங்க சமையலறைக்கு வந்து பாருங்க.”

சமையல் மேடையில் ஒரு பெரிய பிளாஸ்டிக் பையில் கோழிக்கறி இருந்தது. மெல்லிய பிளாஸ்டிக் உள்ளே இருப்பதைத் தெளிவாகக் காட்டியது. கொஞ்சம் தூரத்திலிருந்து பார்க்கும்போதே நான்கு தொடைத் துண்டுகள் தெரிந்தன. இன்னும் மறைவாகச் சில துண்டுகளும்.

“ஒரு கிலோவுக்கு எத்தனை தொடைத் துண்டுகள் வரும்?”

“நா அவன் கிட்ட நூறு ரூபா கொடுத்தேன். மீதம் எதுவும் கொடுக்கல. ஒருவேள 3 கிலோ வாங்கிட்டான்போல இருக்கு.”

“அது 3 கிலோவுக்கு மேலேயே இருக்கும்.”

“சரி அவன கேக்கறேன்.”

“இவ்வளவையும் வைக்க ஃப்ரிட்ஜில எங்க இடமிருக்கு?”

அனூப் ராஜுவைக் கூப்பிட்டுக் கேட்டார்.

“கோழிக்கறி எவ்வளவு வாங்கின?”

“சார். ஒரு கிலோ சார்.”

“எத்தன கோழி?”

“ஒரே ஒரு கோழி சார்.”

“ஒரு கோழிக்கு எத்தன லெக் பீஸ் வரும்?”

அனூப் கவரில் இருந்ததை ஒரு பாத்திரத்தில் கொட்டினார். ஏழு தொடைத் துண்டுகள் இருந்தன.

“அப்ப நீ வாங்கின கோழிக்கு ஏழு கால்கள் இருந்ததா?”

ராஜு பதில் பேசாமல் சிரித்தான்.

“நா கொடுத்த நூறு ரூபாயும் செலவழிச்சிட்டியா?”

“இல்ல சார்.” என்று சொல்லியபடி தன் பாக்கெட்டிலிருந்து நூறு ரூபாயை எடுத்து அதை அனூப்பிடம் கொடுத்தான்.

“என்ன செஞ்ச ராஜு? நா கொடுத்த ரூபாய செலவழிக்காம எப்படி இவ்வள்வு கோழிக்கறி வாங்கின?”

“சார் எஸ்.பி. வீட்டுச் செலவு எதுவா இருந்தாலும் பாத்துக்கணும்னு எனக்கு யூனிட்ல இருந்து ரூபா கொடுக்கறாங்க சார். ஏதாவது பார்ட்டி, வேறு எந்த செலவா இருந்தாலும் உங்க கிட்ட காசு கேக்கக் கூடாதுன்னு உத்தரவு சார்.”

“எவ்வளவு கொடுக்கறாங்க?”

“சார். ஏழு யூனிட்ல இருந்தும் தலா 1000 ரூபா சார். மாசம் 7000 ரூபா சார்.”

அனூப் அதிர்ச்சியடைந்தார். அது அவரது மாதச் சம்பளத்தைவிட அதிகம். மிக அதிகம்.

“இது தப்பில்லயா?”

“நா கேக்கறதில்ல சார். அவங்க தராங்க. யூனிட்ல இருந்து எல்லாருக்குமே பிரிச்சி தராங்க. நானும் ரொம்ப நாளா காத்திருந்து இங்க வந்தது ஏதாவது சம்பாதிக்கத்தான் சார். இங்க ஒரு வருஷம்தான் இருக்க முடியும் சார். அதுக்கப்புறம் மாத்திடுவாங்க. முடிஞ்சவரை சேமிச்சாதான் என் மகளுக்குக் கல்யாணம் பண்ண உதவும் சார். சம்பளம் கம்மி சார்.”

அவனது விளக்கம் அனூப்பைக் குழப்பியது. அனூப் அதுபற்றி யூனுஸ் கானிடம் கேட்டபோது, அவரிடமிருந்து மழுப்பலான ஒரு புன்னகையே பதிலாகக் கிடைத்தது.

○

சிவில் சப்ளைஸ் பிரிவின் பணிகளில் ஒன்று திடீர் சோதனை நடத்துவது. அனூப்பின் கடமைகளில் அதுவும் அடங்கும். ஒருநாள், டி.எஸ்.பி. யூனுஸ் கான், அனூப்பிடம் வந்து அன்றைக்கு ஒரு திடீர் சோதனை இருப்பதாகச் சொன்னார்.

"யார் சோதனை நடத்துவது?"

"நீங்கதான் சார்."

"எங்க சோதனை?"

யூனுஸ் கான் ஒரு ரைஸ் மில்லின் கிடங்கைச் சொன்னார்.

"அவங்களுக்கு அது திடீர் சோதனையா இருக்குமா?"

"இல்ல சார். அவங்க உங்களுக்காகக் காத்திருக்காங்க."

"என்ன காத்திருக்காங்களா?"

"எல்லாம் ஏற்பாடு செய்யப்பட்டுவிட்டது சார்."

அனூப் மேலும் குழம்பினார்.

"நாம் சோதனை செய்ய வேண்டிய கிடங்குகளின் பட்டியல் இருக்கிறதா?"

"இருக்கு சார்."

"அத என்கிட்ட கொடுங்க. பிளீஸ்."

யூனுஸ் கான் ஒரு பதிவேட்டை வரவழைத்து அனூப்பிடம் கொடுத்தார். மாவட்ட அளவில் தயாரிக்கப்பட்ட அந்தப் பதிவேட்டில் அரிசி ஆலைகள், கிடங்குகள், உரிமையாளர் பெயர், முகவரி, தொலைபேசி எண் எல்லாம் இருந்தன.

"சார். அப்ப நாம இன்னக்கி சோதனைக்குப் போறோமா?" யூனுஸ் கான் கேட்டார்.

"இந்த லிஸ்ட பாத்துட்டுச் சொல்றேன்."

மறுநாள் காலை அனூப் ஒரு சிறு போலீஸ் படையைத் திரட்டினார். அன்று எங்கே ரெய்டு நடக்கப்போகிறது என்று அவர்களுக்குச் சொல்லப்படவில்லை. அனூப் ஜீப்பில் ஏறி அமர்ந்து தன்னிடமிருந்த குடோன்களின் பட்டியலைப் பார்த்து, தற்செயலாக ஒரு இடத்தைத் தேர்வு செய்தார். தனது இளம்

ஓட்டுநர் கோவிந்தராஜிடம் அந்தப் பெயரைச் சொல்லி அங்கு போகுமாறு சொன்னார்.

"நாம இன்னக்கி அங்க திடீர் சோதனைக்குப் போறோம். யாரிடமும் சொல்ல வேண்டாம். அவங்க நம்ம பின்தொடர்ந்து வந்து தெரிஞ்சிக்கட்டும்."

அது ஒரு பெரிய அரிசி ஆலை. படை அங்கு போனபோது லாரிகளிலிருந்து மூட்டைகளை இறக்கிக்கொண்டிருந்தார்கள். ரெய்டிங் பார்ட்டி அங்கு சென்று சேர்ந்து, அனூப் ஜீப்பிலிருந்து இறங்குவதைப் பார்த்த அங்கிருந்த இளைஞருக்குப் பெரும் குழப்பம் நேர்ந்தது.

"சார். நாங்க உங்கள எதிர்பார்க்கல சார். எங்களுக்குச் சோதனை இன்னக்கி இல்ல சார். நாங்க ரெடி இல்ல சார்."

"கவலப்படாத தம்பி. இன்னக்கிச் சோதனைக்கு நல்ல நாள்தான்."

"நீங்க உங்க பதிவுகள செய்ங்க. எங்க இன்ஸ்பெக்டர் உங்களோட உக்காருவார். நீங்க முடிச்ச பிறகு நாம மூட்டைகள சரிபார்த்துக்கொள்ளலாம். கணக்குப்படி சரியா இருக்கான்னு பாத்துரலாம்."

சற்று நேரத்தில் ஒரு முதியவர் அங்கு வந்தார். பளிச்சென்று வெள்ளை வேட்டி, வெள்ளைச் சட்டை, கையில் கனமான பிரேஸ்லெட். அவர் அந்த இளைஞரின் தந்தையாக இருக்க வேண்டும். அவருக்குத் தகவல் போயிருக்க வேண்டும்.

"வணக்கம் ஐயா" என்றார் பெரியவர்.

"வணக்கம்" என்றார் அனூப்.

"சார். நீங்க சோதனைக்கு வந்திருக்கீங்க. எங்களுக்கு அது பத்தி தெரியாது. நாங்க எந்த ஏற்பாடும் பண்ணல?"

"என்ன ஏற்பாடு பண்ணணும்னு சொல்றீங்க?"

"உங்க திடீர் சோதனைக்கான ஏற்பாடு சார்."

"முன்கூட்டியே தெரிவிச்சா அப்புறம் திடீர் சோதனை எங்கிருந்து வரும்?"

அங்கு கணக்கில் வராத அரிசி மூட்டைகள் 2000 இருப்பதாகக் கணக்கிடப்பட்டது. அதைப் பறிமுதல் செய்ய வேண்டும்.

அப்போது ஓட்டுநர் கோவிந்தராஜன் அனூப்பிடம் ஏதோ சொல்ல வந்தார்.

"சார். வழக்கமா எஸ்.பி. வரும்போது, பறிமுதல் செய்வதற்காக 500 மூட்டை தயாரா வெச்சிருப்பாங்க."

"அப்படியா? எப்படி 500 மூட்டை தயார் பண்ணுவாங்க?"

"மட்ட அரிசி, கெட்டுப்போகும் நிலையில இருக்கிற அரிசியா ஒரு 500 மூட்டை எடுத்து வெச்சிருப்பாங்க. பத்திரிகையாளர்களையும் கூப்பிடுவாங்க. எஸ்.பி.க்குக் காப்பி டீ தருவாங்க. பரிசுகளும் தருவாங்க. மறுநாள் திடீர் சோதனை பற்றி, பறிமுதல் பற்றி சின்னதா செய்தி வரும். சில நேரங்களில் போட்டோகூட வரும். போட்டோ வந்தா அது விசேஷம். ஒவ்வொரு ஆலைக்கும் முறைவைத்து ரெய்டு நடக்கும். டி.எஸ்.பி. ரெய்டு பண்ணார்னா மூட்டை குறைவா காட்டுவாங்க. இதுதான் வழக்கம் சார்."

"எவ்வளவு நாளைக்கி ஒருமுறை ரெய்டு நடக்கும்?" அனூப் கேட்டார்.

"மூணு மாசத்துக்கு ஒரு முறை சார். சுழற்சி அடிப்படையில் சார். இன்னக்கி கிருஷ்ணா மில், நாளைக்கு கல்யாணி மில். இப்படியே சார்."

அனூப்பிற்குச் சட்டம் ஒழுங்கு, குற்றம் ஆகிய பிரிவுகள் நன்றாகப் பிடிபட்டன. இந்தப் பதவி, எஸ்.பி.யாக அவருக்கு இரண்டாவது போஸ்டிங். அவரிடம் எதிர்பார்க்கப்படுவது என்ன என்று தெரியவில்லை. ஐ.ஜி.யின் வாய்மொழி உத்தரவு பற்றி அவரிடமே கேட்டபோது, "அனூப் உங்க ஆட்களுக்கு அதெல்லாம் நன்றாகத் தெரியும்" என்றார் ஐ.ஜி.

"ஆனால் சார். அது சட்டபூர்வமானதா?"

"அதுதான் கொள்கை அனூப், நம்ம கொள்கை."

"என்ன கொள்கை சார்?"

"நாம யாரையும் அச்சுறுத்த விரும்பல. அதுதான் கொள்கை."

"எனக்குப் புரியல சார்."

"அங்கே புரிந்துகொள்ள ஒன்றுமில்லை. உங்க சார்நிலை அலுவலர்களிடம் விட்டுடுங்க. அவங்கப் பாத்துக்குவாங்க."

"பிறகு எனக்கென்ன வேல சார்?"

"எதையும் எளிதாக எடுத்துக்கொள்ளுங்கள் அனூப். அவ்வளவுதான். சின்ன விஷயங்களுக்கெல்லாம் அலட்டிக் கொள்ளாதீர்கள்."

குற்றமும் அநீதியும்

எளிதாக எடுத்துக்கொள்ளுங்கள். மீண்டும் அதுவே சொல்லப்பட்டது. நான் என்ன செய்கிறேன் என்றோ, என்ன செய்யவில்லையென்றோ, ஏன் செய்யவில்லையென்றோ யாரும் கேட்பதில்லை.

தன்னைச் சுற்றியிருந்த இறுக்கத்தில் அவர் செய்ததெல்லாம் சுற்றுப் பயணங்கள் போனதுதான். ஒருநாள் ஊட்டி, மறுநாள் நாகை. தென் தமிழ்நாடு முழுவதும் சுற்றுப் பயணம் செய்தார். எங்கு போனாலும் இதே நிலைதான். எல்லாம் ஒழுங்காகவே நடந்துகொண்டிருந்தன.

ஒருநாள் உள்ளூர் அமைச்சர் – சிவில் சப்ளைஸ் அமைச்சரும் அவர்தான் – பொதுப்பணித்துறை விடுதியில் ஒரு கூட்டம் கூட்டினார். அனூப்பின் இன்ஸ்பெக்டர் ஒருவருக்கு நெருக்கமானவரும்கூட. அமைச்சர் அனூப்பை வரவேற்றார்.

"இத பாருங்க எஸ்.பி. ரெண்டு தேர்தல் வந்திச்சி. கட்சி கஜானா காலியா இருக்கு. எல்லோரையும் நிதி கொடுக்க வைக்கணும்."

கூட்டம் முடிந்து வெளியே வந்தபோது அனூப் சக்தியற்றவராக உணர்ந்தார், அயர்வின்றி முன்னேறிக் கொண்டிருக்கும் ஒரு பெரிய இயந்திரத்தின் ஒரு பகுதியாக.

ஜீப்பில் ஏறியபோது கோவிந்தராஜனிடம் கேட்டார், "நான் எங்கே சிக்கிக்கொண்டேன்?"

"ஏன் சார். ஏன் கேக்கறீங்க?"

"கட்சி கஜானாவிற்கு நாம் நிதி திரட்ட வேண்டுமா?"

கோவிந்தராஜனும் கூட்டத்தில் நடந்ததைக் கேட்டிருக்க வேண்டும்.

"இதில் ஆச்சரியப்பட என்ன இருக்கிறது சார்? அரியலூரில் ஒரு பெரிய மிளகாய் மண்டி இருக்கிறது. அதன் ஏகபோக உரிமையாளர் அமைச்சரின் உறவினர்."

மிளகாய், அத்தியாவசியப் பொருட்கள் சட்டத்தின்கீழ் கொண்டு வரப்பட்டது. இதைச் செய்துவிட்டுப் பெரும்பான்மை மிளகாய் விவசாயிகளை வெளியேற்றிவிட்டார்கள். சிவில் சப்ளைஸ் அதிகாரிகள் மிளகாய் மண்டிகளைச் சோதனை யிடவோ, பறிமுதல் செய்யவோ கூடாது என்று வாய்மொழி உத்தரவு வழங்கப்பட்டது. அவர்கள் ஆட்களே மிளகாய் உற்பத்தி யைக் கைப்பற்றிப் பதுக்கலின் ஏகபோகமாக ஆகிவிட்டார்கள்.

"இந்த அரியலூர் எவ்வளவு தூரத்தில் இருக்கிறது?" அனூப் கேட்டார்.

“சுமார் 60 கிலோ மீட்டர் சார். ஒண்ணரை மணிநேரத்தில போயிடலாம்” என்றார் கோவிந்தராஜன்.

“அந்த மண்டி பத்தின விவரங்கள எனக்குக் குடுங்க. நா கேட்டேன்னு யாருக்கும் தெரிய வேண்டாம்.”

“சரிங்க ஐயா.”

அனூப் ஒரு தேதியை நிர்ணயித்து சிவில் சப்ளைஸ் தஞ்சாவூர்ப் பிரிவு காவலர்களைத் திருச்சிக்கு வரவழைத்தார். அவர்களைத் தன்னைப் பின்தொடருமாறு பணித்துவிட்டுத் தன் ஜீப்பில் புறப்பட்டார்.

“என்ன நடக்கிறது சார்?” டி.எஸ்.பி. கேட்டார்.

“நாம பிக்னிக் போகிறோம்.”

“பிக்னிக்கா? எந்த இடத்துக்கு சார்?”

“இருங்க. சொல்றேன்.”

அனூப் கோவிந்தராஜனிடம் சொன்னார், “நேரா பெரம்பலூர் போகாதீங்க. கொஞ்சம் சுத்தி வளச்சி போங்க. பின்னாடி வரவங்க கொஞ்சம் குழம்பட்டும்.”

அந்த மிளகாய் மண்டிக்குப் போய்ச் சேர்ந்த பிறகே டி.எஸ்.பி.க்கு எங்கே வந்திருக்கிறோம் என்று புரிந்தது. அவர் அனூப்பிடம் மன்றாடினார்.

“சார். இத செய்ய வேணாம் சார். அவங்க உங்க மேல ரொம்ப கோவப்படுவாங்க சார்.”

“கொஞ்சம் நிறுத்துங்க. நா உங்க கிட்ட அப்புறம் பேசறேன்.”

அனூப் இன்ஸ்பெக்டரைக் கிடங்கில் இருக்கும் எல்லாவற்றையும் கணக்கெடுக்குமாறு சொன்னார். அங்கு கணக்கில் வராமல் 30 லட்ச ரூபாய் மதிப்புள்ள மிளகாய் இருந்தது. சுமார் இரண்டு மணிநேரத்தில் அந்த வேலை முடிந்தது. கிடங்கைப் பூட்டி சீல்வைத்தார். பின்னர் கோவிந்தராஜனை போஸ்ட் ஆபீசுக்கு ஜீப்பை ஓட்டுமாறு சொன்னார். அங்கிருந்து டி.ஜி.பி.க்கும் ஐ.ஜி.க்கும் சம்பந்தப்பட்ட மற்ற அதிகாரிகளுக்கும் மிளகாய் பறிமுதல் செய்யப்பட்டது பற்றி தந்திகள் அனுப்பினார்.

திருச்சி திரும்பி, வீடு வந்து சேர்ந்தபோது, பிற்பகல் மணி 02.00 ஆகியிருந்தது. ஜீப் வரும் சத்தம் கேட்டதும் நீலம் அவசர அவசரமாக வெளியே ஓடி வந்தார்.

“ஒரு டி.ஐ.ஜி. வந்திருக்கிறார்” என்று சொன்னார் நீலம். “அவர் ஒன்னரை மணிநேரமா காத்திருக்கிறார். நீங்க வெளியே டூர் போயிருக்கிறதா சொன்னேன். ஆனால் அவர் போகவில்லை.”

உள்ளே திருச்சி ஆயுதப்படை டி.ஐ.ஜி. அமர்ந்திருந்தார். அவருக்கும் சிவில் சப்ளைஸுக்கும் சம்பந்தமில்லை. அனூப்பிற்கு அவரைத் தெரியும், அவ்வளவுதான்.

"சார். எங்க சார் நீங்க இவ்வளவு தூரம்?" என்று அவரை வரவேற்றார் அனூப்.

"அனூப் என்ன செய்திருக்கிறீர்கள்? டி.ஜி.பி. உங்களைப் பார்க்குமாறு என்னை அனுப்பினார்."

"என்ன சொல்றீங்க சார்?"

"ஏன் ரெய்டு போனீங்க?"

"அத்தியாவசியப் பொருட்கள் சட்டப்படி சார்."

"என்ன சட்டம் பேசறிங்க? நீங்க அவ்வளவு முட்டாளா? தலைமையில உங்க மேல எல்லோரும் கோவமா இருக்காங்க."

"எதுக்கு?"

"ரெய்டு போனதுக்காக. நீங்க என்ன உண்மையிலேயே முட்டாளா?"

"சார். நடந்தது நடந்தாச்சு. விடுங்க நா பாத்துக்கறேன்."

"நல்லது. உங்களுக்கு நல்லது நடக்கட்டும்" என்று சொல்லியபடி டி.ஐ.ஜி. வெளியேறினார்.

இரண்டு நாட்கள் அமைதியாகக் கழிந்தன. பறிமுதல் விஷயம் மாவட்ட ஆட்சியருக்குப் போனது. அபராதம் விதிப்பதா, வழக்குப் போடுவதா என்று அவர்தான் தீர்மானிக்க வேண்டும்.

ஒரு வாரத்திற்குப் பிறகு அனூப்பிற்கு ஒரு உத்தரவு வந்தது. திருச்சி சிவில் சப்ளைஸ் எஸ்.பி. பதவி ரத்துசெய்யப்பட்டு விட்டது. டி.எஸ்.பி. பதவியும் டி.ஐ.ஜி. பதவியும் தொடர்ந்தன. அனூப் சென்னையில் காத்திருப்போர் பட்டியலில் அறிக்கை செய்ய வேண்டும்.

காத்திருப்போர் பட்டியல் என்பது எந்தப் பதவியிலும் அமர்த்தப்படாத நிலை. அந்நிலையில் ஒரு வாரம், ஒரு மாதம், சில நேரங்களில் இரண்டு மாதங்கள்கூட வைக்கப்படலாம். அனூப் டி.ஜி.பி.யைத் தொடர்புகொண்டார்.

டி.ஜி.பி. துரை போனில் கறாராகப் பேசினார்.

"உங்களுடைய அதீத ஆர்வத்தால நமக்கு ஒரு பதவி போய்விட்டது. நான் உங்களுக்கு எதுவும் செய்ய முடியாது அனூப்."

“நான் என்ன தவறு செய்தேன் என்று எனக்கு இன்னமும் புரியவில்லை சார்.”

“இதில் புரிவதற்கு ஒன்றும் இல்லை. சென்னை வந்து சேருங்கள்.”

எனவே அவர்கள் மூட்டை கட்டினார்கள். ஏ.எஸ்.பி.யாக அனூப்பிடம் பயிற்சிபெற்ற சங்காராம் ஜாங்கிட் திருச்சி ஆயுதப் படை பட்டாலியனில் தளவாயாக இருந்தார். தங்களுடைய பொருட்களைத் தனக்கு போஸ்டிங் கிடைக்கும்வரை பட்டாலியனில் வைக்குமாறு அனூப் அவரைக் கேட்டுக் கொண்டார். நல்லவேளையாக அது மார்ச் அல்லது ஏப்ரல் மாதம். பிள்ளைகளின் பள்ளி முடிந்திருந்தது. அதனால் ஒரு வகையில் பிரச்சினை இல்லை. சென்னையில் சிந்தாதரிப் பேட்டையில் இருந்த ஒரு அரசு விடுதியில் அவர்கள் தங்கினார்கள். அங்கு உணவு விடுதி இல்லை. எனவே உணவை வெளியில் வாங்கிக்கொள்ள வேண்டும்.

அனூப் டி.ஜி.பி. அலுவலகத்திற்குத் தினமும் செல்ல வேண்டும். சீருடை அணிந்து வர வேண்டும் என்றும் சொன்னார்கள். அங்கு ஒரு நாற்காலியில் அமர்ந்திருக்க வேண்டும். சில நேரங்களில் சில கோப்புக்களைத் தந்து வாசிக்கச் சொல்வார்கள். எதுவும் முக்கியமானதல்ல. சுற்றறிக்கைகள் போன்றவை. எதிலும் அவர் கையொப்பமிட வேண்டியதில்லை. அவருக்கென்று எந்தப் பொறுப்பும் வேலையும் இல்லை.

அப்போது ஜாபர் அலி, நுண்ணறிவுப் பிரிவு ஐ.ஜி.யாக இருந்தார். அவரிடம் அது பற்றிக் கேட்டபோது அவர் சிரித்தார்.

“நா என்ன சொல்றது? திருச்சி ஒரு நல்ல போஸ்டிங். உண்மையில் அவர்கள் உங்களுக்கு ஒரு வெகுமதி தந்திருந்தார்கள். ஆனால் அவர்களுக்கு உங்கள் மனப்பான்மை தெரியாது என்று நினைக்கிறேன்.”

“நீங்கள் எனக்கு உதவ முடியுமா?”

“சிரமம்தான். இருந்தாலும் முயற்சிக்கிறேன்.”

“எனக்குக் கொஞ்சம் லீவாவது வாங்கிக்கொடுங்கள். இது கோடை விடுமுறைக் காலம். ஒரு மாதம்போல கோரக்பூருக்குப் போய்வருகிறேன். அதற்குள் எனக்கு போஸ்டிங் கிடைத்தால் போதும்.”

மாலை விடுதிக்குத் திரும்பி அறையில் அமர்ந்திருந்தார். நீலம் கட்டிலில் உட்கார்ந்திருக்க, குழந்தைகள் விளையாடிக் கொண்டிருந்தனர்.

யாரோ கதவைத் தட்டும் சத்தம் கேட்டது. வெளியே வைகோ என்று தற்போது அறியப்படும் வை. கோபாலசாமி நின்றுகொண்டிருந்தார்.

அனூப் அறையைவிட்டு வெளியே வந்தார்.

"நீங்கள் எதிர்க்கட்சிகளுக்கு நல்லவர். ஆளுங்கட்சிக்கு அவ்வளவு நல்லவர் அல்ல" என்றார் வை.கோ.

"நீங்கள் ஏன் என்னை அங்கே போட்டீர்கள்?"

"நாங்கள் உங்களுக்கு நல்லது செய்யவே விரும்பினோம். கவலைப்படாதீர்கள். நான் தலைவரிடம் பேசியிருக்கிறேன். உங்களுக்கு ஒரு கஷ்டமும் வராது."

"சார், எனக்குப் பெரிய சலுகைகள் எதுவும் வேண்டாம். எனக்கு லீவு வாங்கிக்கொடுங்கள். நான் ஊருக்குப்போய் என் பெற்றோரைப் பார்த்துவிட்டு வருகிறேன்."

இரண்டு நாட்களுக்குப் பிறகு விடுப்பு வழங்கப்பட்டது. அனூப் குடும்பத்தினர் அவசர ஒதுக்கீட்டில் பயணச் சீட்டுக்கள் பெற்று கோரக்பூர் புறப்பட்டனர். சுமார் இருபது நாட்களுக்குப் பிறகு அனூப் உடனடியாகப் பணிக்குத் திரும்ப வேண்டும் என்று தந்தி வந்தது. அவர் கோவை ஊரக மாவட்ட எஸ்.பி.யாகப் பணியமர்த்தப்பட்டிருந்தார். அது நல்ல பதவி. முக்கியமான பதவியும்கூட. செல்வவளம் மிக்க தொழில் நகரம். நல்ல பருவ நிலை, அருகில் மலை வாசஸ்தலங்கள்.

டி.ஜி.பி. அலுவலகத்தில் சீருடையில் சென்று பணியில் சேர்ந்தார். டி.ஜி.பி.துரை கேட்ட முதல் கேள்வி: "யார புடிச்சிங்க, இந்த போஸ்டிங் வாங்க?"

"சார். நா லீவ்ல இருந்தேன். கோரக்பூர்ல. எனக்கு எதுவுமே தெரியாது சார்."

"இல்ல அனூப், அமைச்சர் கந்தசாமி, இந்து அறநிலையத் துறை அமைச்சர், எஸ்.பி. மணியை அங்கு போட வேண்டும் என்றார். தெரியல எப்படி உங்கள போட்டாங்கன்னு."

"எனக்கும் அது புதிர்தான் சார்."

"சரி. உங்களுக்கு உத்தரவு வந்திருக்கு. நீங்க போங்க. ஆனா என்னுடைய அறிவுரை, மூட்டை முடிச்சைப் பிரிக்காதீங்க. இந்த ஆணை மாற்றப்படலாம்."

"சரிங்க சார்."

"அங்கேயும் உங்க சாகசங்கள காட்டாதீங்க."

வி. சுதர்ஷன்

கோவையில் முந்தைய எஸ்.பி. காலி செய்யும்வரை அனூப் விருந்தினர் விடுதியில் தங்கினார். பிள்ளைகளுக்குப் பள்ளிக் கூடங்கள் தேடும் வேலையும் எளிதாக முடிந்தது. லக்ஷ்மி மில் நடத்தும் ஒரு பள்ளியில் இடம் கிடைத்தது. அனூப் டி.ஐ.ஜி.யைப் பார்க்கப் போனபோது, அவரது போஸ்டிங் மாற்றப்படலாம் என்று மீண்டும் சொன்னார்கள். முந்தைய எஸ்.பி. காலி செய்த பின் அவர்கள் குடியிருப்புக்கு மாறினார்கள். ஆனாலும் மூட்டை முடிச்சைப் பிரிக்கவில்லை. பிள்ளைகளின் பள்ளிக்கூடப் பொருட்களும் அதிலேயே இருந்தன. சுமார் 15 நாட்களுக்குப் பிறகு அனூப் டி.ஜி.பி.யைத் தொடர்புகொண்டார்.

"இன்னும் எத்தனை நாட்களுக்கு நான் காத்திருக்க வேண்டும்?"

"எங்களுக்கும் தெரியாது அனூப். உங்கள் கோப்பை முதலமைச்சருக்கு அனுப்பியிருக்கிறோம். அது இன்னும் திரும்ப வரவில்லை."

"நான் என்ன செய்யட்டும்?"

"உங்கள் பெட்டி படுக்கைகளைப் பிரித்து வேலையைத் தொடருங்கள்."

எஸ்.பி. குடியிருப்பு, ரேஸ் கோர்ஸ் சாலையில் பூங்கா அருகில் இருந்தது. நகரின் நல்ல பகுதியில் உள்ள அமைதியான, பசுமை நிறைந்த இடம். பெரிய வளாகத்தில் அமைந்த இரு அடுக்குக் கட்டடம். முன்னால் புல்வெளியும் பின்புறம் ஒரு நீரூற்றும் இருந்தன. வளாகத்திற்குள்ளேயே முகாம் அலுவலகம் ஒரு தனிக் கட்டடத்தில் இருந்தது. பின்புறம் சிறு வாழைத்தோப்பு இருந்தது. சலவை செய்யவும் இஸ்திரி செய்யவும் ஆட்கள் இருந்தனர். ஆனால் நீலம் துணிகளைத் தானே துவைத்துக்கொள்வார்.

மூன்று மாதங்களுக்குப் பின் டி.ஐ.ஜி. அழைத்து, மறுநாள் காலை தன் அலுவலகத்தில் அனூப் இருக்க வேண்டும் என்றார். டி.ஐ.ஜி. தி.மு.க.வுக்கு நெருக்கமானவர். சரளமாகத் தமிழ் பேசுவார்; ஆற்றல் மிக்கவர்.

இப்போது எதற்காக அழைக்கிறார் என்று அனூப் யோசித்தார். சென்ற முறை சந்திப்பு, ஒரு சட்டப் புரிதல் பற்றிய வாக்குவாதத்தில் முடிந்தது.

அனூப் கோயம்புத்தூர் எஸ்.பி.யாகப் பொறுப்பேற்ற புதிதில், ஒரு நபர் அவரைச் சந்திக்க வந்தார். அவர் ஒரு கொலை வழக்கில் குற்றவாளி. போலீஸ் தன்னை அச்சுறுத்துவதாகப் புகார் கூறினார். அனூப் வழக்கு நாட்குறிப்பை வரவழைத்துப்

பார்த்தார். குற்றவாளிக்கு எதிராகப் போதுமான சாட்சியங்கள் இல்லையென்பதைப் பார்த்தார். இரண்டாண்டுகளாக விசாரணையில் எந்த முன்னேற்றமும் இன்றி கோப்பு கிடந்தது. அனூப் அதில் சில குறிப்புகள் எழுதினார். சில விஷயங்களை விசாரிக்க வேண்டுமெனவும், அவற்றில் குற்றவாளிக்கு எதிராக எதுவும் கிடைக்கவில்லையென்றால், அதைக் கண்டுபிடிக்க முடியாத வழக்காக முடிவு செய்யலாம் என்றும் எழுதினார்.

உடனடியாக டி.ஐ.ஜி.யிடமிருந்து அழைப்பு வந்தது. அவருக்கு உடனடியாகத் தகவல் போயிருக்கிறது. அவருக்கு இந்த வழக்கில் ஆர்வம் இருப்பதும் தெரிந்தது. சம்பிரதாயமான வார்த்தைகள் எதுவுமின்றி டி.ஐ.ஜி. நேரடியாகக் கேட்டார்:

"அனூப் நீங்கள் ஏன் இந்த வழக்கில் தலையிடுகிறீர்கள்?"

"நான்தான் எஸ்.பி. சார். தலையிடுவது என் வேலை."

"இல்லை. அரசு வழக்கறிஞர் குற்றப்பத்திரிகை தாக்கல் செய்ய அறிவுரை வழங்கியுள்ளார்."

"அது அவரது கருத்து மட்டுமே. உத்தரவல்ல. அந்தக் கருத்தோடு ஏன் எனக்கு உடன்பாடில்லை என்று காரணங்கள் சொல்லியிருக்கிறேன். வேண்டுமானால் கோப்பை உங்களுக்கு அனுப்புகிறேன். நீங்கள் உத்தரவிடுங்கள்."

"இல்லை. இல்லை. பைலை எனக்கு அனுப்ப வேண்டாம்."

"இல்லை சார். நீங்கள் என் நேர்மையையும் நடவடிக்கையையும் சந்தேகப்படுகிறீர்கள். எனக்கு வேறு வழியில்லை சார். பைலை அனுப்புகிறேன்."

பைல் டி.ஐ.ஜி.க்குப் போனது. அவரது கையெழுத்துடன் திரும்பி வந்தது. அவர் எதுவும் எழுதவில்லை.

அனூப் அவருக்கு போன் செய்து, தனது கருத்தை ஒப்புக்கொண்டதற்கு நன்றி சொன்னார்.

"இல்லை. இல்லை அனூப், நான் ஒப்புக்கொள்ளவில்லை."

"நீங்கள் கையொப்பமிட்டிருக்கிறீர்கள். என் கருத்தை ஏற்கவில்லையென்று எதுவும் எழுதவில்லை. அப்படியானால் ஏற்றுக்கொண்டதாகத்தானே அர்த்தம்?"

அதற்குப் பிறகு இப்போது அனூப் டி.ஐ.ஜி.யைச் சந்திக்கப் போகிறார்.

அவரது அறைக்குள் நுழைந்தவுடன், டி.ஐ.ஜி. ஒரு தாளை அனூப்பை நோக்கி வீசியெறிந்தார். "இந்தாங்க அனூப். படிச்சிப் பாருங்க."

பேப்பர் மேசையிலிருந்து கீழே விழும் முன் அனூப் அதைப் பிடித்துக்கொண்டார்.

அது சுமார் இருபது பெயர்கள் கொண்ட ஒரு பட்டியல்.

"இது என்னது சார். புரியவில்லையே."

"நல்லா படிங்க."

ஒன்றிரண்டு பெயர்கள் அவருக்குத் தெரிந்தவை. அது பயிற்சி சப்–இன்ஸ்பெக்டர்களின் பட்டியல்.

"மீண்டும் சொல்கிறேன். அதை நன்றாகப் படியுங்கள்."

அனூப் ஒன்றைக் கவனித்தார். அந்தப் பட்டியலில் சில பெயர்களுக்கு நேரே ஒரு ஸ்டார் குறியும், சில பெயர்களுக்கு நேரே இரண்டு ஸ்டார்களும், சில பெயர்கள் குறியிடப்படாமலும் இருந்தன.

"இந்த ஸ்டார்களுக்கு என்ன அர்த்தம் சார்?"

"இத பாருங்க அனூப். இவங்க எல்லாம் கடந்த ஆட்சியில தேர்வானவங்க. அரசியல் காரணங்கள் இருக்கலாம்னு நினைக்கிறாங்க. இவங்கள களை எடுக்கணும். ஒரு ஸ்டார் இருக்கிற நபர்களுடைய ஸ்டேஷன்களை இன்ஸ்பெக்ஷன் செய்து அவங்களோட ப்ரோபேஷன ஆறு மாசம் நீட்டிக்கணும். இரண்டு ஸ்டார் என்றால், அவங்க ப்ரோபேஷன துண்டித்து வீட்டுக்கு அனுப்பிடணும். ஸ்டார் இல்லாதவங்க ப்ரோபேஷன மட்டுமே முடிக்கணும்."

டி.ஐ.ஜி. சொன்னதைக் கேட்டு அதிர்ச்சியடைந்தார் அனூப். இவர்கள் எல்லாம் காவல் பயிற்சிக் கல்லூரியில் பயிற்சி முடித்துவிட்டு, களப் பயிற்சிக்காகக் காவல் நிலையங்களில் பணிபுரிகிறார்கள். கோவை ஊரக மாவட்டத்தில் 45 காவல் நிலையங்கள் இருக்கின்றன. அவற்றில் பல சப் இன்ஸ்பெக்டர்கள் களப் பயிற்சி பெறுகிறார்கள்.

"சார். அது சாத்தியமில்லையே சார். அவர்கள் களப் பயிற்சியில் இருக்கும்போது நான் எப்படி முன் மதிப்பீடு செய்ய முடியும்? நீங்கள் வேண்டுமானால் சில கறாரான வரையறை களை வழங்குங்கள், நான் அவற்றை அவர்கள் எட்டுகிறார்களா என்று சரிபார்க்கிறேன். எல்லோருக்கும் ஒரே மாதிரியாக. யார், யார் தேறுகிறார்கள் என்று பார்க்கிறேன்."

"அனூப் எதிர்வாதம் செய்யாதீர்கள். இது அரசின் உத்தரவு."

"இருக்கலாம் சார். ஆனால் நான் உங்களைப் போல தைரியசாலியில்லை. என்னால் இந்த உத்தரவைப் பின்பற்ற முடியாது. அது தவறு. எனக்கு அந்தத் தைரியம் இல்லை."

குற்றமும் அநீதியும்

"பயப்படாதீர்கள். நான் இருக்கிறேன்."

"இல்லை சார். இது ரொம்பத் தவறு."

"அனூப், இதுதான் உத்தரவு. உங்களுக்கு வேறு வழியில்லை."

"சார். என்னவாக இருந்தாலும், நான் இந்த உத்தரவைப் பின்பற்ற முடியாது சார்."

"அப்ப நான் டி.ஜி.பி.க்கு என்ன பதில் சொல்லட்டும்?"

"சார். என் பதில் என்னன்னு நான் சொல்லிட்டேன். நீங்கள் என்ன பதில் சொல்ல வேண்டும் என்று நான் சொல்ல முடியாது சார்."

"சரி. சரி. நீங்க போகலாம்."

அன்று மாலை 05.00 மணிக்கு டி.ஜி.பி. அலுவலகத்திலிருந்து ஒரு செய்தி வந்தது. மறுநாள் காலை சரியாக 09.30 மணிக்கு அனூப் டி.ஜி.பி.யைச் சந்திக்க வேண்டும். தாமதம் கூடாது.

அனூப் அன்று இரவு ரயிலேறினார். எழும்பூரில் ஒரு சிறிய ஹோட்டலில் அவருக்கு அறை பதிவுசெய்யப்பட்டிருந்தது. 09.30 மணிக்கு அவர் டி.ஜி.பி. அலுவலகத்தில் இருந்தார். டி.ஜி.பி. 10 மணிக்கு வந்தார். அனூப் அவரது அறையின் வாயிலருகே நின்றிருந்ததை அவர் பொருட்படுத்தவில்லை. அனூப் தனது வருகை அட்டையை உள்ளே கொடுத்தனுப்பினார். வெளியே வந்த உதவியாளர், "ஐயா உங்களைக் காத்திருக்கச் சொன்னார்" என்றார்.

சுமார் 12.30 மணி வாக்கில் உதவியாளர் ஓடி வந்தார். "ஐயா உங்கள கூப்புடறார். வாங்க."

அனூப் துள்ளி எழுந்து வாயிலருகே சென்று நின்றார். உதவியாளர் உள்ளே போய்விட்டு வெளியே வந்து, "காத்திருக்கச் சொன்னார்" என்றார்.

பின்னர் டி.ஜி.பி. சாப்பிடப்போகிறார் என்றார்கள். அனூப் நுண்ணறிவுப் பிரிவு ஐ.ஜி. ஜாபர் அலியைப் பார்க்கப்போனார். ஐ.ஜி. அவரைச் சாப்பிட அழைத்தார்.

சாப்பிடும்போது ஜாபர் அடக்க முடியாமல் சிரித்தார்.

"ஏன் சிரிக்கிறீர்கள் சார்? நீங்கள் எப்போதும் என்னைச் சிக்கலில் மாட்டிவிடுகிறீர்கள்" என்றார் அனூப்.

"நானா மாட்டிவிடுகிறேன்? எல்லாம் நீங்களே வரவழைத்துக் கொள்கிறீர்கள்."

“இப்போ என்ன ஆகப்போகிறது சார்?”

“என்ன ஆகப்போகிறது என்றோ அவர்கள் என்ன நினைத்திருக்கிறார்கள் என்றோ எனக்குத் தெரியாது. என்னால் எதுவும் செய்யவும் முடியாது. ஒன்று மட்டுமே எனக்குத் தெரிகிறது. நான் உங்களைப் பற்றிப் பெருமைப்படுகிறேன்.”

கடைசியாக மாலை 04.00 மணிக்கு டி.ஜி.பி. அனூப்பைக் கூப்பிட்டார். அவர் உள்ளே நுழைந்தபோது, வழக்கமாக டி.ஜி.பி.யின் பெரிய மேசைக்கு முன்னால் போடப்பட்டிருக்கும் நாற்காலிகள் எல்லாம் பின்னுக்குத் தள்ளப்பட்டுச் சுவரோரம் இருந்தன. அனூப் உட்கார இடமில்லை. அனூப் மேசையின் முன் நின்று சல்யூட் செய்தார்.

“உங்கள் பணியின் துவக்கத்திலேயே நீங்கள் பல பிரச்சினைகளை எதிர்கொண்டீர்கள் என்று கேள்விப்பட்டேன். அதெல்லாம் உங்களுக்கு மீண்டும் நிகழ வேண்டுமா?” டி.ஜி.பி.யின் குரல் கடுமையாக இருந்தது.

எப்படியோ, “சார், அதிலிருந்தெல்லாம் பாதிப்பின்றி வெளிவந்துவிட்டேன் என்பதும் உங்களுக்குத் தெரிந்திருக்கும் சார். என் வாழ்க்கையில் எனக்கு நீதி கிடைத்தது. ஆனால் நான் மற்றவர்களுக்கு நீதியை மறுக்க வேண்டுமா?”

டி.ஜி.பி. அனூப்பை முறைத்துப் பார்த்தார். கோபத்தால் அவர் முகம் இறுகியது.

அனூப் தொடர்ந்து சொன்னார்: “சார் நீங்கள் டி.ஜி.பி. ஆகும் முன் மின்சார வாரியத்தில் ஐ.ஜி.யாக இருந்தீர்கள். நான் அப்போது தூத்துக்குடி எஸ்.பி. அப்போது நீங்கள் எனக்கு ஒரு கடிதம் எழுதினீர்கள். அஞ்சலட்டை. நான் இன்னும் அதைப் பத்திரமாக வைத்திருக்கிறேன் சார். நீங்கள் அதில் எழுதியது அப்படியே என் மனதில் இருக்கிறது சார். அந்தக் கருத்தை நான் பெரிதும் மதிக்கிறேன் சார்.”

“என்ன சொல்கிறீர்கள்?”

“அந்த அஞ்சலட்டையில் நீங்கள் எழுதியிருந்ததை அப்படியே சொல்கிறேன் சார். ‘அன்பார்ந்த அனூப். நீங்கள் செய்திருக்கும் அற்புத விஷயங்கள் பற்றிக் கேள்வியுற்றேன். நான் உங்களைப் பற்றிப் பெருமைப்படுகிறேன். தொடர்ந்து அப்படியே செயல்படுங்கள். நான் இதுவரை உங்களைப் பார்க்க வில்லை. முடியுமானால் உங்கள் புகைப்படம் ஒன்றை அனுப்பி வையுங்கள்.”

"அன்றைக்கு அப்படி எழுதிய அந்த அதிகாரியா இன்று என்னைத் தவறு செய்யச் சொல்கிறீர்கள்?"

டி.ஜி.பி. பேச்சின்றி உட்கார்ந்திருந்தார். ஒரு கையால் தன் தலைமுடியைக் கோதிவிட்டுக்கொண்டார். பின் தூர இருந்த ஒரு நாற்காலியைக் காட்டி "அந்த நாற்காலியை இப்படி இழுத்துப் போட்டு உட்காருங்கள்."

"தம்பி அனூப், உங்களுக்கு மீண்டும் துன்பம் வரக் கூடாது என்று நான் விரும்புகிறேன். என் அறிவுரையை ஏற்றுக்கொள்ளுங்கள். இந்த மாநிலத்தைவிட்டுப் போய்விடுங்கள். வெளியேறிவிடுங்கள். இந்த மாநிலத்தைவிட்டுப் போய்விடுங்கள்."

"எப்படி சார்?"

"ஏற்கெனவே உங்களை ஐ.பி.க்கு வேண்டும் என்று கேட்டிருந்தார்கள். நீங்கள் வேண்டாம் என்று சொல்லி விட்டீர்கள். அதை மறந்துவிடுங்கள். ஐ.பி.க்குப் போய்விடுங்கள். கோவைக்குப் போய் உங்கள் பொருட்களை பேக் செய்து தயாராக இருங்கள். 15 நாட்களில் உங்களுக்கு நான் ஆணை வாங்கித்தருகிறேன். தில்லி போய்விடுங்கள். எங்கே வேண்டு மானாலும் போங்கள். ஆனால் இந்த மாநிலத்தை விட்டுப் போய்விடுங்கள்."

அனூப் எழுந்தார். டி.ஜி.பி.யும் எழுந்து நின்றார். அனூப் சல்யூட் செய்துவிட்டுப் புறப்பட்டார். டி.ஜி.பி. கூடவே வாயில்வரை வந்து கதவைத் திறந்தார். கை குலுக்கினார். "வாழ்த்துகள். பிரச்சினைகளிலிருந்து விலகியிருங்கள். வாழ்த்துகள்" என்றார் டி.ஜி.பி.

8

புலனாய்வுத் துறை

இங்கு அனூப் முதலில் இழந்தது போலீஸ் சீருடை. நுண்ணறிவுக் கூடத்தில் செய்யப்படும் எதுவுமே அன்றாடக் காவல்துறைப் பணியில் வருவதல்ல. ரகசிய விசாரணை செய்தல், ரகசியக் கண்காணிப்பு,நுண்ணறிவுத் தகவல் பெறுதல், சில நிர்வாகப் பணிகள் போன்றவற்றில் இரண்டு மூன்று மாதப் பயிற்சிக்குப் பின் அவருக்கு கியூ 1 என்னும் இருக்கை தரப்பட்டது. நுண்ணறிவுக் கூடத்தில் எல்லாமே ரகசியம்தான். எல்லா ஆவணங்கள், செய்தித்தாள் நறுக்குகளும், ஏன் சாதாரண விடுப்பு விண்ணபம்கூட "ரகசியம்" என்றே குறிக்கப்படும். புது தில்லி அக்பர் ரோட்டில் தர்பங்கா எனப்படும் இரண்டு மாடிக் கட்டடத்தில் அவர் இப்போது ஒரு மேசை அதிகாரி. முதல் மாடியில் ஒரு சிறிய அறை அவருடையது. 10 அடிக்கு 8 அடி. குளிர்பதன வசதி இல்லை. தில்லியின் கோடை அனல் தகிக்கும் என்றாலும் அவரது பதவிக்குக் குளிர்பதன வசதி பெறும் தகுதி இல்லை. ஆனாலும் அவருக்கு ஒரு கணிப்பொறி தரப்பட்டபோது அதற்குக் குளிர்பதன வசதி அவசியம் என்பதால் அவர் அறையில் அது பொருத்தப்பட்டது. ஒரு பெரிய மேசையும் நாற்காலியும் மட்டுமே இருந்தன. பக்கத்தில் ஒரு கணிப்பொறி அதனுடன் ஒரு பழைய கால பிரிண்டர். அது அவ்வப்போது உதறும், தானாகவே மாதிரி அச்சுத் தாள்களை அச்சிட்டு உமிழும்.

நாள் முழுவதும் அவருக்குச் செய்தித்தாள் நறுக்குகளும் அறிக்கைகளும் தொலைச் செய்திகளும் வந்தவண்ணம் இருந்தன. பெரிதும் அஸ்ஸாம், வட கிழக்குப் பிராந்தியச் செய்திகள். அங்கெல்லாம் அவர் போனதில்லை. அந்தப் பகுதிகள் பற்றி அவருக்கு எதுவும் தெரியாது. ஆனால் அந்தச் செய்திகள், தமிழ்நாட்டுடன் ஒப்பிடும்போது நம்ப முடியாதவையாக இருந்தன. வன்முறை, போராட்டம் மற்றும் ஏதேனும் விளைவை ஏற்படுத்தக்கூடிய அந்தச் செய்திகளைத் தொகுப்பதுதான் அவருடைய வேலை.

அஸ்ஸாம் அமைதியின்றி இருந்தது. பிற இடங்களின் நிகழ்வுகளும் அங்கு பாதிப்பை ஏற்படுத்தின. 1991 மே மாதத்தில் ராஜீவ் காந்தி கொல்லப்பட்டார். அதைத் தொடர்ந்து நாடாளுமன்றத் தேர்தலும் சட்டமன்றத் தேர்தலும் நடந்தன. அதையொட்டி அங்கு பதற்றம் நிலவியது. அனைத்து அஸ்ஸாம் மாணவர் சங்கம், புரட்சிகரத் திட்டத்துடன் செல்வாக்குப் பெற்றுவந்தது. ஒருங்கிணைந்த அஸ்ஸாம் விடுதலை முன்னணி (உல்பா) கடத்தல்கள், கொலைகள் என வன்முறைப் போராட்டத்தில் இறங்கியது. 1990ஆம் ஆண்டு ஏப்ரல் மாதத்தில், தின்சுகியா மாவட்டம், லாய்புலி என்னுமிடத்தில், அஸ்ஸாம் ஃப்ராண்டியர் டீ லிமிடெட் (பின்னர் இது அபீஜெய் டீ லிமிடெட் என மாறியது) நிறுவனத்தின் தலைவர் சுரேந்திர பால் என்பவரும், அந்நிறுவனத்தின் பொது மேலாளர் ஆஷிஷ் குமார் சவுத்ரி என்பவரும் தங்களது தேயிலைத் தோட்டம் ஒன்றைப் பார்வையிட வந்தபோது சுடப்பட்டனர். சுரேந்திர பால், லண்டன் தொழிலதிபர் லார்ட் ஸ்வராஜ் பால் என்பவரின் சகோதரர். அவர் இச்சம்பவத்தில் கொல்லப்பட்டார்.

வன்முறை அதிகரிக்க அதிகரிக்க, அஸ்ஸாம் யாருடைய கட்டுப்பாட்டிலும் இல்லையென்று தோன்றியது. மத்திய அரசு, அஸ்ஸாம் முழுவதையும் பாதிக்கப்பட்ட பகுதியாக அறிவித்தது. குடியரசுத் தலைவர் ஆட்சி அமலாகியது. ஆபரேஷன் பஜ்ரங் என்ற பெயரில் ராணுவம் வந்தது. 1990 நவம்பரில் தொடங்கி 1991 ஏப்ரல்வரை இந்த நிலை நீடித்தது. அதாவது 1991 மார்ச் மாதத்தில் உல்பா போர் நிறுத்தம் அறிவித்த பின்னும் ஒரு மாத காலம் இந்த நிலை நீடித்தது. தேர்தல் அறிவிக்கப்பட்ட பின் கூக்குரல்கள் அடக்கப்பட்டன. அதைத் தொடர்ந்து நடந்த தேர்தலில் காங்கிரஸ் கட்சியின் ஹைதேஸ்வர் சைகியா இரண்டாவது முறையாக முதலமைச்சரானார்.

அவர் முதலமைச்சராகப் பதவியேற்ற ஜூலை 1 அன்று, உல்பா 15 நபர்களை வெவ்வேறு இடங்களிலிருந்து கடத்தியது. அவர்களில் எண்ணெய், இயற்கை எரிவாயு கமிஷனின்

(ஓ.என்.ஜி.சி.) அதிகாரிகள், அஸ்ஸாம் அரசின் கூடுதல் செயலர் ஏ.எஸ். ஸ்ரீவாத்சவா, தின்சுகியா மாவட்டத்தில் நிலக்கரி நகரம் என்றழைக்கப்படும் மார்கரீடாவில் (இங்கிருந்து தொடங்கும் பழைய ஸ்டில்வெல் சாலை சீனாவின் கம்மிங் நகரம்வரை செல்கிறது) உள்ள அரசு நிறுவனமான கோல் இந்தியாவின் நிலக்கரிப் பொறியாளர், செர்கீய் கிரிட்சென்கோ என்னும் ரஷ்யர் ஆகியோரும் இருந்தனர். ரஷ்யர், லிடோ என்னுமிடத்திலிருந்து கடத்தப்பட்டார். இந்த இடத்தில்தான் கிழக்குப் பகுதியின் கடைசி அகல இருப்புப் பாதை கொண்ட ரயில் நிலையம், இந்த நூற்றாண்டின் தொடக்கத்திலிருந்தே இருக்கிறது. மேலும் குவஹாத்தியைச் சேர்ந்த ஆணையாளர் எஸ்.கே. திவாரி, ஜோர்ஹத், சிப்சாகரிலிருந்து எட்டு ஓ.என்.ஜி.சி. அதிகாரிகள், மங்கோல்டோயிலிருந்து மாவட்ட கூடுதல் ஆணையாளர் எம்.எம். தாஸ் ஆகியோரும் கடத்தப்பட்டனர்.

ஆபரேஷன் பஜ்ரங், உல்பாவை ஒடுக்கிவிட்டது என்னும் கருத்து தவறு என்பதை இந்தக் கடத்தல்கள் காட்டின. இந்தக் கடத்தல்களுக்கு நான்கு நாட்களுக்கு முன்னர், திப்ரூகர் சிறையிலிருந்து நான்கு உல்பா கைதிகள் தப்பினார்கள். சிறை அலுவலர்களே அவர்களுக்கு படா கானா என்னும் பிரியாணி விருந்து தந்து வழியனுப்பி வைத்தனர். உல்பாவின் வேர்கள் மிக ஆழமாக ஊடுருவியிருந்தன.

கடத்தப்பட்ட பிணைக்கைதிகளை விடுவிக்க முதலில் 500 உல்பா கைதிகளை விடுவிக்க வேண்டுமென்று உல்பா கேட்டது. செய்தி ஊடக அறிக்கைகள் வழியாகவே பேச்சு வார்த்தை நடந்தது. அதன் பொருள் மாநில அரசோ அல்லது மத்திய அரசோ நேரடிப் பேச்சு வார்த்தை நடத்துமளவுக்கு உல்பாவுக்கு முக்கியத்துவம் தர விரும்பவில்லை என்பதாகும். ஏதேனும் தொடர்புகள் இருப்பின் அவை பயனளிக்கவில்லை என்று தெரிந்தது. அனூப்பிற்கு வந்த சில அறிக்கைகள் முரண்பட்டவையாக இருந்தன. ரஷ்யர் செர்கீய் கிரிட்சென்கோ, ஓ.என்.ஜி.சி. புவியியல் வல்லுநர் பி.என். ஜெய்ஸ்வால் ஆகிய இருவரை விடுவிக்க உல்பா ஆறு அதிதீவிரவாதிகளை விடுவிக்குமாறு கேட்பதாகக் கருதப்பட்டது. ஜூலை 9 அதற்கான இறுதி நாளாக நிர்ணயிக்கப்பட்டது. பதற்றமடைந்த முதலமைச்சர் சைகியா 500 அல்ல, 650 உல்பா தீவிரவாதிகளுக்குப் பொது மன்னிப்பு அளிப்பதாக அறிவித்தார். மத்திய அரசே இதைச் சொல்லியிருக்க வேண்டும் அல்லது சம்மதித்திருக்க வேண்டும். முதலமைச்சர் சைகியாவே இதைக் கையாள்வார் என்று பிரதமர் நரசிம்ம ராவ் அறிவித்தார். ஜூலை 9 அன்று 324 உல்பா கைதிகள் விடுவிக்கப்பட்டனர். அதேநேரத்தில்,

தப்பிக்க முயன்ற ரஷ்யர் கொல்லப்பட்டுவிட்டதாகத் தெரிந்தது. அவர் கொல்லப்பட்டுவிட்டார் என்றே கருதப்பட்டது. மறுநாள் உல்பா, புவியியல் வல்லுநர் பி.என். ஜெய்ஸ்வாலை விடுவித்தது. ஆனால் எட்டுப் பிணைக்கைதிகளை விடுவிக்கவில்லை.

அனூப்பிற்குத் தொலைஅச்சு (ஃபேக்ஸ்), தொலைபேசி ஆகியவை வழியாக அறிக்கைகள் வந்தன. தொலைபேசிச் செய்திகளை அவரது நேர்முக உதவியாளர் சுருக்கெழுத்தில் பதிவுசெய்துகொண்டார். அவற்றில் கைது செய்யப்பட்டவர்கள், பறிமுதல் செய்யப்பட்ட ஆயுதங்கள் பற்றிய விவரங்கள் இருந்தன. தினசரி செய்தித் தொகுப்பில் நிறைய விவரங்கள் இருந்தன. வாராந்தரத் தொகுப்பில் அவை காட்டப்படவில்லை. தகவல் பரிமாற்றத்தில், தொகுப்பில் புள்ளிவிவரப் பிழைகள் இருக்கும். ஐ.பி. என்னும் பெரிய இயந்திரத்தின் பூதாகரமான பற்சக்கரத்தில் ஒரு சிறிய கண்ணி அனூப். தன் இருப்பையே உணர முடியாத அளவுக்கு ஒரு சிறிய கண்ணி. சில நேரங்களில் இங்கே என்ன செய்துகொண்டிருக்கிறோம் என்று அவர் தன்னைத் தானே கேட்டுக்கொண்டார்.

ஐ.பி.யில் வாரந்தோறும் வெள்ளிக்கிழமை மேசை அலுவலர்களுக்கு முக்கியமான நாள். வாரம் முழுவதும் அவர்கள் கேட்டதையும் அறிந்ததையும் தொகுக்க வேண்டும். வெள்ளிக்கிழமைதோறும் ஐ.பி.யின் இயக்குநர் நடத்தும் கூட்டத்தில் அவர்கள் கலந்துகொள்ள வேண்டும். அந்தக் கூட்டத்திற்கு BIDIR என்று பெயர். உதவி இயக்குநர்களின் மனம் வியாழன் மாலை யிலிருந்தே கலங்கத் தொடங்கும். வெள்ளிக்கிழமை பிற்பகல் கூட்டம் தொடங்கும்போது அவர்கள் பள்ளி இறுதித் தேர்வுக்குப் போகும் மாணவர்களின் மனநிலையில் இருப்பார்கள். வெள்ளிக்கிழமைதோறும் இதுதான் நிலை. நார்த் பிளாக்கில் ஒரு பெரிய கூடத்தில் அந்தக் கூட்டங்கள் நடந்தன. குடியரசுத் தலைவர் மாளிகை அருகிலுள்ள 7ஆம் எண் வாயில் வழியாக அங்கு போக வேண்டும். மேசை அலுவலர்கள், ஏ.டி. என்று அழைக்கப்படும் உதவி இயக்குநர்கள், ஆங்கில எழுத்து யூ வடிவில் போடப்பட்டிருக்கும் இருக்கைகளில் முன்னால் அமர்ந்திருக்க அவர்களுக்குப் பின்னால் மூத்த அதிகாரிகள் அமர்ந்திருப்பார்கள். இயக்குநர்கள் அவர்களிடம் நேரடியாகக் கேட்பார்கள்: "சொல்லுங்கள். அசாமில் என்ன நடக்கிறது? மத்தியப் பிரதேசத்தில்?" அன்றைக்கு ஐ.பி.யில் எது முக்கியப் பேசுபொருளோ, அது பற்றியே கேள்விகள் இருக்கும்.

அனூப்பிற்குத் தற்காலிகக் குடியிருப்பு கிடைத்திருந்தது. தில்லி வந்த புதிதில் அவர்கள் ஐ.பி. விருந்தினர் விடுதியில் தங்கினர். அதற்குப் போட்டி அதிகம். அறைகளுக்காகக் கூட்டம்

அலைமோதும். ஒரு அறை கிடைத்தது, ஆனால் அதில் சில நாள்கள் மட்டும் தங்கிவிட்டு, பின் அதைக் காலி செய்துவிட்டு, மேற்கு படேல் நகரில் இருக்கும் நீலத்தின் பெற்றோர் வீட்டிற்குப் போக வேண்டியிருந்தது. சில நாட்கள் அங்கு இருந்துவிட்டு ஐ.பி. விடுதியில் ஒரு அறை காலியான பின் மீண்டும் அங்கு வந்தனர். அப்படி வந்தபோது, அந்த அறை முழுவதும் ஈரமாகியிருந்தது. தரை விரிப்பு முழுவதும் தண்ணீரில் ஊறிப் பிசுபிசுத்தது. அதில் நடப்பது சேற்றில் நடப்பது போலிருந்தது. காலி செய்து வெளியேறிய யாரோ குழாயை மூட மறந்து போனதால், தண்ணீர் வெளியேறி வீடு குளமாகிவிட்டது. அவர்கள் மீண்டும் மேற்கு படேல் நகர் திரும்பினார்கள்.

தற்காலிகக் குடியிருப்பு ஒன்று காலியானதால் அவர்கள் ஜவஹர்லால் நேரு விளையாட்டரங்கிற்கு அருகில் இருந்த பிரகதி விஹாருக்குக் குடிபெயர்ந்தார்கள். அங்கு நிறைய அரசுக் குடியிருப்புக்கள் இருந்தன. ஐந்து மாடித் தொகுப்புக்கள் ஆறு இருந்தன. அவர்களுக்கு நான்காவது மாடியில், ஒரு படுக்கையறை, ஒரு கூடம் உள்ள குடியிருப்பு கிடைத்தது. அனூப் தூத்துக்குடி, திருநெல்வேலி, கோயம்புத்தூர் மாவட்டங்களில் பணிபுரிந்தபோது, எஸ்.பி.பங்களா என்னும் இரண்டு மாடிக் கட்டடத்தில் குடியிருந்தனர். அந்தக் காலனியாதிக்கக் காலத்து மாளிகைகளில் பெரிய கூடங்கள் இருந்தன. ஐந்து ஏக்கர் பரப்பளவில் நன்கு பராமரிக்கப்பட்ட பசுந்தோட்டத்திற்கு மத்தியில் அவை இருந்தன. மணிமுத்தாற்றிலும் அப்படியே. அவையெல்லாம் அரண்மனைகள். பிரகதி விஹாரில் ஒரு மின்தூக்கி இருந்தது. அது, தான் விரும்பியபோது வேலை செய்தது. மேலும் கீழும் போகும்போது பலவித ஓசைகளால் எதிர்ப்பு தெரிவித்தது. சில நேரங்களில் அமைதியாக மக்கர் செய்து நகர மறுத்தது.

ஒவ்வொரு மாடியிலும் மின்தூக்கியைவிட்டு வெளியே வந்தால் நீண்ட நடைபாதை இருந்தது. அதன் இருமருங்கிலும் குடியிருப்புக்கள். ஒரு தளத்தில் 20 குடியிருப்புக்கள். நடைபாதையின் இறுதியிலிருந்து எட்டிப் பார்த்தால் கீழே தெரியும் திறந்தவெளி, வாகனங்கள் நிறுத்துமிடம். ஒவ்வொரு குடியிருப்புக்கும் இடையில் இருந்த சிவப்பு நிற, உருளை வடிவத் தூண்கள் அவற்றைப் பிரித்துக் காட்டின. அந்தக் குடியிருப்பு இருவருக்குப் போதுமானது. ஆனால் அனூப்பின் குடும்பத்தில் இரு பிள்ளைகள் உட்பட நால்வர் இருந்தனர். அவ்வப்போது அனூப்பின் பெற்றோர், கோரக்பூரிலிருந்து வந்து தங்குவார்கள். கோவையிலிருந்து அவர்கள் கொண்டுவந்த பொருட்களுக்கெல்லாம் அங்கு இடமில்லை. அரசு தற்காலிகக்

குடியிருப்புக்களில் வழக்கமாக இருக்கும் பொருட்கள் அங்கு ஏற்கெனவே இருந்தன. மூன்று நாற்காலிகளும் தொலைபேசி வைக்க ஒரு குட்டையான மேசையும் இருந்தன. தொலைபேசி அரிதாகவே பயன்பட்டது. சிவப்பு நிறத் தரைவிரிப்புக் கூடம் முழுவதும் விரிக்கப்பட்டிருந்தது. கூடத்திலிருந்து உள்ளே நுழையும் சமையலறை குறுகியதாக இருந்தது. ஒரு மூலையில் குழாயும் அதன் கீழே கல் தொட்டியும் இருந்தன. அதைத் தொடர்ந்து அறைமுழுவதும் நீண்ட சமையல் மேடை இருந்தது. அதன் கீழே எரிவாயு உருளை வைக்கவும், சமையல் பொருட்கள் டப்பாக்கள் வைக்கவும் இடமிருந்தது. சமையல் மேடைக்கும் சுவருக்கும் இடையே இருந்த இடத்தில் ஒருவர் மட்டுமே நிற்க முடியும். நீலம், நண்டுகளைப் போலப் பக்கவாட்டில் நகர்ந்தே சமையல் வேலைகளைச் செய்ய முடிந்தது. கோவையிலிருந்து கொண்டுவந்திருந்த குளிர்பதனப் பெட்டியைச் சமையலறையின் மூலையில் வைத்தார்கள்.

கூடத்தில் இருந்த தரை விரிப்பு மிகப் பழையது; அசுத்தமாக இருந்தது. அதில் நடந்தால் காலில் அரிப்பு ஏற்பட்டது. நீலம் அதனை அகற்றிவிடுமாறு பொதுப்பணித் துறைப் பொறியாளரைக் கேட்டுக்கொண்டார்.

அவர் முதலில் முணுமுணுத்தார். “இல்லீங்க மேடம். அதை நாங்க எங்க கொண்டுபோய் வைக்கறது? அது இந்த ஹாலுக்கு உரியது.”

“அதில நடந்தா காலெல்லாம் அரிக்கிறது. அதில எப்படி குழந்தைங்கள விளையாட விடறது?”

“வேற யாரும் அத எடுக்க சொல்லல.”

“அப்படின்னா ஒண்ணு செய்ங்க. நீங்க ஒருமுறை அதில படுத்து உருளுங்க. அது நல்லா இருக்குன்னு சொன்னீங்கன்னா, நா அத வெச்சிக்கிறேன்.”

பொறியாளர், விரிப்பைச் சுருட்டி பால்கனியின் ஓரமாகக் கொண்டுபோய் வைத்தார். மறுநாள் அதை அங்கிருந்து அகற்றினார்.

சமையலறையிலிருந்த கல் தொட்டியில் பணிப்பெண் பாத்திரங்கள் துலக்கினார். நீலம் துணிதுவைக்கவும் அதுதான் பயன்பட்டது. சமையல் மேடை சமைக்க மட்டுமின்றித் துணி துவைக்கவும் பயன்பட்டது. துணிகள் நிறைய இருந்தன. பால்கனியில் எல்லாவற்றையும் உலரவைக்க முடியவில்லை. வீட்டிற்கு வெளியில் இருந்த நடைபாதையும் அதற்குப் பயன்பட்டது. குடியிருப்புக்களுக்கு இடையே இருந்த இரு

சிவப்புத் தூண்களுக்கிடையே கம்பி கட்டித் துணிகள் உலர்த்தப்பட்டன. அந்தக் குடியிருப்பில் ராணுவ அதிகாரிகள் பலர் இருந்தனர். அவர்கள் தங்கள் பொருட்களை வைத்திருந்த டிரங்குப் பெட்டிகளும் மரப் பெட்டிகளும் நடைபாதையில் குவிந்து கிடந்தன.

படுக்கையறையில் ஒரு கட்டிலையும் அலமாரியையும் வைத்த பின் வேறெதையும் வைக்க இடமில்லை. மீதமிருந்த மரச்சாமான்களைத் திகார் சிறையில் காப்புப் பணியில் இருந்த தமிழ்நாடு சிறப்புக் காவற்படை 9ஆம் அணிக்கு அனுப்பி வைத்தார்கள். அவற்றை அவர்கள் தங்கள் கூடாரங்களில் வைத்திருக்க இசைந்தார்கள். குடியிருப்புக்கு நேர் எதிரே, சாலைக்கு அந்தப் பக்கம் இருந்த ராம் கிஷன் குல்வந்த் ராய் பள்ளியில் பிள்ளைகளைச் சேர்ந்தார்கள். நீலம் அவர்களைப் பள்ளிக்கு அழைத்துப்போய், அழைத்து வந்தார். அனூப் மதிய உணவைக் கட்டியெடுத்துக்கொண்டு போனார். பக்கத்தில் சந்தை எதுவும் இல்லை. நீலத்திற்கு வாகனமும் இல்லை. அனூப் வழக்கமாக சுமார் 07.30 மணிக்கு வீடு திரும்புவார். அதன் பின் அவர் கடைக்குப் போய் வருவார். அன்றாடம் ஏதாவது வாங்க வேண்டிய தேவை இருந்தது. முக்கியமாக குழந்தைகளின் வீட்டுப்பாடம், செய்முறைப் பயிற்சிகளுக்காக.

தில்லியின் கோடைக்காலம் தாங்க முடியாத அளவுக்கு வெப்பமானது. ஏர் கூலர் வாங்கினார்கள். பணத்திற்கு நெருக்கடி ஏற்பட்டது. கோவையில் பள்ளிக் கட்டணங்கள், புத்தகங்கள், சீருடை என்று செலவானது. குழந்தைகள் சுமார் ஒரு மாதம் பள்ளிக்குப்போனார்கள். அந்தச் செலவு வீணாகிவிட்டது. தில்லியில் பள்ளிக் கட்டணங்கள், புத்தகங்கள், சீருடை என்று மீண்டும் செலவு. குளிர் காலம் வந்தது. கம்பளி உடைகள் வாங்க வேண்டும்.

பிரகதி விஹாரில் சுமார் ஓராண்டு இருந்த பின், பண்டாரா சாலையில் இருந்த பண்டாரா பார்க் குடியிருப்பு எண் ஏ 189 அனூப்பிற்கு ஒதுக்கப்பட்டது. அது கான் மார்க்கெட், அம்பாஸிடர் ஹோட்டல் ஆகியவற்றின் அருகில் இருந்தது. மூன்று சந்துகளைக் கடந்தால் மாடர்ன் ஸ்கூல். இது தரைத் தளத்தில் இருந்த மாதிரி 4 குடியிருப்பு. இரு சிறிய படுக்கை அறைகள் இருந்தன. இந்திய மாதிரிக் கழிப்பறை ஒன்றும் மேலை மாதிரிக் கழிப்பறை ஒன்றும் இருந்தன. ஆனால் எதுவும் படுக்கை அறையோடு இணைந்ததல்ல. எல் வடிவத்தில் சிறிய சமையலறை. சிறிய வராந்தா போன்ற அறை, அதனோடு இணைந்த சிறிய கூடம், சிறிய உணவுக்கூடம். பிரகதி விஹாரை விட்டு வருவது விடுதலைதான் என்றாலும், பண்டாரா பார்க்கில் வேறு

சில பிரச்சினைகள் இருந்தன. பிள்ளைகளின் பள்ளிக்கூடம் இங்கிருந்து தொலைவில் இருந்தது. நீலம் பேருந்தில் சென்று பள்ளியில் குழந்தைகளை விட்டுவர வேண்டும். பேருந்தில் ஏறியவுடன், அருகில் ஏதாவது பைகள் கவனிப்பாரற்று இருக்கிறதா என்று பார்க்க வேண்டும். ஏனெனில் அது ஒரு வெடிகுண்டாக இருக்கலாம் என்று அவர்களுக்குச் சொல்லப்பட்டிருந்தது. சில நேரங்களில் அவர்கள் பள்ளியிலிருந்து நடந்தே வந்துவிடுவார்கள். சுமார் மூன்று கிலோ மீட்டர் தூரம். மினியின் பைகளை நீலம் எடுத்துக்கொள்ள, மனு தன் பைகளைத் தானே சுமந்து வருவான். கான் மார்க்கெட்டில் அவர்கள் ஐஸ் கிரீம் வாங்குவார்கள். கார் இல்லாமல் சிரமமாக இருந்தது. அப்போது அவர்களால் பழைய கார்தான் வாங்க முடிந்தது. நீலத்தின் உறவினர்களில் ஒருவர், பத்தாண்டுகள் பழைய பியட் கார் ஒன்றைத் தேடிப்பிடித்தார். பிரிமியர் பத்மினி, சாக்லேட் நிறம், குழிந்த இருக்கைகள், மூன்று கியர், பதிவு எண் DL 2C 8265, விலை 56,000 ரூபாய். ஒருமுறை அவர்கள் அந்தக் காரில் ஜார்க்கண்ட் மாநிலத்தில் உள்ள கோர்பெட் தேசியப் பூங்காவிற்குப் போனார்கள். திரும்பி வரும்போது, தில்லிக்கு 130 கிலோ மீட்டர் தொலைவில் மொராதாபாத் என்னுமிடத்தில் அதன் கியர் இரண்டாம் நிலையில் இறுகிவிட்டது. என்ன முயன்றும் சரியாகவில்லை. வண்டியை நிறுத்திவிட்டால் மீண்டும் புறப்படுமா என்பது சந்தேகமாகியது. அந்த 130 கிலோ மீட்டர் தூரமும் அனூப் வண்டியை எங்கும் நிறுத்தாமல் ஓட்டினார். உணவுக்காகவோ, சிவப்பு விளக்குகளில் நிறுத்தாமலோ ஓட்டிவர, சரியாக பண்டாரா பார்க் குடியிருப்பு அருகில் வந்து என்ஜின் அணைந்தது. பெட்ரோல் தீர்ந்துபோனதால், பழுது பார்க்க அதனை இன்னொரு வண்டியில் கட்டி இழுத்துப் போக வேண்டியிருந்தது. பண்டாரா பார்க்கில் குடிவந்து இரண்டு மாதங்களே ஆன நிலையில், மீண்டும் அனூப்பிற்கு மாற்றல் வரலாம் என்ற செய்தி வந்தது. இம்முறை நெடுந்தொலைவில், அஸ்ஸாம் மாநிலம் குவஹாத்திக்கு.

வெள்ளிக்கிழமைகளில் மேசை அலுவலர்கள், அந்த வாரத்தில் தொகுக்கப்பட்ட விஷயங்களை விளக்குவார்கள். ஆனால் அது அந்த அறையிலிருக்கும் எல்லோருக்கும் தெரிந்த விஷயம்தான். தொகுத்த உதவி இயக்குநருக்கே அந்த விஷயம் பற்றி ஏதும் தெரிந்திருக்காது. இயக்குநரின் கவனத்தைக் கவரும் வண்ணம் எதையும் தரவில்லையென்றால், அவர்களது அறியாமைக்காகக் கடிந்துகொள்வார்கள். சில நேரங்களில், துணை இயக்குநர்கள் அல்லது இணை இயக்குநர்கள் குறுக்கிட்டு இன்னும் கூர்மையாக விளக்கமளிப்பார்கள். கூட்டம் முடிந்த பின், சூடான சமூஸா, போண்டா, பிஸ்கட்டுகள் ஆகியவற்றுடன்

தேநீர், காப்பி தருவார்கள். ஏதோ ஒரு காரணத்திற்காகக் கூட்டம் ரத்தாகும், அல்லது இயக்குநர் ஊரிலில்லாத வெள்ளிக் கிழமைகள் சிறந்த வெள்ளிக்கிழமைகளாகக் கருதப்படும்.

அனூப் அங்கு மேசை அலுவலராகப் பணியாற்றத் தொடங்கிச் சுமார் ஒன்பது மாதங்கள் கடந்த பின், அஸ்ஸாமில் என்ன நடக்கிறது என்பது பற்றி உணரத் தொடங்கினார். சாதாரணச் சட்டங்களால் கட்டுப்படுத்த இயலாத நிலையில் அஸ்ஸாம் இருப்பதாக உணர்ந்தார். அஸ்ஸாம் தீவிரவாத இயக்கங்களின் தலைவர்களின் பெயர்கள் இப்போது அவருக்குப் பரிச்சயமாகிவிட்டன. சித்தார்த் புகான், முனிம் நபீஸ், ஹிரக் ஜோதி மஹந்தா, தலைவர் பரேஷ் பருவா. பரேஷ், ரெயில்வேயின் தின்சுகியா பிரிவில் பணியாற்றியபோது உல்பாவில் சேர்ந்தார். அவர் தந்தை ஒரு விவசாயி. அஸ்ஸாமை இந்தியாவிலிருந்து பிரித்துவிடுவதுதான் அந்த இயக்கத்தின் ஒரே இலக்கு. அவர் களுக்கு எல்லாத் தரப்பிலிருந்தும் உதவிகள் கிடைத்தன. தம்மைத் தாமே தலைவர்களாக அறிவித்துக்கொண்ட தலைவர்கள், வங்கதேசத்திலும் எல்லைப்புறப் பகுதிகளிலும் கொல்கத்தாவிலும் தலைமறைவாக இருந்தார்கள். சீனாவின் குன்மிங் அல்லது அதுபோன்ற பகுதிகளிலிருந்து ஸ்டில்வெல் சாலைவழியாக ஆயுதங்கள் வந்தன. மியான்மரின் கச்சின் களுடன் தீவிரவாதிகளுக்குப் பயிற்சி தரப்பட்டது. வங்கதேசம் வழியாக ஐ.எஸ்.ஐ. அவர்களோடு தொடர்புகொண்டது. பயிற்சிக் காக பாகிஸ்தான் வழியாக ஆப்கானிஸ்தானுக்குப் போனார்கள். அந்தப் பகுதியிலுள்ள பிற தீவிரவாத இயக்கங்களோடும் விடுதலைப் புலிகள் போன்ற தொலைதூர இயக்கங்களோடும் அவர்களுக்குத் தொடர்பிருந்தது. அதன் விளைவாக இராணுவ நடவடிக்கைகளும் பெரிய அளவில் மேற்கொள்ளப்பட்டன. அவர்கள் இராணுவத்தை எப்போதும் சீண்டிக்கொண்டே இருந்தார்கள். இராணுவம் அவசரப்பட்டுத் தாக்குதல்கள் நடத்தி பொதுமக்கள் பாதிக்கப்பட வேண்டும் என்று அவர்கள் விரும்பினார்கள். அதிக அளவிலான இராணுவ நடவடிக்கை பொதுமக்களைப் பாதிக்கவே செய்யும். இடையறாது மோதிக்கொண்டிருக்கும் இரு இயக்கங்களுக்கிடையில் சிக்கிப் பொதுமக்கள் துன்புற்றனர். பொதுமக்கள் பாதிக்கப்படுவது நாளுக்கு நாள் அதிகரித்தது.

பரேஷ் பருவா, உல்பாவின் தலைவர். மேற்சொன்ன கடத்தல்களுக்குப் பிறகு அவர் வெளிப்படையான அச்சுறுத்தல் களை வெளியிட்டுத் தங்கள் கோரிக்கைகளை வலியுறுத்தினார். ஐ.பி.யிலிருந்த மற்றவர்கள் பருவாவை மிதவாதி என்று கருதினார்கள். அவர் பேச்சுவார்த்தையைத் தொடங்கினார்.

அது சில நாட்கள் தொடர்ந்தது. பின்னர் பேச்சுவார்த்தை ஹிரக் ஜோதி மஹந்தாவுடன் நடந்தது. பருவா ஏன் பேச்சுவார்த்தையிலிருந்து பின்வாங்கினார் என்று அனூப்பிற்குத் தெரியவில்லை. கிடைத்த அறிக்கைகளிலிருந்து அதை அறிய முடியவில்லை. ஹிரக் இரக்கமற்ற கொலைகாரன் என்றும் கருதப்பட்டது. விரைவில் தன் செயல்கள் பேசும் என்று ஹிரக் கூறியிருந்தார்.

வெள்ளிக்கிழமைக் கூட்டத்தில் இயக்குநர் என்ன கேள்வி கேட்பார் என்று சொல்ல முடியாது. அன்று இயக்குநர் அனூப்பின் பக்கம் திரும்பி, அஸ்ஸாம் என்றார். உடனே அனூப் பேசத் தொடங்கினார்.

"அஸ்ஸாமில் பிணைக்கைதி நாடகம் ஒரு மோசமான நிலையை நோக்கிப் போய்க்கொண்டிருக்கிறது. உல்பா பிணைக்கைதிகள் ஓரிருவரைக் கொன்றுவிடும் என்று நான் அஞ்சுகிறேன்."

இயக்குநர் அதிர்ச்சியடைந்தார். "என்ன?" அவரது வார்த்தைகள் அருகிருந்து சுடப்பட்ட துப்பாக்கிக் குண்டைப் போலப் பாய்ந்தது. "திரும்பச் சொல்லுங்கள்" என்றார்.

"சார். அஸ்ஸாமில் பிணைக்கைதிகள் பிரச்சினை தீவிரமாகிக் கொண்டிருக்கிறது. ஓரிருவர் கொல்லப்படலாம் என்று நினைக்கிறேன்."

இயக்குநர், பக்கத்தில் இருந்த கூடுதல் இயக்குநரிடம் கேட்டார். அவர் அனூப்பைப் பார்த்து உரத்த குரலில்,

"உங்களுக்கு இதையெல்லாம் யார் சொன்னது?" என்றார்.

இப்போது அனூப்பிற்குக் குழப்பமாகிவிட்டது. அவர் எதுவும் பேசவில்லை.

"நீங்கள் இதை, இந்தக் குப்பையை எங்கிருந்து எடுத்தீர்கள்? நீங்கள் என்ன உல்பாவிற்காகப் பிரச்சாரம் செய்கிறீர்களா? நீங்கள் வதந்திகளைப் பரப்புகிறீர்கள்."

இப்போது அனூப் சுதாரித்துக்கொண்டு பதிலளித்தார். "இல்லை சார். என்னுடைய ஆய்வு பரேஷ் பருவா ஒரு மிதவாதி, ஹிரக் இரக்கமற்ற கொலைகாரன் என்னும் அனுமானத்தின் அடிப்படையிலானது."

"இது உங்களுக்கு எப்படித் தெரியும்? நீங்கள் எங்கிருந்து இந்த வித்தியாசமான கருத்தைப் பெற்றீர்கள்?"

"நமக்கு வரும் அறிக்கைகளிலிருந்துதான் சார். ஹிரக் ஜோதி மஹந்தா தன்னுடைய பிம்பத்தைக் காப்பாற்றிக்கொள்வதற்காக ஏதாவது செய்வான் சார்."

இயக்குநர் சிரித்தார். பின்னர் அவரது நடவடிக்கை மாறியது. சிரித்தபடி ஈடுபாட்டோடு கேட்டார்.

“சரி சொல்லுங்கள். அவர்கள் யாரைக் கொல்வார்கள். உங்கள் ஆய்வு இதுபற்றி ஏதும் சொல்கிறதா?”

“இதற்கான பதில் என்னிடம் இல்லை சார். ஆனால் கொஞ்ச நாட்களுக்கு முன் ஒரு அறிக்கை வந்தது. அதில், தான் செய்யும் கொலைகளில்கூட மனிதாபிமானம் இருக்கும் என்று உல்பா அறிவித்திருந்தது.”

“புதிராகப் பேசாதீர்கள் அனூப். விளக்கமாகச் சொல்லுங்கள்.”

“சார். கடத்தப்பட்டவர்களில், ராஜு என்று ஒரு பொறியாளர் இருக்கிறார். அவர் ஜூலை 1 அன்று, நஸ்ரியாவில் உள்ள ஓ.என்.ஜி.சி. தலைமையகத்திலிருந்து கடத்தப்பட்டவர். பத்திரிகைச் செய்திகள் அவர் திருமணமாகாதவர் என்று சொல்கின்றன. கடத்தப்பட்ட மற்றவர்கள் திருமணமானவர்கள். அவர்களுக்கு குழந்தைகள் இருக்கின்றனர். அவர்கள் ராஜுவைக் கொல்வார்கள் என்று அஞ்சுகிறேன் சார்.”

இயக்குநர் மனம்விட்டு சிரித்தார். அவரோடு கூட்டம் முழுவதும் சேர்ந்துகொண்டு சிரித்தது.

“இதுபோன்ற வேடிக்கையான கருத்துக்களோடு இந்த அறைக்குள் வராதீர்கள் அனூப். இங்கு வந்து பேசுவதற்கு முன் உங்கள் மேலதிகாரிகளிடம் அறிவுரை பெறுங்கள். நான் இதுபோன்ற முட்டாள்தனமான கருத்துகளைக் கேட்க விரும்பவில்லை. முதலில் நீங்கள் நன்றாகப் புரிந்துகொண்டு பேசுங்கள். புரிகிறதா?”

அனூப் அமைதியாக இருந்தார். தவறாக அடியெடுத்து வைத்துவிட்டதாகத் தோன்றியது. மூத்த அதிகாரிகள் அடிக்கடி களத்திற்குப்போகிறார்கள். அவர்களுக்குக் கிடைக்கும் தகவல்கள் உறுதியானவை. அவரது ஆய்வு அத்தனை ஆழமானதல்ல.

கூட்டம் நடந்த நான்கு நாட்களுக்குப் பிறகு, ஜூலை 8 செவ்வாய்கிழமையன்று, அனூப்பின் மேசைக்கு ஒரு செய்தி வந்தது. உல்பா ஒரு பிணைக்கைதியைக் கொன்றுவிட்டது. கொல்லப்பட்டவர் ராஜு. அன்று அதிகாலை, ஓ.என்.ஜி.சி. யின் உதவி செயற் பொறியாளர் (30 வயது) டி.எஸ். ராஜுவின் சடலம், சிப்சாகர் மாவட்டத்திலுள்ள சிமல்குரியில் ரயில் தண்டவாளங்களில் கண்டறியப்பட்டது. அதேநாளில், அம்னெஸ்டி இன்டர்நேஷனலின் மாநில அமைப்பாளர் பிபுல் மஹந்தா – உல்பாவுக்கும், அரசு நுண்ணறிவுப் பிரிவிற்கும்

இடைத் தூதுவராக இருந்தவர் – பிணமாகக் கண்டெடுக்கப் பட்டார். அவரது உடலில் எட்டுக் குண்டுகள் பாய்ந்திருந்தன.

அடுத்த வெள்ளிக்கிழமையன்று மீண்டும் கூட்டம் நடந்தது. அனூப் குழப்பமடைந்திருந்தார். அரசு பதற்றத்தில் இருந்தது. என்ன நடக்கும் என்று தெரியவில்லை. கூட்ட அறைக்குள் நுழைந்தவுடன், சில மூத்த அதிகாரிகள் அவரை வரவேற்றனர், "பாராட்டுக்கள் அனூப், நீங்கள் சொன்னது நடந்துவிட்டது."

"அதில் மகிழ்ச்சியடைய ஒன்றும் இல்லை சார். அது ஒரு துக்கச் செய்தி. நான் சொன்னது நடக்காமல் போயிருந்தால் நான் ரொம்பவும் மகிழ்ச்சியடைந்திருப்பேன். நடந்துவிடுமோ என்பதே எனது மோசமான அச்சமாக இருந்தது."

அவர் தனது இருக்கையில் அமர்ந்தார். இயக்குநர் வந்து தன் இருக்கையில் அமர்ந்து "அஸ்ஸாம்" என்றார்.

அனூப் எழுந்து பேச முற்பட்டபோது, இயக்குநர் அவரைத் தடுத்து நிறுத்தினார். "நீங்கள் ஐ.பி.எஸ். அதிகாரியா?"

"ஆமாம் சார்."

"பிறகு நீங்கள் ஏன் ஒரு ஐ.பி.எஸ். அதிகாரியாக நடந்து கொள்ளக் கற்றுக்கொள்ளக் கூடாது?"

"சார். நான் செய்வதில் ஏதேனும் தவறு இருக்கிறதா?"

"போன வாரம்போல உங்களுக்கு வினோதமான கருத்துகள் தோன்றினால், தொலைபேசியில் தெரிவித்துவிட்டு என்னிடம் நேரடியாக வாராமல் எது உங்களைத் தடுக்கிறது?"

அனூப் எதுவும் பேசவில்லை.

"நீங்கள் துணை இயக்குநர்கள், இணை இயக்குநர்கள் வழியாக வருவதில் எனக்கு விருப்பமில்லை. இதுபோன்ற கருத்துகள் தோன்றினால், தொலைபேசியை எடுத்து என்னுடன் நேரடியாகப் பேசுங்கள். புரிகிறதா?"

அனூப் எதுவும் பேசவில்லை.

"அனூப். இப்போதுமுதல், நீங்கள் எனக்கு ஒரு சிறு கருத்து அறிக்கை அனுப்ப வேண்டும். வாரந்தோறும் அல்லது இரு வாரங்களுக்கு ஒருமுறை. கையால் எழுதுங்கள் அல்லது தட்டச்சு செய்யுங்கள்; அதுபற்றிக் கவலையில்லை. ஆனால் எனக்கு நேரடியாக அனுப்புங்கள்."

இந்தக் கொலைகளுக்குப் பின் முதலமைச்சர் சைக்கியா ராணுவத்தை அழைத்திருந்தார். இப்போது அதற்கு ஆபரேஷன்

ரினோ (RHINO) என்று பெயரிடப்பட்டிருந்தது. நான்கு ராணுவப் பிரிவுகளிலிருந்து 270 துணை ராணுவக் கம்பெனிகள் அஸ்ஸாமில் வெள்ளமெனப் பாய்ந்தனர். சைலன் தத்தா கொன்வார், சித்தார்த்த புகான், 'வெளியுறவு அமைச்சர்' பார்த்தா பிரதிம் போரா, நூன் அலி, துருவா தாலுக்தார் ஆகிய உல்பா தலைவர்கள் சுற்றி வளைத்துக் கைதுசெய்யப்பட்டனர். சைக்கியா, சிறையிலிருக்கும் உல்பா தலைவர்களோடு பேச்சு வார்த்தையைத் தொடங்கினார்.

இந்தச் சம்பவங்கள் நடந்து சில நாட்களுக்குப் பிறகு ஒருநாள், ஐ.பி. இயக்குநரிடமிருந்து அனூப்பிற்கு ஒரு குறிப்பு வந்தது. லால் பஹதூர் சாஸ்திரி தேசிய நிர்வாக உயர் பயிற்சியகத்தில் நடைபெறும் கருத்தரங்கில், அனூப் பயங்கரவாதம், தீவிரவாதம், கிளர்ச்சிபற்றி உரை நிகழ்த்த வேண்டும் என்று. பார்வையாளர்கள், அடிப்படைப் பயிற்சிக்கு வந்திருக்கும் புதிய சிவில் சர்வீஸ் அதிகாரிகள், மூன்று மேசை அதிகாரிகள், கின்யாராம் பஞ்சாப் குறித்தும், அசோக் பட்நாயக் காஷ்மீர் குறித்தும், அனூப் மேற்சொன்ன தலைப்புக்கள் குறித்தும் உரையாற்ற வேண்டும். மற்ற இரு மேசை அலுவலர்களும் ஐ.பி.எஸ். அதிகாரிகளாக அனூப்பைவிடப் பணியில் இளையோர் என்றாலும் அவர்கள் ஐ.பி.யில் அனூப்பைக் காட்டிலும் சில ஆண்டுகள் அதிக அனுபவம் பெற்றிருந்தார்கள்.

பஞ்சாப் பற்றியும் காஷ்மீர் குறித்தும் உரை நிகழ்த்த தனித் தனிக் குழுக்கள் இருந்தன. பஞ்சாப் குழுவில், டி.ஜி.பி. ஒ.பி. ஷர்மா இருந்தார். அவர் பின்னாளில் நாகாலாந்து கவர்னராக ஆனவர். இஸ்ஸார் ஆலம் என்னும் கண்டிப்பான போலீஸ் அதிகாரியும் இருந்தார். காஷ்மீர் குழுவில் பட்நாயக்குடன் காஷ்மீரிலிருந்து வந்த மூத்த அதிகாரி ஒருவர் இருந்தார். ஆனால் வடகிழக்கு மாநிலங்கள் பற்றிப் பேச அனூப் தவிர வேறு யாரும் இல்லை. அங்கிருந்து வரவிருந்த ஒரு அதிகாரி, சூழ்நிலைகள் காரணமாக வர இயலவில்லை. வடகிழக்கு மாநிலங்கள் குழுவிற்காக ஏழு வடகிழக்கு மாநிலங்கள் குறித்தும் அனூப் பேச வேண்டும் என்றாகியது. அனூப் அந்தப் பகுதிகளுக்குப் போனதில்லை. அவருக்குக் கள அனுபவம் இல்லை. எனவே இந்தப் பகுதிகள் பற்றித் தன்னம்பிக்கையோடும் திறம்படவும் பேச வேண்டும் என்பது பற்றி அனூப் பதற்றமாகவே இருந்தார்.

மறுநாள் அரங்கில் சுமார் 500 பார்வையாளர்கள் இருந்தனர். முதலில் ஒரு குழுவிற்கு ஒரு மணிநேரம் தரப்படும் என்றும்

பின்னர் 15 நிமிடங்கள் விவாதம் என்றும் சொன்னார்கள். முதலில் பஞ்சாப், அடுத்தது அனூப், மூன்றாவதாகக் காஷ்மீர் என்று ஏற்பாடு. பிற்பகல் 01.30 மணிக்கு உணவு இடைவேளை. பஞ்சாப் அப்போது செய்திகளில் மிகவும் பேசப்பட்டது. அனுபவமிக்க அதிகாரிகள் அது பற்றிப் பேச நிறையச் செய்திகள் இருந்தன. பயிற்சியாளர்கள் அவற்றை விரும்பிக் கேட்டனர். பஞ்சாப் உரைக்கு இரண்டு மணிநேரம் பிடித்தது. 11.30க்குத் தேநீர் இடைவேளை. மற்ற இரு குழுக்களும் தங்கள் நேரத்தைக் குறைத்துக்கொண்டு 01.30 உணவு இடைவேளைக்கு முன் முடித்துக்கொள்ள வேண்டும். அனூப் என்னென்ன உரைக் கருவிகள் வைத்திருக்கிறார் என்று பட்நாயக் கேட்டார். அனூப்பிடம் எதுவும் இல்லை. பவர் பாயிண்ட் இல்லை, ஸ்லைடுகள் இல்லை, ஸ்டோரி போர்டு என எதுவும் இல்லை. வெறும் உரைதான். அப்படியானால் நிகழ்ச்சிகளை இடம் மாற்றிக்கொள்ளலாமா என்று பட்நாயக் கேட்டார். அவருடையது காஷ்மீர் குறித்த ஸ்டோரி போர்டு பிரசன்டேஷன். அதைக் கூட்டிக் குறைக்கவோ, இடை நிறுத்தவோ முடியாது. அனூப் ஒப்புக்கொண்டார். தமக்கு என்ன பேசுவது என்று யோசிக்க இன்னும் நேரம் கிடைக்கும் என்று நினைத்தார். அவர்கள் ‘தி மேன் கால்டு ஜியா’ என்று ஒரு திரைப்படம் கொண்டு வந்திருந்தார்கள். அதிலிருந்து காட்சிகளைக் காட்டினார்கள். அவர்களை அறியாமலேயே நேரம் கடந்து மணி பிற்பகல் 01.15 ஆகிவிட்டது. இயக்குநர், ஒரு துண்டுச் சீட்டில் இன்னும் ஒரு விளக்க நிகழ்ச்சி இருக்கிறது என்று நினைவூட்ட வேண்டியிருந்தது. ஒரு வழியாக அவர்கள் முடித்தபோது, அனூப் தன் கைக்கடிக்காரத்தைப் பார்த்தார். மணி 01.30 ஆக ஏழு நிமிடங்களே இருந்தன. அது அவரது படபடப்பை அதிகமாக்கியது. இயக்குநர் வடகிழக்குப் பற்றிப் பேச நேர மில்லை என்று கருதினார். உணவு இடைவேளைக்குப் பிறகு அதை வைத்துக்கொள்ளலாமா என்று ஆலோசித்தார். பிற்பகலில் வேறு நிகழ்ச்சிகள் இருந்தன என்றார்கள். நாளைக்குத் தள்ளிவைக்கலாமா என்று கேட்டார். பயிற்சியாளர்களுக்குத் தொடர்ச்சியாக நிகழ்ச்சி நிரல் வகுக்கப்பட்டிருந்தது. அதுவும் சாத்தியமில்லை என்றார்கள். பின் தொகுப்பாளர் அறிவித்தார்:

“உதவி இயக்குநர் அனூப் ஜெய்ஸ்வால் அவர்களை வடகிழக்கு மாநிலங்களின் பிரச்சினைகள் பற்றி ஐந்து நிமிடங்களில் தொகுத்துரைக்குமாறு கேட்டுக்கொள்ளுகிறோம். உணவு இடைவேளைக்கு முன் நமக்கு அவ்வளவு நேரம் மட்டுமே இருக்கிறது.”

அனூப் தூக்கத்தில் நடப்பவரைப் போல மேடையை நோக்கி நடந்தார். எல்லோரும் தங்கள் கோப்புக்களைச் சேகரிக்கும் ஓசை, பெண்கள் தங்கள் மேலாடையைச் சரிசெய்துகொள்ளும் ஓசை, கழற்றி விட்ட காலணிகளை மாட்டிக்கொள்ளும் ஓசை ஆகியவை அவருக்குக் கேட்டன. ஐந்து நிமிடங்களில் அவர் என்ன சொல்லப்போகிறார்? பார்வையாளர்கள்மீது அவர் பார்வை பதிந்தது. அவர்கள் பலரும் தங்களுக்குள் தணிந்த குரலில் பேசத் தலைப்பட்டனர். எல்லோர் முகங்களிலும் களைப்பு, ஆர்வமின்மை. வடகிழக்கு பற்றி அவர் மனதில் சேகரித்ததெல்லாம் இப்போது தேவையற்றவையாகிவிட்டன.

"நானும் ஒரு பயிற்சியாளனாக இங்கே நின்ற நாட்களை எண்ணிப் பார்க்கிறேன். நீண்ட உரைகளை உட்கார்ந்து கேட்கும் துன்பம், அதை நானும் அனுபவித்திருக்கிறேன். நெருக்கடியான நிகழ்ச்சி நிரல் காரணமாக, வடகிழக்கு மாநிலங்களின் பிரச்சினைகளை ஐந்து நிமிடங்களில் தொகுத்துரைக்குமாறு என்னைப் பணித்திருக்கிறார்கள். நான் உங்கள் துன்பத்தை இன்னமும் குறைக்கலாம் என்று கருதுகிறேன். நான் வடகிழக்கு மாநிலங்களின் பிரச்சினைகளை ஒரே வாக்கியத்தில் சொல்லி என் உரையை முடித்துக்கொள்வேன்."

அவர் இப்படிச் சொல்லி முடித்ததும் அரங்கில் முழு அமைதி நிலவியது. அந்த அமைதி இன்னும் ஆழமாகட்டும் என்று சிறிது நிறுத்தினார். பின்னர் மெதுவாக ஆனால் அழுத்தமாக அறிவித்தார்:

"வடகிழக்கு மக்களின் முக்கியப் பிரச்சினை, தங்களுக்காகச் செலவிட நமக்கு நேரமில்லை என அவர்கள் நம்புகிறார்கள். இந்திய அரசாங்கம், தில்லியில் உள்ளவர்கள், மெயின் லேண்ட் என்று அழைக்கப்படும் பகுதிகள் யாருக்குமே வடகிழக்குப் பற்றிக் கவலைப்பட நேரமில்லை. பஞ்சாப் பற்றி நாம் இரண்டு மணிநேரம் மகிழ்ச்சியாகக் கேட்டோம். காஷ்மீர் என்று வந்தால் இன்னும் ஒரு ஒன்றரை மணிநேரம் நம்மை அறியாமலே கடந்துவிட்டது. வடகிழக்குப் பற்றி ஐந்து நிமிடங்களில் தொகுத்துரையுங்கள் என்று சொல்லும் துணிச்சல் நமக்கு இருக்கிறது என்றால், அதுவே நமக்கு நிறைய விஷயங்களைச் சொல்கிறது என்று உங்களுக்குத் தோன்றவில்லையா? நாற்பது ஆண்டுகளாக அந்தப் பகுதி ஊடுருவல்களால் உருக்குலைந்திருக் கிறது. நாம் அதை ஐந்து நிமிடங்களில் முடித்துக்கொள்ள வேண்டும். இதுதான் உண்மையான பிரச்சினை. இதைக் காட்டிலும் கூடுதலுமில்லை, குறைவுமில்லை. நான் இத்துடன் முடித்துக்கொள்கிறேன். வடகிழக்கின் நேரம் முடிந்துவிட்டது

என்று தோன்றுகிறது. நாம் அதைக்காட்டிலும் முக்கியமான நிகழ்ச்சிக்குச் செல்வோம். மதிய உணவு."

இதைச் சொல்லி நிறுத்தியதும் கைத்தட்டல் அரங்கைப் பிளந்தது. எல்லோரும் தொடர்ந்து பேசுங்கள் என்றார்கள். அனூப் தொடர்ந்து பேசினார். அஸ்ஸாம், நாகாலாந்து, மிசோரம், மணிப்பூர் என்று தொடர்ந்து பேசினார். ஒவ்வொரு முறை அவர் நிறைவுசெய்யமுயன்றபோதும், யாரேனும் ஒரு கேள்வியை எழுப்ப, அதற்குப் பதில் தந்து பேசினார். இறுதியாக அவர் நிறைவுசெய்தபோது மணி 02.45. இயக்குநர் எழுந்து வந்து அனூப்பைக் கட்டித் தழுவி, தொடர்ந்து ஒலித்துக் கொண்டிருந்த கரவோசைக்கிடையே, அவர் காதுகளில் உரக்கச் சொன்னார்: "பாராட்டுகள். நீங்கள் இந்தப் பசித்த கூட்டத்தையே கட்டிப்போட்டுவிட்டீர்கள்."

அனூப் தனது அக்பர் ரோடு அலுவலகத்தை அடைந்த போது, அவரது மேசையில், உறையிலிடப்பட்ட ஒரு துண்டுச் சீட்டு தனக்காகக் காத்திருப்பதைப் பார்த்தார். அது இயக்குநர் எம்.கே. நாராயணனிடமிருந்து வந்திருந்தது. கையால் எழுதப் பட்ட அந்தக் குறிப்பு படிக்கச் சிரமமாயிருந்தது.

"முசோரி அகாதமியின் இயக்குநர், என்னைத் தொலைபேசியில் அழைத்து, கருத்தரங்கில் உங்கள் அற்புத உரை பற்றிச் சொன்னார். ஐ.பி.யின் கொடியை உயரப் பறக்கவிட்டதற்காக நான் உங்களைக் குறித்துப் பெருமைப் படுகிறேன். என் சிறந்த வாழ்த்துகள் உங்களுடன்."

இது அக்டோபர் மாதம். டிசம்பர் மத்தியில், இணை இயக்குநர் அழைத்து, அனூப் அஸ்ஸாமில் குவஹாத்தியில் பணியமர்த்தப்படக்கூடும் என்று தெரிவித்தார். குறுகிய கால அவகாசத்தில் அவர் புறப்பட வேண்டியிருக்கும் என்றும் அவர் தெரிவித்தார். அனூப் தயாராகவே இருந்தார். ஆனால் அது கல்வியாண்டின் இடைப்பகுதி. மனைவியையும் பிள்ளைகளையும் அழைத்துப் போக முடியாது. அவருக்குக் கிடைக்கும் சம்பளம், சலுகைகளுக்குள் இரண்டு இடங்களில் குடும்பம் இருப்பது சிரமமாக இருக்கும். அவர் கூடுதல் இயக்குநரைச் சந்தித்துவிட்டுப் பிறகு இயக்குநரையும் சந்தித்தார்.

அனூப், எம்.கே. நாராயணனிடம் சொன்னார்: "நான் போகத் தயாராக இருக்கிறேன் சார். ஆனால் எனக்கு ஒரு சிரமம். மார்ச், ஏப்ரலில் போடுங்கள். பிரச்சினை இல்லை. இது பள்ளி ஆண்டு நடுப்பகுதி. அதுதான் சிரமம் சார்."

"அது ஒன்றும் பிரச்சினை இல்லை அனூப். நீங்கள் இப்போது போங்கள். அது பயணமாகக் கருதப்படும்.

உங்களுக்குப் பயணப்படி, தினப்படி மற்றவை கிடைக்கும். உங்கள் பிள்ளைகளின் பள்ளியாண்டு முடிந்ததும் சொல்லுங்கள், அப்போது மாற்றல் ஆணை தருகிறோம்."

"அஸ்ஸாமில் இருக்கும் நிலைமையைக் கருதிப் பார்த்தால், குடும்பத்தைத் தில்லியில் விட்டுப்போவதே நல்லது" என்று அலுவலக நண்பர்கள் சொன்னார்கள். வடகிழக்கில் இருந்தாலும் தில்லியில் அரசுக் குடியிருப்பைத் தக்கவைத்துக்கொள்ள அரசு விதிகள் அனுமதிக்கின்றன.

அனூப் வீடு திரும்பியதும் நீலத்திடம் கேட்டார்: "நீ தில்லியில் இருக்க விரும்பறயா?"

"ஏன் கேட்கிறீர்கள்?"

"பாதுகாப்புக் காரணங்களுக்காக. உன்னையும் குழந்தை களையும் ஏன் ஆபத்தில சிக்க வைக்கணும்?"

"அனூப். அந்த இடம் உங்களுக்கு ஆபத்தானதுன்னா அதுக்காகவே குடும்பம் உங்களோட இருக்க வேண்டியது அவசியம். நாங்க உங்கள அப்படி விட்டுட முடியாது."

"ஆனா பள்ளிக்கூடங்கள்? அங்க நல்ல பள்ளிக்கூடங்கள் இல்லன்னா? அங்கிருக்கும் பள்ளிக்கூடங்கள் கலவரங்களால் பாதிக்கப்பட்டிருந்தால்?"

"நல்ல பள்ளிக்கூடங்க இல்லன்னா சாதாரண பள்ளிக் கூடங்கள்ல சேப்போம். அது ஒன்னும் பெரிசில்ல. பிள்ளை களுக்கு நா சொல்லிக்கொடுக்கிறேன். அவங்க இதுவரை எத்தன பள்ளிக்கூடம் மாறியிருக்காங்க. மனு 7ஆம் வகுப்பு படிக்கிறான். இதுவரை 7 அல்லது 8 பள்ளிக்கூடங்க மாறிட்டான்."

நீலம் அனூப்பைப் பேச விடவில்லை.

அவர்களது பியட் காரை கோரக்பூருக்கு அனுப்பி வைத்தார்கள். தில்லியில் அனூப்புக்கு டிரைவராக இருந்த கான்ஸ்டபிள் ரவி சீனிவாசன் அதை ஓட்டிச் சென்று அனூப்பின் தந்தையிடம் ஒப்படைக்க முன்வந்தார். அங்கு அனூப்பின் சகோதரர் அதைப் பயன்படுத்துவார். ஒருமுறை முஹரம் பண்டிகையின்போது, அனூப்பின் கார் நிறுத்தியிருந்த தெருவில் தாஸியா ஊர்வலம் வந்தது. ஊர்வலத்தில் யானையும் இருந்தது. பால்கனியிலிருந்து ஊர்வலத்தை வேடிக்கைப் பார்த்துக்கொண்டிருந்த யாரோ ஒருவர், தான் புகைத்துக் கொண்டிருந்த சிகரெட் துண்டை, நெருப்புடன் கீழே எறிய, அது ஆடிக்கொண்டிருந்த யானையின் காதில் போய் விழுந்தது. அதனால் கோபங்கொண்ட யானை இங்குமங்கும்

ஓடி எல்லாவற்றையும் தாக்கியது. சாலையில் வரிசையாக இருந்த கடைகளைத் தாக்கியது. நிறுத்தியிருந்த கார்களைத் தும்பிக்கையால் தூக்கிக் கவிழ்த்தது. செய்தி பரவி, கடைக்காரர்கள் ஷட்டர்களை இழுத்து மூடினார்கள். ஸ்கூட்டர்கள், மோட்டார் சைக்கிள்களை மிதித்து நொறுக்கியது. அனூப்பின் சாக்லேட் நிறப் பியட் முன் வந்து சற்றுத் தயங்கியது. அதை விட்டுவிட்டு, பக்கத்தில் இருந்த ட்ராக்டரைத் தூக்கிக் கவிழ்த்தது. அனூப்பின் சகோதரர், அனூப்பிற்கு போன் மூலம் அந்தச் செய்தியைச் சொன்னார். யானை ஏன் அவர்களது காரை விட்டுவிட்டது என்பதற்கு ஒரு காரணமும் சொன்னார். "அது ஒரு ஏழையின் கார் என்பது தெரிந்ததாலேயே யானை அதை விட்டுவிட்டது."

அனூப், தின்சுகியா மெயில் மூலம் அஸ்ஸாம் சென்றார். கோக்ரஜார் ரயில் நிலையம் வந்தபோது, அங்கு தனக்கு என்ன காத்திருக்கிறதோ என்று நினைத்தபோது அச்சமாக இருந்தது. அவரைச் சுற்றிலும் எல்லாம் இயல்பாகவே இருப்பதுபோல் தோன்றியது. மக்கள் வேலைசெய்துகொண்டிருந்தனர். ஊர்திகள் நகர்ந்துகொண்டிருந்தன. குவஹாத்தியில் சில போலீஸ் பூத்கள் இருந்தன. ஆனால் எங்கும் பதற்றம் இல்லை. ஓராண்டு அவர் சேகரித்த அறிக்கைகளில் இருந்ததுபோல இல்லை. ஒரு சாதாரண போலீஸ் கார் வந்து அவரை அழைத்துச் சென்றது. அலுவலகத்தில், எல்லாக் காவல்துறை அலுவலகங்களையும் போல ஒரே ஒரு போலீஸ் கார்டு இருந்தது. எல்லாமே இயல்பாக இருந்தன. ஆனால் அதனாலேயே அது உண்மையல்ல என்றும் தோன்றியது.

9

அஸ்ஸாம் அனுபவங்கள்

அனூப் ஜெய்ஸ்வால் குவஹாத்தி சென்றடைந்தபோது, ஆபரேஷன் பஜ்ரங் முழுவீச்சில் நடந்துகொண்டிருந்தது. சில மாதங்களுக்கு அவருக்கு ஒரு பாதுகாப்பான வீடு தரப்பட்டது. அவருக்கு அங்கேயே சாப்பாடும் தரப்பட்டது. அலுவலகத்திலிருந்து தூரமில்லை. பெல்டோலா பகுதியில், பிரதான சாலையில் நான்கு கிரவுண்ட் நிலத்திலிருந்த பெரிய, மஞ்சள் நிற வண்ணம் பூசப்பட்ட வாடகைக் கட்டடம் அது. ஐந்தாறு வாகனங்கள் நிறுத்த இடமிருந்தது. வாயிலில் இருந்த ஆயுதம் தரித்த கார்டுதான் அது அரசுக் கட்டடம் என்பதற்கான ஒரே அடையாளம். அனூப்பின் அலுவலகம் முதல் மாடியில் எளிய உபகரணங்களுடன் ஒரு மேசை, வருகையாளர்களுக்குச் சில நாற்காலிகள், பக்கத்தில் ஒரு கணிப்பொறி ஆகியவற்றுடன் இருந்தது. மேசைமீது ஒரு ஆஷ்ட்ரே இருந்தது. அனூப் எப்போதாவது புகைப்பதுண்டு. சன்னல் வழியே வெளியே பார்த்தால், சற்றுத் தொலைவில் வீடுகளும் கடைகளும் தெரிந்தன.

அனூப் காலையில் 09.00 மணிக்கு அலுவலகம் வருவார். இரவு வெகுநேரம்வரை அங்கேயே இருப்பார். தில்லியிலிருந்து வரும் போன் அழைப்புக்களுக்குப் பதில் தருவார். இங்கு நடப்பவைப் பற்றி அவர்களுக்கு அவ்வப்போது தகவல்கள் தந்துகொண்டே இருக்க வேண்டும்.

எப்போதாவது சில நேரங்களில் களப் பிரிவுகளுக்குப் போக வேண்டியிருக்கும். ஆனால் பெரிதும் தொலைபேசியோடுதான் அவரது வேலை. மத்தியப் படைகளின் கூட்டுக் குழு ஒன்று அமைக்கப்பட்டிருந்தது. இரு வாரங்களுக்கு ஒரு முறை அந்தக் குழுவின் கூட்டம் நடந்தது. அனூப்பும் அவரது இணை இயக்குநரும் சட்டம் ஒழுங்கு நிலைபற்றி அறிந்துகொள்ள அந்தக் கூட்டங்களுக்குப் போனார்கள். ஆபரேஷன் பஜ்ரங், சுதந்திர அஸ்ஸாம் கோரும் உல்பாவை முடக்கி அவர்களைப் பொது வாழ்க்கைக்குக் கொண்டு வருவதை நோக்கமாகக்கொண்டிருந்தது. உல்பா தலைவர்களை தில்லிக்குப் பேச்சுவார்த்தைக்கு அழைத்துச் செல்வதற்கான சூழலை உருவாக்க முயன்றுகொண்டிருந்த அதே நேரத்தில், கொல்லப்பட வேண்டிய உல்பா தலைவர்களின் பட்டியல் ஒன்றும் தயாரிக்கப்பட்டது.

ஹிரக் ஜோதி மஹந்தாவின் பெயர் அந்தப் பட்டியலில் முதலில் இருந்தது. அவர் பரேஷ் பருவாவின் களத் தளபதி. குவஹாத்தியைச் சுற்றியிருந்த பகுதிகள் அவர் கட்டுப்பாட்டில் இருந்தன. தொடர்ச்சியான இராணுவ நடவடிக்கைகள் உல்பா போராளிகளின் மத்தியில் கருத்து வேறுபாடுகளை உருவாக்கின. சிலர் சரணடையலாம் என்றார்கள், சிலர் அதை எதிர்த்தார்கள். ஹிரக் ஜோதி மஹந்தா அடிக்கடி தன் மறைவிடத்தை மாற்றிக்கொண்டிருந்தார். ராணுவ நுண்ணறிவுப் பிரிவின் கர்னல் ஒருவர், மஹந்தாவின் கூட்டாளி ஒருவரை மனம் மாற்றும்வரை மஹந்தா பிடிபடவில்லை. போலீஸும் ராணுவமும் அவர் மறைந்திருந்த வீட்டைச் சூழ்ந்து, அவரையும் அவரது பாதுகாவலர்கள் இருவரையும் பிடித்தார்கள். அவனை கீதாநகர் காவல் நிலையம் கொண்டுபோனார்கள். அவர் பணிய மறுத்தார். பின்னர் அவரை குவஹாத்திக்கு வெளியே சந்திரபூர் கூட்டிப்போனார்கள். அங்கு ஒரு வயல்வெளியில் நிறுத்தி, மங்கலான நிலவொளியில் தப்பியோடுமாறு சொன்னார்கள். அவர் போக மறுத்தார். அங்கு அவர் சுடப்பட்டார். அந்த 27 வயது இளைஞர் தன் நெஞ்சை நிமிர்த்தியபடி துப்பாக்கிக் குண்டுகளை ஏற்றார். சில தினங்களுக்குப் பிறகு நல்பாரியில் நடந்த அவரது இறுதி ஊர்வலத்தில் ஆயிரக்கணக்கானோர் கலந்துகொண்டனர். அவரது மரணத்திற்குப் பிறகு உல்பா தலைவர்கள், பிரதமர் நரசிம்ம ராவ் இடையே பேச்சு வார்த்தைக்கு வழி செய்வதற்காக ஆபரேஷன் பஜ்ரங் தற்காலிகமாக நிறுத்திவைக்கப்பட்டது. தீவிரவாதிகள் பலர் சரணடைந்தனர். அவர்களுக்குப் பாதுகாப்பு உத்தரவாதம் தரப்பட்டது. மறுவாழ்வுக்கான உதவிகளும் செய்யப்பட்டன. சரணடைந்த உல்பாவினர், சல்பா என்று அழைக்கப்பட்டனர்.

நீலமும் பிள்ளைகளும் குவஹாத்தி வந்தபோது, அவர்களுக்கான வீடு காலியாகவில்லை. அனூப்பின் இடத்தில் முன்னர் பணிபுரிந்த அதிகாரி மாற்றலில் சென்றுவிட்டபோதிலும் அவரது உதவியாளர் வீட்டைக் காலி செய்யவில்லை. அனூப்பும் அவரது குடும்பமும் விருந்தினர் விடுதியில் தங்கியிருந்தனர். ஓரிரு நாட்களுக்குப் பின் நீலம் சமையலறையைப் பார்வையிட்டார். அது இருந்த மோசமான நிலை அவருக்கு அதிர்ச்சியளித்தது. அதைச் சுத்தம்செய்ய ஏற்பாடுசெய்தார். பாத்திரங்களையும் சுத்தம்செய்து சமையல் செய்யத் தொடங்கினார். சில வாரங்கள் தொடர்ந்து அழுத்தம் தந்த பின் அந்த உதவியாளர், முந்தைய அதிகாரியின் பொருட்களை அகற்றினார். அதன் பின் அவர்கள் அங்கு குடிவந்தனர்.

தினியாலி பெல்டோலா பகுதியின் ஏதோ ஒரு மூலையில், ஒரு குன்றின்மீது இருந்தது அந்தக் குடியிருப்பு. இரு படுக்கையறைகள், ஒரு கூடம், ஒரு பெரிய பால்கனி ஆகியவை இருந்தன. பால்கனியில் ஒரு டேபிள் டென்னிஸ் மேசையைப் போடலாம் என்னுமளவுக்கு அது பெரிதாக இருந்தது. வீட்டின் உரிமையாளர் பி.கே.நாஸிர், பொதுப்பணித்துறைப் பொறியாளர். அவரது மனைவி இந்தியப் புவியியல் ஆய்வு நிறுவனத்தில் வேலை பார்த்தார். முதல் மாடியில் இரு குடும்பங்கள் இருந்தன. ஒன்று அனூப் குடும்பம், மற்றொன்று கோகோய் குடும்பத்தினர். அந்த வீட்டின் எதிரே வங்க தேச அகதிகள் தாங்கள் வாழும் நிலத்தைப் பாதுகாத்துக்கொண்டிருந்தனர். எல்லோருக்கும் தெரிந்திருந்தாலும் அவர்கள் தாங்கள் வங்க தேசத்தினர் என்பதை ஒருபோதும் ஒப்புக்கொள்வதில்லை. ஷாம்ஷூல், சாதுல், ஹசீனா. ஒரே குடும்பத்தில் பத்துப் பிள்ளைகள், ஐவர் மனுவைவிட வயதில் மூத்தவர்கள், ஐவர் இளையவர்கள். அவர்கள் மனுவின் நண்பர்களாகினர். அவர்கள் தினமும் கிரிக்கெட் விளையாடினர். கேந்திரிய வித்யாலயா பள்ளி எட்டு கிலோ மீட்டர் தொலைவில் குன்றுகளின்மீது, மேகாலயா அருகில் அமேரிகாக் என்னுமிடத்தில் இருந்தது. அது முக்கியமாக, சி.ஆர்.பி.எப். வீரர்களின் குடும்பத்தினருக்கானது.

தனது அப்பா எங்கே வேலை பார்க்கிறார் என்று யாருக்கும் சொல்லக் கூடாது என்று மனுவிடம் சொல்லியிருந்தார்கள். மனு வகுப்பில் முதல் மாணவன். தேர்வு முடிவுகள் வந்தபோது ஆசிரியை கேட்டார்: "உன் அப்பா எங்கே இருக்கிறார்?"

"எனக்குத் தெரியாது."

"அவர் என்ன வேலை செய்கிறார்?"

"தெரியாது."

"உனக்கு ஏதாவது தெரிந்திருக்கும். அவர் வணிகம் செய்கிறாரா?"

"அது பற்றியும் எனக்குத் தெரியாது."

"அவர் உன்னோடுதான் வசிக்கிறாரா?"

"ஆமாம். அவர் எங்களோடுதான் இருக்கிறார்."

தன் தந்தை ஒரே காரைத்தான் தினமும் பயன்படுத்துகிறார் என்றாலும், அதன் நம்பர் பிளேட் ஒவ்வொரு வாரமும் மாற்றப்படுகிறது என்பதை அவன் அவர்களிடம் சொல்லவில்லை.

மனு பள்ளியிலிருந்து திரும்பிவந்து தன் தாயிடம் இந்த உரையாடலைச் சொன்னான்.

மனுவின் பள்ளியில் இயற்பியல் ஆசிரியைப் பணியிடம் காலியாக இருந்தது. நீலத்திற்கு அந்த வேலை கிடைத்தால் நல்லது என்றார் அனூப். நீலம், இயற்பியலில் முதுகலைப் பட்டமும் கல்வியியலில் இளங்கலைப் பட்டமும் பெற்றவர். ஆனால் குவஹாத்தி வேலைவாய்ப்பகம் அவரது பெயரைப் பதிவு செய்ய மறுத்தது. அவர் கோரக்பூரில்தான் பதிவுசெய்ய வேண்டும் என்றார்கள். ஆவணங்கள் அங்கு அனுப்பப்பட்டன. மாதங்கள் கடந்தன. ஒரு அசைவும் இல்லை. பள்ளி முதல்வர், எப்போது நீலத்தின் பதிவு வேலைகள் முடியும் என்று கேட்டுக்கொண்டே இருந்தார். அனூப் உள்துறைச் செயலரைச் சந்தித்தார். நீலத்திற்கு அந்த வேலை கிடைப்பதில் தடையேதும் இல்லையென்று அவர் உறுதியளித்தார். அனூப் துறை நண்பர்களிடம் விசாரித்தபோது, 'வெளியார்' யாரையும் அஸ்ஸாமில் பதிவுசெய்யக் கூடாது என்று முதலமைச்சர் உத்தரவிட்டுள்ளதாகத் தெரிந்தது.

மின்னியும் மனுவும் அம்மா ஒரு ஆசிரியையாக வேலைக்குப் போவதை விரும்பவில்லை.

"நம்மிடம் பணமில்லாம சிரமப்படறீங்களா அம்மா?" என்று அவர்கள் கேட்டார்கள்.

"ஏன் கேக்கற?"

"எங்க பிறந்த நாளுக்கு எவ்வளவு செலவழிக்கிறீங்க. மிட்டாய் வாங்க. நாம பிறந்த நாள் கொண்டாட வேணாம் அம்மா. பணம் மிச்சம் பண்ணலாம் இல்லையா?"

"உங்களுக்கு ஏதாவது வேணுன்னா சொல்லுங்க."

"அதெல்லாம் இல்ல. நீங்க ஏன் வேலக்கிப் போவணும்? நீங்க வேலக்கி போறது எங்களுக்குப் பிடிக்கல. நீங்க வேலக்கிப்

போயிட்டு வந்து சமைக்கணும். அது ரொம்ப கஷ்டம். நாங்க ஸ்கூல்ல இருந்து வரும்போது நீங்க வீட்ல இருக்கணும். நாம பிறந்த நாள் கொண்டாட வேணாம், வேறு வழியிலயும் பணம் மிச்சம் பண்ணலாம். நீங்க வேலக்கி போக வேணாம் அம்மா."

"அது அப்படியில்ல கண்ணா..."

"உங்களுக்குத் தெரியுமா? எங்க டீச்சர்கள் எல்லாருக்கும் இன்னொரு பட்ட பெயர் இருக்கு. உங்கள பத்தி அப்படி யாராவது சொன்னா எங்களுக்குப் பிடிக்காது. அப்படி பணம் வேணுமின்னாலும், நீங்க வேற ஸ்கூலுக்கு வேலைக்கிப் போங்க. ஆனா நீங்க வீட்லயே இருங்கம்மா."

❍

1992 நவம்பர் மாதத்தில் ஒரு நாள் அனூப் குடும்பத்தினர், பரபரப்பான பான் பஜார் பகுதியில் ஒரு பாட்டா ஸ்டோரில் பிள்ளைகளுக்குச் செருப்புக்கள் வாங்கப்போனார்கள். வாங்கி முடித்துப் பணமும் கொடுத்த பின் கடைக்காரர் பில் கொடுக்கவிருந்தார். அப்போது பெருத்த ஓசையுடன் ஒரு வெடிச் சத்தம் கடையை உலுக்கியது. அவர்கள் வெளியே ஓடினார்கள். கடைக்காரர் அவர்கள் பின்னாலேயே "அம்மா, இந்தாங்க பில், பில்" என்று கத்திக்கொண்டே ஓடி வந்தார்.

அனூப்தான் முதலில் வந்தார். தனக்கு முன்னால் சாலைச் சந்திப்பில் புகை மண்டலம். மக்கள் அலறியடித்துக்கொண்டு இங்கும் அங்கும் ஓடிக்கொண்டிருந்தார்கள். பலர் ரத்தம் சொட்டச் சொட்டக் கீழே விழுந்து கிடந்தார்கள். சிலர் கூச்சலிட்டனர். சிலர் நகரவே இல்லை. அனூப் கடைக்கு வெளியே நின்றுகொண்டிருந்தார். டிரைவரை அழைத்து நீலத்தையும் பிள்ளைகளையும் வீட்டில் விட்டுவிட்டுத் திரும்பி வருமாறு சொன்னார். பிறகு அந்தப் பகுதியிலிருந்த அரசு அலுவலகத்தை நோக்கி ஓடினார். வழியிலேயே எம்.ஜி. சாலையில் ஒரு பொதுத் தொலைபேசியைப் பார்த்தார். அங்கிருந்து தனது தலைமையிடத்தை அழைத்து குண்டு வெடிப்பு பற்றிச் சொன்னார்.

"யார் செய்தார்கள் என்று நினைக்கிறீர்கள். உல்பா?"

"இல்லை. போடோஸ் என்று நினைக்கிறேன்."

"ஏன் அப்படிக் கருதுகிறீர்கள்?"

"உல்பா தங்கள் இலக்குகளைச் சரியாகத் தேர்வு செய்வார்கள். அது ஒரு நடுத்தர வர்க்க இயக்கம். அவர்கள்

இதுபோல மக்களைக் கொல்ல மாட்டார்கள். ஆனால் போடோக்கள் அறிவற்றவர்கள். அவர்களுக்குத் தேவை தனி போடோ மாநிலம். பொதுமக்கள் இறப்புப் பற்றி அவர்களுக்குக் கவலையில்லை."

அரசு மருத்துவமனையில், இறந்தவர்களின் பிரேதங்கள் வரத் தொடங்கிவிட்டன. முதலில், ஐந்து, பிறகு பத்து, பின் பதினைந்து என்று வந்துகொண்டே இருந்தன. அருகிலிருந்த இன்னொரு மார்க்கெட்டிலும் குண்டுவெடிப்பு நிகழ்ந்திருக்கிறது. காயமுற்றோரும் இறந்தோர் உடல்களும் வந்துகொண்டே இருந்தன. ஏற்கெனவே 30 பேர் இறந்திருப்பார்கள்.

போடோக்கள் பற்றி ஒரு கதையை அனூப் கேட்டிருக்கிறார். அது கட்டுக்கதைதான் என்றாலும் போடோக்களைப் பற்றிய கருத்தை வெளிப்படுத்துகிறது. போடோக்கள், அரசுக்குச் சொந்தமான எல்லாவற்றையும் அழிக்க விரும்பினார்கள். அவர்கள் கிராமத்திற்கு வெளியே, முக்கியச் சாலையில், நதியைக் கடப்பதற்கான மரப்பாலம் ஒன்று இருந்தது. அவர்கள் பாலம் முழுவதிலும் மண்ணெண்ணெய் ஊற்றித் தீ வைத்தார்கள். வெற்றிக்களிப்பில் குதித்தார்கள், ஆடினார்கள், கூச்சலிட்டார்கள், அரசை வசை பாடினார்கள். பாலம் முழுவதும் எரிந்து ஆற்றில் விழுந்தது. அதன் பின்னர் அவர்கள் ஆற்றைக் கடந்து அந்தப் பக்கம் போகவோ, மற்றவர்கள் அந்தக் கிராமத்திற்கு வரவோ வழியில்லை.

ஒருமுறை அனூப் தன் குடும்பத்தினரை தைவாங் அழைத்துச் செல்ல விரும்பினார். ராணுவத்திடம் அனுமதி கேட்டார். அலுவலகத்தில் அவருக்கு ஒரு செய்தி வந்தது. "கபூர் ஐயா தங்களுடன் பேச விரும்புகிறார்."

"கபூர்?"

"தெரியவில்லை சார். யாரோ ராணுவத்தினர்போலத் தெரிகிறது."

அனூப் தொலைபேசியில் தொடர்புகொண்டார். அந்தக் குரல் சொன்னது: "நான் லெப்டினன்ட் ஜெனரல் கபூர். இந்தப் பகுதியின் கமாண்டர். நீங்கள் தவாங் போகுமுன் உங்களைச் சந்திக்க விரும்புகிறேன். சோனிட்பூரில் என்னோடு சாப்பிட வாருங்கள். என் அலுவலகம் உங்களைத் தொடர்புகொண்டு விவரங்கள் தரும்."

லெப்டினன்ட் ஜெனரலைச் சந்திக்க நிர்ணயிக்கப்பட்ட நாளன்று, அவரது அலுவலகம் மீண்டும் தொடர்புகொண்டது. "உங்கள் காரின் பதிவு எண் என்ன?"

"அது எனக்கே தெரியாது. என் டிரைவர் என்ன எண் பொருத்துகிறாரோ அதைப் பொறுத்தது. எனக்குத் தெரிந்தால் சொல்லுகிறேன். அது ஒரு வெள்ளை நிற அம்பாஸிடர், குறியிடப்படாதது."

அவர்கள் சோனிட்பூரை நெருங்கியபோது ராணுவச் சோதனை நடந்துகொண்டிருந்தது. அனூப் டிரைவரிடம் சொன்னார்: "ராணுவத்தினரோடு வாதம் செய்ய வேண்டாம்."

பிறகு ஒருவர் வந்து சல்யூட் செய்தார். "அனூப் ஜெய்ஸ்வால் சார்?"

"ஆமாம்."

"சார். நான் உங்கள் பைலட். என் காரைப் பின் தொடருங்கள்."

அவர்களை ஒரு பிரிகேடியர், ஜெனரல்கள் தங்கும் விடுதிக்கு வழிநடத்திச் சென்றார். தான் திரும்ப வந்து விருந்துக்கு அழைத்துச் செல்வதாகச் சொன்னார்.

"மெஸ் எங்கே இருக்கிறது என்று சொல்லுங்கள். நான் வந்துவிடுகிறேன். நீங்கள் வர வேண்டாம்."

"ஜெனரலின் உத்தரவு சார். நான் கூட்டிப்போகிறேன்."

பிரிகேடியர், அனூப்பை ஒரு பெரிய கூடத்தில் விட்டுவிட்டுப் போனார். சற்று நேரத்தில் அங்கு வந்த ஜெனரல், நேரடியாக விஷயத்திற்கு வந்தார். "எனக்கு அஸ்ஸாம் பற்றிக் கொஞ்சம் சொல்லுங்கள்."

"சார். ஆனால் உங்களுக்குச் சொல்ல எனக்கு உத்தர வில்லையே."

"இல்லை. அலுவல்ரீதியாக நீங்கள் எதுவும் சொல்ல வேண்டாம். உங்கள் சொந்தக் கருத்தைச் சொல்லுங்கள். நீங்கள் ஒரு முறை ராணுவத்தையே காப்பாற்றியிருக்கிறீர்கள்."

❍

பாபர் மசூதி இடிக்கப்பட்ட 1992 டிசம்பர் 6–க்கு அடுத்த நாள். நாகோனில் தொடங்கிய இனக் கலவரம் ஹோஜாய்க்கும் துப்ரி மாவட்டத்திற்கும் பரவியது. 100 பேருக்குமேல் கொல்லப் பட்டனர். அவர்களில் 10 சதவீதம் ராணுவமும் போலீஸும் சுட்டதால் கொல்லப்பட்டவர்கள். எண்ணற்ற கோயில்களும் மசூதிகளும் சிதைக்கப்பட்டன. முதலமைச்சர் ராணுவத்தைக் குறை கூறினார். ராணுவத்தை அழைத்திருந்தபோதிலும்,

அவர்கள் தாமதமாக வந்தார்கள் என்றார். தலைமையிடத்திலிருந்து அனூப்பிற்கு அழைப்பு வந்தது.

“என்ன நடந்தது என்று பாருங்கள் அனூப்” என்றார் எம்.கே. நாராயணன்.

அனூப் ராணுவத்தினரிடம் சொன்னார்: “நீங்கள் தவறு செய்துவிட்டதாக நினைத்தால் என்னிடம் பேச வேண்டாம். தவறு செய்யவில்லையென்று நினைத்தால் என்னிடம் பேசுங்கள்.”

தங்களுக்குள் ஆலோசித்த பின், ராணுவம் பேச ஒப்புக்கொண்டது. எல்லா நாட்குறிப்பேடுகளையும் கொண்டுவந்து தந்தார்கள். அவற்றில் எல்லாத் தகவல்களும் பதிவு செய்யப்பட்டிருந்தன. ராணுவம் பெற்ற ரேடியோ செய்திகள், நகர்வுகள் என ஒவ்வொரு சிறு அசைவும் பதிவு செய்யப்பட்டிருந்தது. சுமார் 45 நிமிடங்கள் எல்லாவற்றையும் ஆய்வுசெய்த பின் அனூப், தனது அறிக்கையைத் தொலைஅச்சு வழியாக தில்லிக்கு அனுப்பினார். அறிக்கையின் முடிவு பின்வருமாறு இருந்தது:

“முதலமைச்சர், உண்மைகளைச் சரிபார்க்காமல் செய்தியாளர் சந்திப்பில் பேசியுள்ளார்; அல்லது அவரது உதவியாளர்கள் அவருக்கு உண்மை விவரங்களைத் தரவில்லை.”

எம்.கே. நாராயணன் இந்த இரண்டு வரிகளை அப்படியே வெட்டியெடுத்து “இதுதான் எங்கள் முடிவு” என்று ராணுவத் தலைமைத் தளபதி ஜெனரல் எஸ். எஃப் ரோட்ரீகஸுக்கு அனுப்பினார்.

❍

பாதுகாப்பு ஏற்பாடுகளை ஆய்வு செய்யக்கூடிய கூட்டுக் குழுவில் தலைமைச் செயலாளரும் உள்துறைச் செயலாளரும் இருந்தனர். சி.ஆர்.பி.எஃப். போன்ற துணை ராணுவப் படைகள், இன்டெலிஜன்ஸ் பீரோ, ரா *(RAW)* ஆகியவற்றின் உள்ளூர்த் தலைவர்கள், அஸ்ஸாம் காவல் துறையின் பிரதிநிதிகள் ஆகியோர் கலந்துகொண்டனர். அனூப் அவரது இணை இயக்குநருக்குத் துணையாக கோப்புக்கள், ஆவணங்களுடன் சென்று தேவைப்படும்போதெல்லாம் அவருக்கு உதவினார். இன்டெலிஜன்ஸ் பீரோ அலுவலகத்திலிருந்து மூன்று கிலோமீட்டர் தொலைவில் திஸ்பூரில் இருந்த தலைமைச் செயலகக் கட்டடத்தில் கூட்டம் நடந்தது. தலைமைச் செயலாளர் தபன் தாஸ் குப்தா கூட்டங்களை நடத்தினார். அவர் இல்லையென்றால், கூடுதல் தலைமைச் செயலாளர் கே. ஸ்ரீதர் ராவ் நடத்தினார். அவர்களில் ஒருவர் நீண்ட மேசையின் ஒரு முனையிலும் மற்றொரு முனையில், லெப்டினன்ட்

ஜெனரல் அஜய் சிங்கும் இருந்தனர். (அஜய் சிங், ஆபரேஷன் பஜ்ரங்கை மேற்பார்வை செய்யும் நான்காவது படையின் தலைவர்.) சில நேரங்களில் ஸ்ரீதர் ராவ், இணை இயக்குநருக்குப் பின்னால் அடுத்த வரிசையில் அமர்ந்திருக்கும் அனூப்பை அழைத்து, அவரது கருத்து என்னவென்று கேட்பார். அனூப் தனது எல்லையை மீறிவிடக் கூடாது என்பதில் எச்சரிக்கையாக இருந்தார்; குறிப்பாக அவரது கருத்து, அவரது அமைப்பின் கருத்துக்கு மாறாக இருக்கும்போது.

ஒருநாள் அனூப் தன் அலுவலகத்தில் இருந்தபோது, அவரது உதவியாளர், "சார். மிஸ்டர் ராவ் உங்களுடன் பேச வேண்டும் என்கிறார்" என்றார்.

அனூப் தொலைபேசியை எடுத்து, "வணக்கம் சார். பேசுவது யார் என்று நான் தெரிந்துகொள்ளலாமா?" என்றார்.

"நான் கூடுதல் தலைமைச் செயலாளர் கே.எஸ். ராவ், உங்களுடன் பேச வேண்டும்."

"எஸ் சார்."

"என்ன செய்துகொண்டிருக்கிறீர்கள்?"

"என்னுடைய வழக்கமான வேலைகள்தான் சார். வேறொன்றுமில்லை."

"என்னுடன் தேநீர் அருந்த வர முடியுமா?"

"வருகிறேன் சார். எப்போது?"

"இப்போது."

"எங்கே சார்?"

"என்னுடைய அலுவலகத்திற்கு வாருங்கள்."

"ஓ.கே. சார்."

இந்த உரையாடல் பற்றி அனூப் தன் இணை இயக்குநருக்குத் தெரிவித்தார்.

"அவர் ஏன் உங்களை அழைக்கிறார்?"

"எனக்கும் தெரியவில்லை சார்."

எப்போதும் மூத்த அதிகாரிகளோடு இணைந்திருக்க வேண்டும் என்பது மரபு. கூடுதல் தலைமைச் செயலாளர் ஏதேனும் தகவல் கேட்டால், அதைத் தர அனூப் தன் மேலதிகாரியின் அனுமதியைப் பெற வேண்டும். அஸ்ஸாமில் பணியமர்த்தப் பட்டுள்ள மிக மூத்த அதிகாரியொருவரைத் தாண்டி, அவரது

துணை அதிகாரியைக் கூடுதல் தலைமைச் செயலாளர் அழைப்பது வினோதம்தான்.

"எதுவாக இருந்தாலும், பிறகு சொல்லுங்கள்" என்றார் இணை இயக்குநர்.

"எஸ் சார்" என்றார் அனூப்.

கூடுதல் தலைமைச் செயலாளரின் அலுவலகத்தில் தேநீரும் பிஸ்கட்களும் தயாராக இருந்தன. ராவ், அனூப்பைப் பற்றிக் கேட்டார். அவரது சூழல், குடும்பம், பிள்ளைகள் பற்றிக் கேட்டார். எல்லாக் கேள்விகளையும் ராவ் மட்டுமே கேட்டார். தேநீர் அருந்தி முடிந்ததும், ராவ் எழுந்து நின்று, "நீங்கள் வந்ததற்கு மிக்க நன்றி. உங்களோடு பேசியதில் மகிழ்ச்சி" என்றார்.

அனூப் அலுவலகம் திரும்பியபோது, இணை இயக்குநர் அவருக்காகக் காத்திருந்தார். "என்ன நடந்தது?"

"ஒன்றுமில்லை சார். தேநீர் அருந்தினோம் அவ்வளவுதான்."

"இதற்காகவா அவர் உங்களைக் கூப்பிட்டார்?"

"எனக்கும் தெரியவில்லை சார்."

மூன்று நான்கு நாட்கள் கழிந்தபின், ஒரு நாள் பிற்பகலில் ராவ் மீண்டும் அனூப்பைத் தொலைபேசியில் அழைத்தார்.

"அனூப், இன்று இரவு என்னுடன் டின்னர் அருந்த வர முடியுமா?"

"ஓ.கே. சார்."

"நீங்கள் மட்டுமே. இது ஒரு தனிப்பட்ட விருந்து."

"ஓ.கே. சார். எத்தனை மணிக்கு வரட்டும்?"

இம்முறை அனூப் தனது இணை இயக்குநருக்கு இது பற்றித் தெரிவிக்கவில்லை. வெளியே சாப்பிடப் போவதாகவும், திரும்ப நேரமாகும் என்றும் வீட்டில் சொல்லிவிட்டு, காரைத் தானே எடுத்துக்கொண்டு, ராவின் வீட்டிற்குப்போனார். மாநில அரசு அதிகாரிகள் வசிக்கும் ஒரு பெரிய கட்டடத்தில், முதல் மாடியில் அவரது வீடு. உள்ளே சென்றார். மங்கிய விளக்கொளியில் கூடத்தில் நின்றார். சற்று நேரத்தில் ராவ் வந்தார். வேட்டி சட்டை அணிந்திருந்தார்.

"கேட்க மறந்துவிட்டேன். நீங்கள் சைவமா? அசைவமா?"

"நான் மாமிசம் சாப்பிடுவேன் சார்."

பணியாளரை அழைத்தார். அனூப்பை உள்ளே அனுப்பிய அதே நபர். பாக்கெட்டிலிருந்து கொஞ்சம் பணத்தை எடுத்து அவரிடம் கொடுத்து, கோழிக்கறி வாங்கிச் சமைக்குமாறு கூறினார்.

"எவ்வளவு காரம் போடலாம்?"

"உங்கள் விருப்பம்போல சார். எனக்கு எல்லாம் ஓ.கே.தான்."

"உங்களுக்குக் கொஞ்சம் மது தரட்டுமா?"

"ஹாட் ட்ரிங்க்ஸில் எனக்கு விருப்பம் இல்லை சார்."

"என்னிடம் விஸ்கி மட்டுமே இருக்கிறது. ஒரு ஸ்மால் தருகிறேன்."

"ஓ.கே. சார். ஒரு ஸ்மால்."

பணியாளர், இரண்டு தம்ளர்கள், ஒரு பக்கெட்டில் ஐஸ், சோடா ஆகியவற்றை வைத்தார். ஒரு தம்ளரில் கொஞ்சம் விஸ்கி இருந்தது. மற்றொரு தம்ளரில் கொஞ்சம் விஸ்கியை ஊற்றிவிட்டுப் பணியாளர் விலகினார்.

விஸ்கி தம்ளரைச் சுழற்றியவாறே அனூப் கேட்டார், "நீங்கள் எதைப் பற்றிப் பேச வேண்டும் என்றீர்கள்?"

"ஒன்றுமில்லை. நான் உங்களிடம் பேசுவதற்கு என்னைத் தைரியப்படுத்திக்கொள்கிறேன்." தன் தம்ளரில் இருந்த விஸ்கியை மடக்மடக் என்று விழுங்கிவிட்டு, மேலும் ஊற்றிக்கொண்டார். இப்போது கொஞ்சம் அதிகமாக. அனூப் அந்தப் பெரிய அறையைச் சுற்றிப் பார்த்தார். அவர்கள் இருவரைத் தவிர யாரும் இருப்பதாகத் தெரியவில்லை. அனூப்பின் பார்வை மேசை மீதிருந்த சிதாரின் மீது பதிந்தது.

"என் மனைவியுடையது." ராவ் விளக்கமளிப்பதுபோலச் சொன்னார். "அவள் எங்கள் வீட்டை ஏற்பாடு செய்ய பெங்களூர் போயிருக்கிறாள்."

கொஞ்ச நேர அமைதிக்குப் பின் "நான் உங்களை அனூப் என்று அழைக்கலாமா?" என்றார் ராவ்.

"தாராளமாக சார்."

"அனூப் நான் உங்களை நம்பலாமா?"

"நான் நம்பத் தகாதவன் என்றாலும், நான் அதைச் சொல்ல மாட்டேன் அல்லவா? அதை நீங்கள்தான் முடிவு செய்ய வேண்டும். நான் என்ன சொல்ல?"

குற்றமும் அநீதியும்

"இல்லை. இங்கு நடந்துகொண்டிருப்பது இந்திய அரசுக்குத் தெரிய வேண்டும் என்று நான் விரும்புகிறேன். நான் ஏராளமான தகவல்களைத் தர முடியும், ஆனால் என் பெயர் எங்கும் வரக் கூடாது. யாருக்கும் தெரியக் கூடாது."

"சொல்லுங்கள் சார்."

"லெட்டர் ஆப் கிரெடிட் பிரச்சினை பற்றிய ஒரு நபர் விசாரணை கமிஷனின் தலைவர் நான். உங்களுக்குத் தெரியுமா?"

"கேள்விப்பட்டிருக்கிறேன் சார். ஆனால் அதிகம் தெரியாது."

"ஒரு நிமிஷம் பொறுங்கள். நான் உங்களுக்கு ஒன்றைக் காட்டுகிறேன்."

ராவ் வேறொரு அறைக்குச் சென்று, சில கோப்புகளைக் கொண்டுவந்தார்.

லெட்டர் ஆப் கிரெடிட் பிரச்சினை பற்றிய விசாரணையில் தான் கண்டறிந்ததை விளக்கத் தொடங்கினார். ஏராளமான தகவல்கள் தந்தார்.

அனூப் இரண்டாவது ரவுண்ட் விஸ்கியை மறுத்துவிட்டு, உணவருந்திய பின் வீடு திரும்பினார். ராவ் சிக்கனைத் தொட வில்லை. சாதம், பருப்பு, காய்கறிகள் மட்டுமே சாப்பிட்டார். அனூப் புறப்பட்டபோது, ராவ் தான் எழுதியிருந்த அறிக்கை யின் நகலை அனூப்பிடம் தந்தார். அதை அப்போதுதான் முடித்திருந்தார். 1993 செப்டம்பரில் ஏதோ ஒரு நாள்.

"இது உங்களுக்கு அனூப். பத்திரமாக வைத்திருங்கள். எனக்கு ஏதாவது நேர்ந்தால்..."

"ஏன் அப்படிச் சொல்கிறீர்கள்?"

"இது ஒரு வன்முறை மாநிலம் என்று உங்களுக்குத் தெரியும். எது வேண்டுமானாலும் நடக்கலாம். எனது பாதுகாப்பு எச்சரிக்கைகள் குறித்துக் கொஞ்சம் கவனித்து வாருங்கள். செய்வீர்களா?"

"நான் எச்சரிக்கையாக இருக்கிறேன் சார். தொடர்ந்து அப்படியே இருப்பேன்."

"இந்த அறிக்கை இந்திய அரசுக்குப் போக வேண்டும். மூன்று மாதங்களுக்கு இதைத் தந்தது யார் என்று வெளியிடாதீர்கள்."

கே.எஸ். ராவுக்கு இருந்த ஆபத்து உண்மையானதுதான். அவர் ஒரு சிவிலியன். தன் பாதுகாப்புக்கு மாநில அரசையும், போலீஸையுமே நம்பி இருந்தார். அவர் முதலமைச்சரை

எதிர்த்தார். தன்னைப் பெரும் ஆபத்துக்கு உட்படுத்திக் கொண்டார். இந்த அறிக்கை அவரைச் சக அலுவலர்களிட மிருந்தும், அரசு அதிகாரிகளிடமிருந்தும் தனிமைப்படுத்திவிடும். அடுத்த சில நாட்கள், விசாரணைக் கமிஷன் கண்டுபிடித்த வற்றின் அடிப்படையில் அனூப் ஒரு அறிக்கையைத் தயாரித்தார். இணை இயக்குநர் கேட்டபோது, தான் தகவல் தந்தவரின் அடையாளத்தை வெளியிடுவதில்லையென்று உறுதி அளித்திருப்பதாகக் கூறினார். அனூப்பின் அறிக்கை தலைமையிடத்திற்கு, எம்.கே. நாராயணனுக்கு அனுப்பப் பட்டது. பின்னர் அனூப் அந்த அறிக்கையை நீலத்திடம் தந்து பத்திரமாக வைக்குமாறும், எங்கே வைக்கிறார் என்று தனக்குக்கூடச் சொல்ல வேண்டாம் என்றும் கூறினார்.

10

இரகசிய அறிக்கை

1993ஆம் ஆண்டு மார்ச் மாதத்தில் ஒருநாள். அமைச்சரவைக் கூட்டத்தில் கலந்துகொள்ளும்படி, அஸ்ஸாம்-மேகாலயா கேடர் ஐ.ஏ.எஸ். அதிகாரி, அஸ்ஸாம் அரசின் கூடுதல் தலைமைச் செயலர் கே. ஸ்ரீநிவாச ராவைத் தலைமைச் செயலர் ஹரேன் அழைத்தார். இது வழக்கத்திற்கு மாறானது. சாதாரணமாக ராவ், மாநில அமைச்சரவைக் கூட்டங்களில் கலந்துகொள்வதில்லை. இந்த அழைப்பு ஆச்சரியத்தையும் ஐயப்பாட்டையும் ஒருங்கே ஏற்படுத்தியது. ஏதோ ஒரு விஷயத்தில் மாட்டிவிடுவார்களோ என்ற சந்தேகத்தை ஏற்படுத்தியது. இன்னும் ஒரு மணிநேரத்தில் கூட்டம் தொடங்கவிருந்தது. கூட்டம் தொடங்கிய வுடன் இந்த அச்சங்கள் மறைந்துபோயின. மாநிலத்தின் பல்வேறு கருவூலங்களிலிருந்து பெருந்தொகைகள், கால்நடை வளர்ப்பு மற்றும் கால்நடை மருத்துவத் துறைகளால் முறைகேடாக எடுக்கப்பட்டிருந்தது. மாநிலக் கணக்காய்வாளர் தீவிர மறுப்புக்கள் எழுப்பியிருந்தார். மாநில பட்ஜெட்டில் ஒதுக்கப்பட்டிருந்த தொகையைக் காட்டிலும் மிக அதிகமாகத் தொகை எடுக்கப் பட்டிருந்தது. இந்த வரலாறு காணாத மோசடி குறித்து விசாரணை நடத்த அமைக்கப்படும் ஒரு நபர் ஆணையத்திற்கு ராவ் தலைமையேற்க வேண்டும் என அமைச்சரவை விரும்பியது.

அஸ்ஸாமில் கூடுதல் தலைமைச் செயலராகப் பொறுப்பேற்கு முன் ராவ், அஸ்ஸாமுக்கு வெளியே,

பாதுகாப்பு அமைச்சகத்திலும் மத்திய அமைச்சரவைச் செயலகத்திலும் பல ஆண்டுகள் பணியாற்றியவர். சிக்கிம் மாநிலத்தின் வளர்ச்சி ஆணையாளராகவும் இருந்திருக்கிறார். ஐ.ஏ.எஸ். பணி விதிகளின்படி, மாநில அரசுக்குத் தேவை யென்றால், அவர் மாநிலத்திலும் பணியாற்ற வேண்டும்.

கடைசியாக ராவ் 1979ஆம் ஆண்டு அஸ்ஸாமில், வட்டார ஆணையாளர், தலைமைத் தேர்தல் அதிகாரியாகப் பணியாற்றினார். அனைத்து அஸ்ஸாம் மாணவர் சங்கம் என்னும் மாணவர் அமைப்பு, தொடர்ச்சியான வன்முறைப் போராட்டங் களின் மூலம் அஸ்ஸாமில் கொந்தளிப்பை ஏற்படுத்தியிருந்தது. அவர்கள் தேர்தலை எதிர்த்தனர். அஸ்ஸாமில் சட்ட விரோதமாகக் குடியேறியவர்கள், குறிப்பாக வங்க தேசத்தினர், பெரும் எண்ணிக்கையில் சட்ட விரோதமாக வாக்காளர் பட்டியலில் சேர்க்கப்பட்டிருந்தனர். இந்த நிலை, தேர்தல் முடிவுகளை, தேர்ந்தெடுக்கப்படும் அமைப்புக்களைத் திசை மாற்றிவிடும் என்பதாக அவர்கள் பார்வை இருந்தது. 13 ஆண்டுகளுக்குப் பிறகு 1992இல் ராவ், கூடுதல் தலைமைச் செயலாளராகத் திரும்பிவந்தபோது நகர்ப்புற வளர்ச்சி, சுகாதாரத் துறைகளுக்குப் பொறுப்பாளராக இருந்தார். தலைமைச் செயலாளர் ஊரில் இல்லாதபோது பலமுறை, தலைமைச் செயலாளராகப் பணியாற்றினார்.

அமைச்சரவை விசாரணை அறிக்கையை மூன்று மாதங் களில் தர வேண்டும் என்றது. ஒரு நபர் ஆணையம் அமைக்கும் அரசாணை 1993ஆம் ஆண்டு ஏப்ரல் 1 அன்று வழங்கப்பட்டது. ஏப்ரல் 17 அன்று ராவ் ஒரு விரிவான குறிப்பைச் சமர்ப்பித்தார். இவ்விசாரணையில் அனைத்துக் கருவூலங்களுக்கும் நேரில் சென்று, ஏராளமான ஆவணங்களை, லட்சக்கணக்கான ரசீதுகளை ஆய்வு செய்ய வேண்டும், சம்பந்தப்பட்ட அலுவலர் களை விசாரிக்க வேண்டும். இந்தப் பணிகளில் ஒரு நபர் ஆணையத்திற்கு உதவி செய்ய, ஒரு சிறு அலுவலர் குழு தேவை என்று தெரிவித்தார். நிதித்துறைச் செயலாளரும் சில கணக்கு அலுவலர்களும் தேவை என்றார். அதை ஏற்று, அவருக்கு உதவி செய்ய ஏழு அலுவலர்கள் கொண்ட ஒரு குழு அமைக்கப்பட்டது.

1979 ஜூலையில் மாணவர் போராட்டம் வெடித்ததில் தொடங்கி, அனைத்து அஸ்ஸாம் மாணவர் சங்கத்தின் சட்ட விரோதக் குடியேறிகளுக்கு எதிரான இயக்கங்கள், மக்களின் இயல்பு வாழ்க்கையையும் அரசு நடைமுறைகளின் செயல் பாட்டையும் தொடர்ந்து பாதித்தன, மாநிலத்தில் அரசு நடைமுறைகள் வெகுவாக வீழ்ச்சியடைந்து புறக்கணிக்கப் பட்டன. அரசுக் கருவூலங்களிலிருந்து பணம் பெறும்

நடைமுறையிலிருந்த அத்தியாவசிய சரிபார்ப்புகள், அதாவது பட்ஜெட், நிதி ஒதுக்கீடு, உரிய அதிகாரியின் ஒப்பளிப்பு, செலவின் அவசியம் குறித்த சான்றளிப்பு, செலவுகளை நியாயப் படுத்துதல் எல்லாமே மீறப்பட்டன. மேலே சொன்ன அத்தியாவசிய நடைமுறைகள் மட்டுமின்றி, மாநிலத்தின் கடுமையான நிதி நெருக்கடியைக் கருத்தில் கொண்டு, செலவினத்தைக் கட்டுப்படுத்த ஒரு கூடுதல் சரிபார்ப்பு நடைமுறை, லெட்டர் ஆஃப் கிரெடிட் (எல்.ஓ.சி.) என்னும் நடைமுறை அறிமுகப்படுத்தப்பட்டது. லெட்டர் ஆஃப் கிரெடிட் இல்லாமல், கருவூலங்களிலிருந்து பணம் பெற முடியாது.

காலக் கிரமத்தில் பிற எல்லா சரிபார்ப்பு நடைமுறை களையும் புறந்தள்ளிவிட்டுக் கருவூலங்களிலிருந்து பணம் பெற, எல்.ஓ.சி. மட்டுமே போதும் என்ற நிலை உருவாகி, ஒப்பளிப்பு நடைமுறை, பட்ஜெட் நிதி ஒதுக்கீடு எல்லாமே கைவிடப்பட்டன. எல்.ஓ.சி. வழங்கும் அதிகாரமில்லாத அலுவலர்களும் போலி எல்.ஓ.சி.கள் வழங்கத் தலைப்பட்டனர். ஆவணங்களைத் திருடுதல், திருத்துதல், போலி எல்.ஓ.சி. வழங்குதல் ஆகியவை பெரும் அளவில் நடந்தன. இது பற்றி நிதித்துறைக்குத் தெரியவில்லை அல்லது அவர்கள் கண்டுகொள்ள வில்லை. மாநிலத்தின் பொருளாதார நலன்களை, முழு விழிப்புணர்வுடனும் அறிவாற்றலாலும் பாதுகாக்க வேண்டியது நிதித்துறையின் அடிப்படைக் கடமை என்றபோதும், அவர்கள் இரட்டித்தல் அல்லது பட்ஜெட் வரம்பைக் காட்டிலும் எல்.ஓ.சி. வழங்குதல் ஆகியவற்றைக் கட்டுப்படுத்தத் தவறி விட்டனர். 1985இல் தொடங்கி நிலைமை தொடர்ந்து மோசமானது. மென்மேலும் பெரும் தொகைகள் கருவூலங்களி லிருந்து மோசடியாகப் பெறப்பட்டன. எல்.ஓ.சி. முறையின் மேலாதிக்கத்தால், மற்ற எல்லா பட்ஜெட் மற்றும் செலவினக் கட்டுப்பாட்டு நடைமுறைகள் வீழ்த்தப்பட்டன.

ராவின் விசாரணை, 1987–1993ஆம் ஆண்டுகளின் கணக்குகளை ஆய்வு செய்வதை மையமாகக்கொண்டிருந்தது. அந்த ஆண்டுகளுக்கான ஆவணங்கள் அவருக்கு எளிதாகக் கிடைத்தன. அவர் காம்ரப், திஸ்பூர், ஹாஃப்லாங், நோகான், தேஜ்பூர், பார்பேடா, தின்சுகியா, திப்ரூகர் மற்றும் வடக்கு லக்ஷ்மிபூர் ஆகிய ஆறு மாவட்டங்களின் பெரிய கருவூலங்களில் கவனம் செலுத்தினார். தனது குழுவினருக்குக் குறிப்பிட்ட பணிகளை வழங்குவதில் ஆழ்ந்த கவனம் செலுத்தினார். ஆறு குழுக்கள் ஒவ்வொன்றுக்கும் ஆவணங்களை ஆய்வுசெய்து, கருவூலங்களில் நிகழ்ந்த முறைகேடுகளைப் பட்டியலிட்டு, எவ்வளவு தொகை சட்டவிரோதமாகப் பெறப்பட்டுள்ளது

என்று கணக்கிடும் பொறுப்பு தரப்பட்டது. முதல் நடவடிக்கையாக, கால்நடை வளர்ப்பு மற்றும் கால்நடை மருத்துவப் பணிகள் துறைகளின் ஆவணங்களைப் பறிமுதல்செய்து அவற்றைப் பத்திரப்படுத்தும் பணி மேற்கொள்ளப்பட்டது. பால்வளத்துறை, கால்நடை வளர்ப்பு மற்றும் கால்நடை மருத்துவப் பணிகள் துறைகளின் இயக்குநர்களுக்கு, விசாரணைக்கான அனைத்து ஆவணங்களையும் பறிமுதல் செய்து பத்திரப்படுத்தும் பணி ஒப்படைக்கப்பட்டது.

ராவ் தினமும் பிற்பகல் நேரத்தை விசாரணைப் பணிகளுக்காக ஒதுக்கினார். முற்பகலில் அவருக்கு வேறு பணிகள் இருந்தன. அவ்வப்போது பல்வேறு மாவட்டங்களுக்குச் சென்று உட்கோட்ட அலுவலகங்கள், கருவூலங்கள், உள்ளூர் கால்நடை வளர்ப்புத் துறை அலுவலகங்கள் பணம் விநியோக அதிகாரி களின் அலுவலகங்கள் ஆகியவற்றின் ஆவணங்களை ஆய்வுசெய்தார். கால்நடை வளர்ப்புத் துறையின் மருத்துவமனைகளையும் ஆய்வு செய்தார். பல நேரங்களில் ஆய்வுகளின்போது, நிதி ஆய்வு இயக்குநர் ஆர்.என். சர்மா உடனிருந்தார். அவர் புகழ்பெற்ற அஸ்ஸாமிய எழுத்தாளரின் மகன். சர்மா அறிவும் திறனும் கொண்டவர். அவரது நேர்மை, நம்பகத்தன்மை காரணமாக அவருக்கு நல்ல பெயர் இருந்தது.

சிபாகர் நகருக்கு வெளியே, திமெள என்னுமிடத்தில், கால்நடை வளர்ப்புத்துறை, சுமார் 5000 சதுர அடி பரப்பளவுள்ள ஓர் இடத்திற்குச் சுற்றுச் சுவர் எழுப்ப வேண்டும் என்பதற்காக உள்ளூர்க் கருவூலத்திலிருந்து ஒரு பெரிய தொகையைப் பெற்றிருந்தது. அந்த நாட்களில் அதற்குச் சுமார் 20 லட்சம் செலவாகலாம். ஆனால் அவர்கள் இரண்டரைக் கோடி வாங்கியிருந்தார்கள். இது திருட்டு. ராவ் தனது அறிக்கையில் இவ்வாறு குறிப்பிட்டிருந்தார்: “இவ்வளவு பெரிய தொகையைச் சுற்றுச் சுவர் கட்டச் செலவிட்டிருந்தால், அஸ்ஸாம் தனது (சீனப் பெருஞ்சுவர் போன்ற) பெருஞ்சுவரைப் பெற்றிருக்கும்.”

இதுபோன்ற பணிகளிலிருந்து திட்டத் துறையை விலக்கி வைக்க, இதுபோன்ற செலவுகள் ‘திட்டம் சாராதவை’ என்றும், வடகிழக்குக் குழுத் திட்டங்கள் *(NEC-North Eastern Council - Schemes)* என்றும் காட்டப்பட்டன. வடகிழக்குக் குழு *(NEC)* என்பது, அஸ்ஸாம் மாநிலம் பிரிக்கப்பட்ட பிறகு, வடகிழக்குப் பிராந்தியத்துக்கான பிரத்தியேகத் திட்டங்களில் கவனம் செலுத்தவும், அந்தப் பிராந்திய மற்றும் மாநிலங்களுக்கிடையிலான போக்குவரத்து உள்ளிட்ட தொடர்புகளை மேம்படுத்தும் திட்டங்களில் கவனம் செலுத்தவும் உருவாக்கப்பட்டது. உண்மையில் அஸ்ஸாம், மிஸோரம்,

மணிப்பூர், அருணாச்சலப் பிரதேசம், திரிபுரா, மேகாலயா, நாகாலாந்து, சிக்கிம் ஆகிய எட்டு வடகிழக்கு மாநிலங்களின் ஒருங்கிணைந்த பொருளாதார, சமூக மேம்பாட்டுக்கான திட்டங்களுக்குப் பொறுப்பு முகமையான என்.இ.சி., இத்திட்டங்கள் எதற்கும் ஒப்புதல் அளிக்கவில்லை.

இந்தத் தவறான நடைமுறை, கால்நடை வளர்ப்பு மற்றும் கால்நடை மருத்துவத் துறைகளில், பல்வேறு பதவிகளில் பொறுப்பில் இருந்த ஒரு சிலரின் சுயலாபத்துக்காக உருவாக்கப் பட்டது. இந்த முறைகேடுகள் இரு பிரிவுகளில் நடைபெற்றன. ஒன்று, பொருட்கள் வாங்குதல்; அதில் மருந்துகளும் பிற மருத்துவப் பொருட்களும் அடங்கும். தீவிர கால்நடை அபிவிருத்தித் திட்டம் (Intensive Cattle Development Programme-ICDP), பால் உற்பத்தி மற்றும் விநியோகத் திட்டங்கள் ஆகியவற்றை நடத்திச்செல்வது, கால்நடை வளர்ப்பு மற்றும் கால்நடை மருத்துவத் துறைகளின் பொறுப்பு. அதற்கான உபகரணங்களும் பொருட்களும் வாங்குவதில் முறைகேடு; மற்றொன்று, கட்டுமானம்.

அங்கு மத்திய அரசின் வாங்கும் குழு இருந்தது, அது மாநிலத்தின் ஆண்டுத் தேவையைக் கணக்கிட்டது. கால்நடை வளர்ப்புத் துறையின் பொதுவான தேவை, கால்நடை களுக்கான உணவு, மருந்து, ஊசிகள். மத்தியக் குழுவின் தலைவராக, அத்துறையின் செயலாளர் இருந்தார், திட்டங்களுக்கு அமைச்சரின் ஒப்புதல் பெறப்பட்டது. பொருட்கள் வாங்குவதற்கான ஆர்டர்களை மத்தியக் குழு வழங்கியது. அதேநேரத்தில் மாவட்ட அளவிலும், உட்கோட்ட அளவிலும் இருந்த ஒவ்வோர் அதிகாரியும், அதாவது மாவட்டக் கால்நடை அலுவலர், உட்கோட்டக் கால்நடை அலுவலர் ஆகியோரும் தனித்தனியே ஆர்டர்கள் கொடுத்தனர் என ராவ் கண்டறிந்தார். வழங்கப்பட்டுள்ள நிதி அதிகாரங்களின்படி, இந்த அதிகாரிகளுக்கு ரூ.500 அளவில் மட்டுமே பொருட்கள் வாங்க அதிகாரம் இருந்தது. பொருட்கள் விற்கும் நிறுவனங்கள் அல்லது முகமைகளுக்கும் அதிகாரிகளுக்கும் இடையே கொள்ளைக் கூட்டு உருவாகியிருந்தது.

இதற்கு முன்னரும் தணிக்கை மறுப்புக்கள் இருந்ததுண்டு. ஆனால் 1992ஆம் ஆண்டின் இறுதியில்தான் மாநிலத் தலைமைக் கணக்காய்வாளர், தலைமைச் செயலருக்கு எழுதிய கடிதத்தில், பட்ஜெட் ஒதுக்கீட்டைத் தாண்டிப் பணம் பெறப்படுகிறது என்பது மட்டுமின்றி, ஆண்டுதோறும் தொகைகள் கணிசமாக அதிகரித்தபடி இருக்கின்றன என்றும், பட்ஜெட்டிற்கும் செலவினத்திற்கும் சம்பந்தமே இல்லாத நிலை

உருவாகியிருக்கிறது என்றும் சுட்டிக்காட்டியிருந்தார் என்பதை ராவ் அறிந்துகொண்டார். மேலும், வழக்கமாக ஒப்பளிக்கப்படும் தொகைகளைக் காட்டிலும் மிக அதிகமான தொகை கருவூலங் களிலிருந்து பெறப்படுவதும், எல்.ஒ.சி.யை மட்டுமே பணம் பெறுவதற்கான ஒரே ஆவணமாகப் பயன்படுத்திப் பெரும் தொகைகள் பெறப்படுவதும் தெரியவந்தது. மக்கள் பணத்தைச் செலவிடுவதை விதிகளின்படி சரிபார்க்கும் பொறுப்புடைய கருவூலங்கள், விதிகளையெல்லாம் வீசியெறிந்துவிட்டு, மோசடியாகப் பெருந்தொகைகளை அனுமதித்தன.

அதிகப்படியான தொகைகள் பெற வழிவகுக்கும் மற்றுமொரு மோசடி நடைமுறையை விசாரணை ஆணையம் கண்டறிந்தது. அடுத்தடுத்து வழங்கப்பட்ட எல்.ஒ.சி.க்களில் ‘ரூபாய்’ எனக் குறிப்பிடாமல், வெறும் எண்கள் மட்டுமே எழுதப்பட்டன. எண்களுக்கு முன்னாலும் பின்னாலும் காலியிடம் இருந்தது. இதனால் தொகைகளை யாரும் கண்டறிய முடியாத வகையில் கூட்டிக்கொள்ள முடிந்தது. பதிவேடு களையும் கையொப்பங்களையும் யாரும் சரிபார்க்கவில்லை. கால்நடைப் பணிகள் இயக்குநர் தரும் தேவைப்பட்டியல் அடிப்படையில் மாதம் ஒருமுறை எல்.ஒ.சி. வழங்குவது பொதுவான நடைமுறை. கால்நடை வளர்ப்பு மற்றும் கால்நடை மருத்துவத் துறையின் செயலாளர், இயக்குநர், துணைச் செயலாளர் எல்லோருமே, அந்தத் தேவைப் பட்டியல்களை அக்கறையாக ஆய்வு செய்யவும் அப்பொருட்களின் அத்தியாவசியம் குறித்துச் சரிபார்க்கவும் அவற்றை வாங்குவதற்கு நிதி ஒதுக்கீடு இருக்கிறதா என்று பார்க்கவும் தவறினர்.

கால்நடை வளர்ப்பு மற்றும் கால்நடை மருத்துவத் துறையின் ஐந்து அல்லது ஆறு அதிகாரிகளை ராவ் விசாரித்து அவர்களது வாக்குமூலங்களைப் பதிவுசெய்தார். ஒவ்வொரு நேர்காணலும் குறைந்தது அரைமணிநேரம், சில நேரங்களில் அதற்கும் மேல் நீடித்தது. கருவூல அதிகாரிகள் தங்களுக்குச் ‘சில இளைஞர்களிடமிருந்து’ அச்சுறுத்தல் இருந்ததால், பட்டியல்களை அப்படியே ஏற்று, பாஸ் செய்ததாக – உல்பா அல்லது சுல்பா தீவிரவாதிகளை மறைமுகமாகக் குறிப்பிட்டு வாக்குமூலம் அளித்தனர். ஆனால் அவர்கள் அச்சுறுத்தல் குறித்து ஒரு முறைகூடப் போலீஸில் புகாரளிக்கவில்லை. அன்றாடம் நடந்ததாகச் சொல்லப்படும் அச்சுறுத்தல் குறித்துத் தங்கள் மேலதிகாரிகளிடம் முறையிடவோ அல்லது தங்களை அதிலிருந்து காப்பாற்றிக்கொண்டு மாறிச் செல்லவோ முயலவில்லை, விண்ணப்பிக்கவில்லை. அப்போது இயற்கையாகவே ஒரு கேள்வி எழுந்தது. உல்பா குறித்து உண்மையிலேயே பயந்திருந்தால் ஏன்

விதிகளை மீறி ரகசியமாகப் பணம் பெற அனுமதிக்க வேண்டும்? ஏன் உள்ளூர்க் காவல் நிலையத்தில் புகாரளிக்கவில்லை? இந்தக் கேள்விகளுக்கு ஒருவரும் பதிலளிக்கவில்லை.

கால்நடை வளர்ப்புத் துறையின் இயக்குநர் டி.பி. தத்தா, விசாரணைக்கான கோப்புக்களைத் தரவில்லை. அவை காணக் கிடைக்கவில்லை. கோப்புக்கள் அழிக்கப்பட்டுவிட்டன அல்லது அப்படிக் கோப்புக்களே இருக்கவில்லை என்ற முடிவுக்கு விசாரணைக் குழு வந்தது. கிடைத்தவரை ஒப்பளிப்புக் கடிதங்களின் கருவூல நகல்கள், அல்லது பறிமுதல் செய்யப்பட்ட எல்.ஒ.சி. ஆகியவற்றின் அடிப்படையில் மோசடியாகப் பெறப்பட்ட தொகைகளைக் கணக்கிட முடிந்தது.

விசாரிக்கப்பட்ட ஒவ்வொரு சாட்சியுமே உல்பா உறுப்பினர்களின் அச்சுறுத்தல் பற்றிக் குறிப்பிட்டார்கள். அச்சுறுத்தல், மிரட்டல் மூலம் தொகைகளை உல்பா பறித்துக்கொண்டதாகக் கூறினார்கள். ஆனால் அந்தக் காலகட்டத்தில் *(1987–1993)* அஸ்ஸாம் முழுவதும் எடுக்கப்பட்ட ராணுவ நடவடிக்கை காரணமாக உல்பா உறுப்பினர்களின் எண்ணிக்கை குறைந்து பலரும் பூட்டான், வங்கதேசத்திற்குப் போய்விட்டனர். அங்கு அவர்கள், பாகிஸ்தானின் ஐ.எஸ்.ஐ.யில் சேர்க்கப்பட்டனர். இந்தச் சூழலில் உல்பா பணத்தைப் பெருமளவில் கொண்டு சென்றது நம்பத் தகுந்ததாக இல்லை.

விசாரணை ஆணையம் ஆவணங்களைப் பரிசீலித்ததில், கால்நடை வளர்ப்பு மற்றும் கால்நடை மருத்துவத் துறையின் ஊழியர்கள், அதிகாரிகள் மேல்மட்டம்முதல் கீழ் மட்டம்வரை எல்லோருமே இந்தத் திட்டமிட்ட கருவூலக் கொள்ளையில் பங்கேற்றிருக்கிறார்கள் என்பது தெரிந்தது. ராவ் விசாரணையின் அடிப்படையில் இந்த மோசடி விளையாட்டில் புகுந்து விளையாடிய அமைச்சர்கள், மூத்த அதிகாரிகள் உள்ளிட்ட எல்லோரது பெயர்களையும் பட்டியலிட்டார். அமைச்சர்கள், பணம் கொடுப்பதற்கான அறிவுரைகளை வழங்கிக்கொண்டிருந்தபோது நிதித்துறை உரிய விதிகளின்படி அவற்றைச் சரிபார்க்கத் தவறிவிட்டது. பட்டியல்களைப் பெற்று, அவற்றை அங்கீகரித்து, பணம் வழங்கும் பணியைச் செய்த கருவூல அதிகாரிகள் தீவிரக் குற்றவாளிகள் என்பது ராவின் முடிவு. ஒவ்வொரு விதியும் ஒழுங்குமுறையும் அடங்கிய நடைமுறை சரியாகப் பின்பற்றப்படுகிறதா என்று உறுதி செய்வது அவர்களின் தலையாய கடமை.

கருவூல விதிகளின்படி மாவட்டத் தலைவர் என்ற முறையில், துணை ஆணையாளர்களுக்குக் கருவூலங்களை

மேற்பார்வையிடுவதில் முக்கியப் பங்களிப்பு இருக்கிறது. அவர்கள் கருவூலங்களை அவ்வப்போது ஆய்வுசெய்ய வேண்டும். மாநிலத்தில் நிலவிய அசாதாரண அமைதியின்மைக்கும் துணை ஆணையாளர்கள் நிறைவேற்ற வேண்டிய பல்வேறு கடமைகளுக்கும் இடையில், இந்த நிர்வாகக் கடமை புறக்கணிக்கப்பட்டதை விசாரணை ஆணையம் கண்டறிந்தது. அஸ்ஸாமின் அசாதாரண சூழ்நிலையில், இதனைக் குற்றமாகக் கருத முடியாது என்றும் ஆணையம் கருதியது.

எனினும் சிப்சாகர் மாவட்டத்தின் நிலை முற்றிலும் வேறானதாக இருந்தது. விதிகளையும் நடைமுறைகளையும் அப்பட்டமாக மீறி அந்த மாவட்டக் கருவூலத்திலிருந்து பெருந்தொகை எடுக்கப்பட்டிருந்தது. அதுபற்றித் துணை ஆணையருக்கும் தெரிவிக்கப்பட்டிருந்தது. எனினும் அவர் கருவூலத்தைப் பார்வையிட வேண்டும் என்றோ, ஆவணங்களைப் பார்வையிட வேண்டும் என்றோ, விசாரணை செய்ய வேண்டும் என்றோ அலட்டிக்கொள்ளவில்லை. விசாரணை ஆணையம் இதனைத் தீவிரமான பிழையாகக் கருதி, அவரைக் கண்டித்ததோடு மட்டுமின்றி, குற்றவாளிகளில் அவரும் ஒருவர் எனக் கூறியது.

விசாரணை நடந்துகொண்டிருந்தபோது, ராவுக்கு அவ்வப்போது தொலைபேசி அழைப்புக்கள் வந்தன. இவரை ஏன் விசாரிக்கிறீர்கள், அவரை ஏன் விசாரிக்கிறீர்கள், அவர்கள் நேர்மையானவர்களாயிற்றே என்றெல்லாம் கேட்டார்கள். இந்தத் துறை முழுமைக்கும் தலைவராக, அரசுக்கு நேரடியாகப் பதில் சொல்ல வேண்டியவரான கால்நடை வளர்ப்பு மற்றும் கால்நடை மருத்துவத் துறையின் இயக்குநரை இந்தப் பிரச்சினையில் முக்கியக் குற்றவாளியெனக் கருத இடமுண்டு என விசாரணை ஆணையம் கருதியது. ஆனால் அவருக்கு வெளிப்படையாகவே அரசியல் உயர் நிலைகளில் தொடர்புகள் இருந்ததால், அவரை நெருக்க வேண்டாமென்றும், அப்படி ஏதேனும் நடந்தால் அதற்கு விளைவுகள் இருக்குமென்றும் ராவுக்கு அஸ்ஸாமிய மொழியில் எச்சரிக்கை வந்தது; அநாமதேய அழைப்புக்கள் வந்தன. அவற்றில் ஒன்றிரண்டு அனைத்து அஸ்ஸாம் மாணவர் சங்கத்திலிருந்து வந்ததாகச் சொல்லப்பட்டது.

○

ராவ் தனது பணிக்காலத்தில் பலமுறை அச்சுறுத்தல்களை எதிர் கொண்டிருக்கிறார். ராவ், கிளர்ச்சியாளரோடு மோதி நெருக்கடியை எதிர்கொண்ட முதல் அனுபவம் கோலாகாட்டில்

நடந்தது. சீனாவின் உதவிபெற்ற நாகா ஆயுதக் கலவரம் கட்டுப்படுத்தப்படவில்லை. அங்கே பணியில் ஈடுபடுத்தப்பட்ட ராணுவம், நாகா கிளர்ச்சியாளர்கள் ஆயுதங்கள் வைத்திருந்ததையும், மலைப்பகுதிப் போரில் பயிற்சி பெற்றிருந்தார்கள் என்பதையும் அறிந்தது. மலைச் சரிவுகளும் அடர்ந்த மரங்களின் காப்பரணும் கிளர்ச்சியாளர்களுக்குச் சாதகமாக இருந்தன. இந்தப் புதிய மாதிரியான கொரில்லாப் போர்முறையைக் கையாளும் திறமை பெறுமுன், ராணுவம் நிறையக் கசப்பான பாடங்களைக் கற்றுக்கொண்டது.

ராணுவம் தனது போக்குவரத்து, உணவு, ஆயுதங்கள், வெடிபொருட்களுக்கு நாட்டின் பிற பகுதிகளைச் சார்ந்திருந்தது. தேசப் பிரிவினை, வடகிழக்குப் பிராந்தியத்தை, நாட்டின் பிற பகுதிகளிலிருந்து துண்டித்துவிட்டது. அங்கிருந்த ஒரேயொரு மீட்டர்கேஜ் ரயில் பாதை, திமாபூருக்கும் அதைத் தாண்டிய பகுதிகளுக்கும் பொருட்களைக் கொண்டுசெல்லும் பாதையாக இருந்தது. திமாபூர், நாகாலாந்தில் இருந்தது. பொருட்கள் அங்கிருந்து சாலைவழியாக ராணுவக் கழுதைகளால் கொண்டு செல்லப்பட்டன. கிளர்ச்சியாளர்கள் ரயில்களையும் ரயில் பாதையையும் குறிவைத்துத் தாக்கினார்கள். உட்கோட்டத் தலைமையிடமான கோலாகாட்டிலிருந்து சில கிலோ மீட்டர் தொலைவில் இருப்புப் பாதை இருந்தது.

கோலாகாட்டில் வெறும் ஆறு மாதங்கள் மட்டுமே முடித்திருந்த நிலையில், 1966 அக்டோபரில் ஒருநாள் ராவ் தனது மாலை உணவை முடித்திருந்த நேரம், பலத்த வெடிச் சத்தம் கேட்டது. ராவ் முதலில் அதை ஏதோ ஒரு வாகனத்தின் டயர் வெடித்துவிட்டதாகவே நினைத்தார். ஆனால் சில நிமிடங்களில் ரயில்வே கட்டுப்பாட்டு அறையிலிருந்து அழைப்பு வந்தது. பார்கேடிங் ரயில் நிலையத்திற்கு அருகில், கமர்பந்தாலி என்ற இடத்தில், ஓடிக்கொண்டிருந்த ரயிலின் ஒரு பெட்டியில் குண்டுவெடித்துவிட்டதாகத் தகவல் வந்தது. மூன்றாம் வகுப்புப் பெட்டியில் வைக்கப்பட்டிருந்த குண்டு வெடித்ததால் சுமார் 70 அல்லது 80 பேர் எரிந்துபோனார்கள். கமர்பந்தாலி, நாகாலாந்து எல்லையிலிருந்து 10 கிலோ மீட்டரில் இருந்தது. மீட்பு, நிவாரண நடவடிக்கைகளுக்காக ராவ் தன் ஆட்களைத் திரட்டிக் காயம் படாதவர்களுக்கு அந்தக் குளிரில் தங்குமிடம் தந்து, அவரவர் இடங்களுக்கு அனுப்பிவைக்க வேண்டி யிருந்தது. சம்பவ இடத்திற்கு வந்த மாவட்ட எஸ்.பி. ரயிலில் இன்னும் குண்டுகள் இருக்கலாம் என்று சந்தேகித்தார். ஒவ்வொரு பெட்டியிலும் தேடுதல் ஏற்பாடு செய்யப்பட்டது. அபாயகரமான வெடி குண்டுகள் நிறைந்த மற்றுமொரு

பெட்டி கண்டுபிடிக்கப்பட்டது. அது வெடிக்கத் தவறிவிட்டது. அதிர்ஷ்டவசமாக ரயில் பாதை சேதமடையவில்லை. மறுநாள் காலை ரயில் போக்குவரத்துத் தொடர ராவ் அனுமதித்தார்.

அஸ்ஸாமில் வேலை பார்ப்பது மிகவும் சிரமம். வடகிழக்கு அடிக்கடி கொந்தளித்தது. வங்காள இந்துக்கள், வங்காள முஸ்லிம்கள், அஸ்ஸாமிய இந்துக்கள், அஸ்ஸாமிய முஸ்லிம்கள், தேயிலைத் தோட்டங்களின் பழங்குடிகள், சமவெளிப் பழங்குடிகள், மலைப் பகுதிப் பழங்குடிகள், மார்வாரிகள், எண்ணெய் சுத்திகரிப்பு ஆலைகளில் பணிபுரியும் உதிரிகள் எனக் கலப்பு மக்கள் தொகையால் எப்போதும் கொதிநிலையில் இருந்தது. தன்னாட்சி அல்லது விடுதலை கோரும் பல இனக் குழுக்களின் கிளர்ச்சி ஏதேனும் ஒரு பகுதியில் நடந்தவண்ணம் இருந்தது. 'அஸ்ஸாமுக்குத் தன்னாட்சி' கேட்டு உல்பா ஆயுதப் போராட்டத்தில் இறங்கியது. ஆனால் அந்தப் பதத்தின் பொருள் என்னவென்று ஒருபோதும் விளக்கவில்லை. நடைமுறையில் அதன் பொருள், வங்க தேசத்திலிருந்து வந்த சட்டவிரோதக் குடியேறிகளை, அவர்கள் இந்து முஸ்லிம் யாராயினும், வெளியேற்ற வேண்டும் என்பது மட்டுமின்றி, அஸ்ஸாமியர் அல்லாத எல்லோரையும் வெளியேற்ற வேண்டும் என்பதே. பலமுறை முயன்ற பிறகும், யாரை உண்மையில் அஸ்ஸாமிய ராகக் கருத வேண்டும் என்பதில் ஒத்த கருத்து உருவாக வில்லை. இந்தக் குறிப்பிட்ட நோக்கத்துக்காக அமைக்கப்பட்ட பல்வேறு குழுக்களில் ஒன்று சமரச ஆலோசனையை முன்வைத்தது. அஸ்ஸாமில் 15 ஆண்டுகளுக்கு மேலாக வசிக்கும் எல்லோரையும் அஸ்ஸாமியர்களாகக் கருத வேண்டும் என்று. 1990இல் உல்பா ஒரு பயங்கரவாத இயக்கமாகத் தடை செய்யப்பட்டது. ஆனாலும் அந்த அமைப்பு ஏதோ ஒரு வடிவில் இன்றும் தொடர்கிறது. எப்போதாவது ஒருமுறை வன்முறைச் சம்பவம் நிகழ்கிறது. அதன் முக்கியத் தலைவர் பரேஷ் பருவா, சீனாவில் தன் நெருங்கிய சகாக்கள் சிலருடன் இருப்பதாகச் சொல்லப்படுகிறது.

அனைத்து அஸ்ஸாம் மாணவர் இயக்கத்தின் நீடித்த போராட்டம், 1985ஆம் ஆண்டின் ஒப்பந்தம் கையெழுத்தான வுடன் முடிவுக்கு வந்தது. மாணவர் இயக்கம் தன்னை அசாம் கண பரிஷத் என்னும் அரசியல் கட்சியாக மாற்றிக்கொண்டது. தேர்தலில் போட்டியிட்டு, வென்று, ஆட்சியமைத்தது.

போடோக்கள் அசாம் போராட்டத்தையும் ஒப்பந்தத்தையும் ஆதரித்தனர். அசாம் கண பரிஷத் ஆட்சியமைத்தால், தங்கள் கோரிக்கைகளும் நிறைவேறும் என்று நினைத்தனர். பிரம்மபுத்திரா நதியின் வடக்குக் கரைப் பகுதியில் தனி

மாநிலமும், தெற்குக் கரைப் பகுதியில் தன்னாட்சி அதிகாரம் பெற்ற மாவட்டக் குழுக்களும் வேண்டுமென்று கேட்டனர். தங்களது போராட்டங்களை 1987, மார்ச்சில் தொடங்கினர். ஆனால் அஸ்ஸாம் கண பரிஷத், போடோவின் நலன்களில் அக்கறை காட்டவில்லை. போராட்டங்கள் தொடர்ந்தன. மீண்டும் முழு அடைப்பு, ரயில் மறியல், இடையூறுகள் ஏற்பட்டன. குண்டு வெடிப்புக்களிலும் போலீஸ் நடவடிக்கை களிலும் பலர் இறந்தனர். பழங்குடி அல்லாதோரை அச்சுறுத்துவதும் பணம் பறிப்பதும் நிறைய நடந்தன. 1992, அக்டோபரில் இரண்டு குண்டு வெடிப்புச் சம்பவங்களில் 22 பேர் மாண்டனர், 50 பேர் காயமடைந்தனர். 1993இல் முதல் போடோ ஒப்பந்தம் கையெழுத்தானது. பின் பல ஒப்பந்தங்கள் தொடர்ந்தன.

வங்க தேசம் கிழக்கு பாகிஸ்தானாக இருந்தபோது எல்லைக் கட்டுப்பாடு நன்றாக இருந்தது. அயல் நாட்டினர் சட்டம் அமலில் இருந்ததால், காவல்துறை அத்தகையோரைக் கண்டறிந்து வெளியேற்றியது. கிழக்கு பாகிஸ்தானிலிருந்து ஊடுருவல்களைத் தடுக்கவென்றே சிறப்புக் குழூக்கள் அமைக்க மத்திய அரசு நிதியுதவி செய்தது. அஸ்ஸாமின் அபிவிருத்திக்காக நிறைய நிதி கிடைத்தது. வடகிழக்கு மாநிலங்கள் எல்லாமே தனி வகையாகக் கருதப்பட்டன. திட்டச் செலவுகளுக்கு 100 விழுக்காடு நிதியுதவி தரப்பட்டது. அதில் 90 விழுக்காடு மானியம், 10 விழுக்காடு மட்டுமே கடன். அதுவும் 3 விழுக்காடு அளவில் குறைந்த வட்டியில். இந்த மாநிலங்களில் எல்லோரும் வசதியானவர்களாக இருந்தனர். அனூப்பின் டிரைவருக்கு மூன்று மாடிக் கட்டடம் சொந்தமாக இருந்தது.

உள்ளூர் மக்கள் சில வேலைகளை விரும்பினர். மண் அள்ளுதல், சாலைபோடுதல் போன்ற உள்ளூர் மக்கள் செய்ய விரும்பாத வேலைகளைக் குடியேறியோர் செய்தார்கள். உடலுழைப்புத் தொழில்களுக்கு பிகாரிகள் அமர்த்தப்பட்டனர். அவர்கள் குறைந்த கூலிக்கு வேலை செய்தார்கள். தினக்கூலி ஒரு ரூபாய்க்கு ஒரு பிகாரி செய்யும் வேலைக்கு உள்ளூர்க்காரர் 4 அல்லது 5 ரூபாய் கேட்டார். ஒப்பந்ததாரர்கள் பிகாரிகளைத்தானே வேலைக்கு வைத்துக்கொள்வார்கள்?

எல்லைப்புறங்களைப் பாதுகாக்க, எல்லைப் பாதுகாப்புப் படை (பி.எஸ்.எஃப்.) போதுமானதாக இல்லை. அங்கு நதிகளே எல்லையாக இருந்தன. நதிகளும் ஓடைகளும் அடிக்கடி தத்தம் பாதையை மாற்றிக்கொண்டன. கறாரான எல்லை என்று ஒன்று இல்லாத நிலைதான். வங்கதேசம் உருவான பின், எல்லைப் பாதுகாப்பில் தளர்வான நிலை ஏற்பட்டது. வங்க தேசத்திலிருந்து

வந்தவர்கள் வாக்கு வங்கியாகக் கருதப்பட்டனர். அஸ்ஸாம் போராட்டங்கள் சூடு பிடித்ததும் அசாம், சட்டவிரோதக் குடியேற்றங்களுக்கு எதிராகத் தன்னை முன்னிறுத்திக் கொண்டது. அசாமுக்காக மட்டுமே நாடாளுமன்றத்தில் சட்டவிரோதக் குடியேறிகளைத் தீர்மானிக்கும் தீர்ப்பாயச் சட்டம் இயற்றப்பட்டது. இச்சட்டம், சட்ட விரோதக் குடியேறிகளைக் கண்டறிந்து வெளியேற்றும் காவல் துறையின் அதிகாரத்தைப் பறித்துக்கொண்டது. சட்ட விரோதமாகக் குடியேறியிருக்கும் ஒருவரைக் காவல்துறை கண்டறிந்தால், அவரைத் தீர்ப்பாயத்தின் முன் நிறுத்தி, அதனை நிரூபிக்க வேண்டியது காவல் துறையின் பொறுப்பாகியது. அதனை 15 நாட்களில் செய்ய வேண்டும். தீர்ப்பாயங்கள் போதுமானதாக இல்லை. எனவே குடும்ப அட்டைக்கு விண்ணப்பிப்போரின் எண்ணிக்கை அதிகரித்தது.

1979இல் தலைமைத் தேர்தல் அதிகாரியாக, நாடாளுமன்றத் தேர்தல்களை நடத்தியதற்காக மத்திய குவஹாத்தியில் உள்ள நீதிபதிகள் சவுக்கத்தில், ஸ்ரீதர் ராவின் தலை வெட்டப்படும் என்று அனைத்து அசாம் மாணவர் சங்கம் அறிவித்தது. தேர்தலையும் அது தொடர்பான முன் நடவடிக்கைகள் அனைத்தையும் புறக்கணிக்க வேண்டும் என்று அறிவித்தது. அதனால் அரசியல் கட்சிகளிடையே அச்சம் பரவியது. ஸ்ரீதர் ராவுக்குத் தினமும் அச்சுறுத்தல்கள் வந்தவண்ணம் இருந்தன.

ஸ்ரீதர் ராவ், டி.ஐ.ஜி. கே.பி.எஸ். கில்லின் உதவியை நாடினார். அநேகமாகத் தினமும் கே.பி.எஸ். கில், ராவின் வீட்டிற்கு வந்து அவரை அலுவலகம் அழைத்துச் செல்வார். ஏதோ காரணம் பற்றி அவரால் வர முடியவில்லையென்றால், அவரது சக அலுவலர்களில் ஒருவர் வந்து அழைத்துப் போவார். அவரது காரில் துப்பாக்கி ஏந்திய இரு போலீஸார் இருப்பார்கள். ஒரு பாதுகாப்பு வாகனம் பின்தொடர்ந்து வரும். காலாவதியான ஆயுதங்களை வைத்திருக்கும் இந்தப் போலீசாரைத் தன் பாதுகாப்புக்கு நம்பியிருக்க முடியாது என்று ராவிற்குத் தெரியும். ஏதேனும் பிரச்சினையென்றால், அவர்கள் தன்னைக் கைவிட்டுவிடுவார்கள் என்ற சந்தேகம் அவருக்கிருந்தது. அவர் வெளியில் வேலைசெய்துகொண்டிருக்கும்போது, அவரது மனைவி சரஸ்வதிக்கு அநாமதேய அழைப்புக்கள் வரும். இன்று மாலை உன் கணவனின் பிணத்தை வாங்கிக்கொள்ளத் தயாராக இரு என்று மிரட்டுவார்கள்.

பொதுவாக நிலவிய அச்சச் சூழல், தேசத்தின் பிற பகுதிகளிலிருந்து வந்த குழந்தைகள்கூடத் தாக்கப்படும் ஆபத்து, ஆகியவற்றால் பல குடும்பங்கள் தங்கள் பிள்ளைகளைப்

பள்ளிகளுக்கு அனுப்பவில்லை. பள்ளிகள் திறந்திருந்தன. ராவின் குடும்பமும் பத்து வயதாகும் தங்கள் ஒரே மகனைப் பள்ளிக்கு அனுப்பவில்லை. அவனது கல்வி இரண்டாண்டுகள் பாதிக்கப்பட்டது.

இந்தக் காலகட்டத்தில், ராவும் இன்னும் பல அதிகாரிகளும், தலைமைச் செயலகத்திற்கு அருகில் அவசர அவசரமாகக் கட்டப் பட்ட தற்காலிகக் குடியிருப்புக்களில் வசித்தனர். 1972இல் அஸ்ஸாமிலிருந்து மேகாலயா பிரிக்கப்பட்டதால் இது அவசியமானது. இந்திரா காந்தி, அசாமின் மலைப்பகுதிகளில் வசிக்கும் பழங்குடியின மக்களின் கோரிக்கையை ஏற்றுக் கொண்டார். முக்கியமாக காஸீஸ், ஜைன்டியாஸ் ஆகிய பிரிவினரின் கோரிக்கைகளை. அஸ்ஸாமியர்களின் ஆளுகையில் வாழ அவர்கள் விரும்பவில்லை. இந்த மலைவாழ் பழங்குடியின மக்கள் 'அனைத்துக் கட்சி மலைப்பகுதித் தலைவர்கள் மாநாடு' (APHLC) என்னும் அமைப்பின் கீழ் நடத்திய நீண்ட காலப் போராட்டமே ஒரு தனி மாநிலம் உருவாக வழி வகுத்தது. இந்தியா விடுதலை அடைந்த நாள் முதலே போராடிவந்த நாகாக்களுக்குத் தனி மாநிலம், நாகாலாந்து, உருவானதால், மற்றுமொரு மலைப்பகுதியில் தனி மாநிலத்திற்கான கோரிக்கை உருவாகியது. நாகாக்கள் இந்தியாவிடமிருந்து விடுதலை பெறப் போராடினார்கள்.

மேகாலயா பிரிவினைக்குப் பிறகு அஸ்ஸாமியர்கள் தங்களுக்கென ஒரு நவீன தலைநகரத்தை உருவாக்க விரும்பி னார்கள். பல ஆண்டுகளாக மாற்றி மாற்றிக் குழுக்கள் அமைத்துப் பல்வேறு இடங்களைப் பரிசீலித்து, சில இடங்களில் அடிக்கல் நாட்டு விழாக்களும் நடந்தபோதிலும் இறுதி முடிவை எடுக்க இயலவில்லை. ஏனெனில் அவர்களிடையே ஒருமித்த கருத்து இல்லை.

தலைமைத் தேர்தல் ஆணையாளராக ராவின் முதல் பணி, வாக்களிக்கும் தகுதி உள்ளவர்கள் மட்டும் அடங்கிய வாக்காளர் பட்டியலை இறுதி செய்வதாகும். 18 வயது நிறைவுற்றவர்களைச் சேர்ப்பதும் இறந்துபோனவர்களை நீக்குவதும் அவசியம். தகுதியுள்ள அனைத்து வாக்காளர்களையும் கணக்கெடுப்பது ஒரு பெரிய பணி. அதன் பொருட்டு அரசு நிர்வாக அமைப்பு முழுவதையும் திரட்ட வேண்டும். அரசு ஊழியர்கள் மட்டுமின்றி, ஆசிரியர்கள், பஞ்சாயத்து, நகராட்சி ஊழியர்களும் இப்பணியில் சேர்க்கப்பட்டார்கள். கணக்கெடுப்பு முடிந்ததும், ஒவ்வொரு தொகுதிக்குமான வாக்காளர் பட்டியல், அந்தந்த மாவட்ட அலுவலகங்களில் வெளியிடப்பட்டு, தகுதியுள்ள தங்கள் பெயர் அதில் இடம் பெற்றுள்ளதா என்று சரிபார்க்க

வாய்ப்புத் தரப்பட வேண்டும். தகுதியற்றவர்கள் பெயர்கள் இருந்தால் அது குறித்து முறையீடு செய்யவும் வாய்ப்புத் தரப்பட வேண்டும்.

மாணவர் இயக்கத்தின் தேர்தல் புறக்கணிப்பை அரசு ஊழியர்களும் ஆதரித்தனர். எனவே, ஒவ்வொரு கட்ட தேர்தல் பணியையும் முடிப்பதில் சிரமங்கள் இருந்தன. கணக்கெடுப்பு மற்றும் பட்டியல் தயாரிப்புப் பணிகளை முடிக்க, மாவட்ட ஆணையாளர்களும், உட்கோட்ட அலுவலர்களும் தூண்டுதல், ஊக்குவித்தல், தண்டித்தல் எனப் பலவகை உபாயங்களைப் பயன்படுத்தினர். வாக்காளர் பட்டியல்களை அச்சிடுவது பெரும் சவாலாக இருந்தது. அரசு அச்சகப் பணியாளர்கள் ஒத்துழைக்க மறுத்தனர். தனியார் அச்சகங்கள் போராடும் மாணவர்களைக் கண்டு பயந்தனர். ராவ் கோட்ட ஆணையாளர்களின் உதவியை நாடினார். அவர்கள், இப்பணியில் விருப்பமுள்ள போலீசாரை, பாதுகாப்பான ஒரு இடத்தில் திரட்டி இப்பணியைச் செய்தார்கள்.

போராட்டம் தொடர்ந்த போதிலும் ராவ், மாணவர் தலைவர்களைச் சந்தித்தார். அவர்களிடம் சொன்னார் – வரைவு வாக்காளர் பட்டியல் வெளியிடப்பட்டுள்ளதால், அதைச் சரிபார்த்து, தகுதியில்லாத நபர்களின் பெயர்களை நீக்குவதில் நீங்கள் பெரும் பங்காற்ற முடியும். இது உங்களுக்கு ஒரு நல்ல வாய்ப்பு என்று சொன்னார். நீங்கள் செய்ய வேண்டியதெல்லாம், யார் யாரைத் தகுதியற்றவர்கள் என்று நீங்கள் கருதுகிறீர்களோ, அது குறித்து மறுப்புத் தெரிவிக்க வேண்டியதுதான். எல்லா மறுப்புக்களும் விசாரிக்கப்படும். அவர்கள் ஏன் தகுதியற்றவர்கள் என்று சட்டப்படி நீங்கள் வாக்குமூலம் தர முடியும் என்றார். மறுப்புத் தெரிவிக்கப்பட்டால், தான் இந்தியக் குடிமகன்தான் தனக்குத் தகுதியுண்டு என்று நிரூபிக்க வேண்டியது அந்த நபரின் பொறுப்பு.

அறிவுஜீவிகள், வழக்கறிஞர்கள், மருத்துவர்கள், தொழில் வல்லுநர்கள், செய்தியாளர்கள் என வெவ்வேறு தரப்பினருடன் நடந்த கூட்டங்களிலெல்லாம் ராவ் இந்தக் கருத்தைத் திரும்பத் திரும்பச் சொன்னார். ஆனால் அவர்கள் மாணவர்களுக்கு ஆதரவாகவே இருந்தனர். பெரும் எண்ணிக்கையில், சுமார் 73,000 மறுப்புக்கள் தாக்கல் செய்யப்பட்டன. அவை எல்லாமும் விசாரிக்கப்பட்டு, உரிய முடிவுகள் எடுக்கப்பட்டன. தேர்தல் நடத்தக் கூடாது என்பதில் மாணவர்கள் உறுதியாக இருந்தனர். தலைமைத் தேர்தல் ஆணையாளர் என்ற முறையில், ராவ் அடுத்தடுத்த நடவடிக்கைகளை எடுத்தார். இறுதி வாக்காளர் பட்டியல் வெளியிடுதல், வேட்புமனுத் தாக்கல், மனுக்களைத்

திரும்பப் பெறுதல் மற்றும் வாக்குப் பதிவு என்று நடவடிக்கைகள் தொடர்ந்தன.

இவையெல்லாம் பயனற்றவையாகின. வேட்பு மனுத் தாக்கலின்போது, பிரம்மபுத்திராப் பள்ளத்தாக்கு முழுவதிலும் ஒரு வேட்பு மனுகூடத் தாக்கலாகாத நிலையை மாணவர்கள் உறுதிசெய்தார்கள். மலைப்பகுதி மாவட்டங்களான வடக்கு கச்சார், காப்ரி அங்லாங் பகுதிகளிலும் ஒரு வேட்பு மனுகூடத் தாக்கலாகவில்லை. பார்பேடா தொகுதியில் மட்டும், மறைந்த தலைவர் எஃப்.ஏ. அஹமதுவின் மனைவி அபிதா என்பவர் தேர்தலில் போட்டியிட முடிவு செய்தார். புதுதில்லியின் உத்தரவுப்படி, கோட்ட ஆணையாளர் நரசிம்மன் மற்றும் டி.ஐ.ஜி. – கே.பி.எஸ். கில் ஆகியோர் அவருக்கு வழிக்காவல் தந்து வேட்பு மனுத் தாக்கல் செய்ய அழைத்து வந்தனர். விதியின் விளையாட்டு, தேர்தல் அலுவலர் அவரது மனுவை நிராகரித்தார். அபிதா, தலைமைத் தேர்தல் ஆணையாளருக்கு மேல்முறையீடு செய்வதைத் தவிர வேறு எதுவும் செய்ய முடியாது. ஆனால் அவர் பின்னர் வேட்பு மனுத் தாக்கல் செய்ய விரும்பவில்லை. திரும்பிவரும் வழியில் அவர்கள் சாலை மறியல் செய்துகொண்டிருந்த மாணவர்களை எதிர்கொள்ள நேரந்தது. தடியடி நடத்த முயற்சிக்கப்பட்டது. மாணவர் சங்கத்தின் பார்பேடா பொதுச் செயலாளர், கார்கேஸ்வர் தாலுக்தார் இறந்துபோனார். கலவரம் வெடித்தது. தாலுக்தாரின் இறுதி ஊர்வலத்தில் ஏராளமானோர் கலந்துகொண்டனர். கே.பி.எஸ். கில், தாலுக்தாரை திட்டமிட்டே கொன்றுவிட்டார் என்று அவர்கள் கோஷமிட்டனர். மருத்துவர்கள் பிணக் கூராய்வு செய்ய மறுத்தனர். இரண்டு நாட்களுக்கு மாநிலம் முழுவதும், மாவட்டம், தலைநகர் எல்லாம் ஸ்தம்பித்தது. எதுவும் செய்ய இயலவில்லை. டிசம்பர் 12 அன்று மாநிலத்தில் குடியரசுத் தலைவர் ஆட்சி அமலாகியது. வாக்கு எண்ணிக்கையை மூன்று நாட்களுக்குத் தள்ளிவைக்க நேர்ந்தது.

முன்னாள் உள்துறைச் செயலாளர் எல்.பி.சிங் அங்கு கவர்னராக இருந்தார். அவர் குடியரசுத் தலைவர் ஆட்சியைப் பரிந்துரைத்தார். அவர் ராவை அழைத்துக் கேட்டார்,

“நீங்கள் ஏன் ராணுவத்தை அழைக்கவில்லை. ஏன் காத்திருக்கிறீர்கள்? உடனே அழையுங்கள்.”

“அதற்குத் தேவையில்லை சார். நிலைமை கட்டுக்குள் இருக்கிறது.”

“இல்லை. நீங்கள் இதை சீரியஸாக எடுத்துக்கொள்ளுங்கள். ராணுவத்தை அழையுங்கள். ஒரு கொடி அணிவகுப்பு நடத்த

வேண்டுமென்றால் அவர்களுக்கு மூன்று மணி நேர அவகாசம் தேவை.”

“ஆனால் சார்.”

“நான் சொல்வதைச் செய்யுங்கள். ராணுவத்தை அழையுங்கள்.”

ராவ் அப்படியே செய்தார்.

ராவின் மனைவி குவஹாத்தியில் தனியாக இருந்தார். அவருக்கு மிரட்டும் அழைப்புக்கள் வந்தன.

“உங்கள் கணவர் எங்கள் விருப்பத்திற்கு மாறாகத் தேர்தலை நடத்தியிருக்கிறார். நாங்கள் அவரைச் சுட்டுவிட்டோம். நாங்கள் அவர் உடலை ஊர்வலமாக எடுத்துக்கொண்டு உங்களிடம் வருவோம்” என்று ஒருவர் சொன்னார்.

சில மாணவர்கள் அவரது வீட்டிற்கு இவ்வாறு கடிதம் எழுதினார்கள்: “நீங்கள் மக்களுக்கெதிராக பெரிய தவறு செய்துவிட்டீர்கள். நாங்கள் திறந்தவெளியில் உங்களைச் சிரச் சேதம் செய்வோம்.”

அந்தக் கடிதத்தை ராவ் வெகுநாட்கள் வைத்திருந்தார்.

எனினும், பராக் பள்ளத்தாக்கு என்று அழைக்கப்பட்ட தெற்கு அஸ்ஸாம் பகுதி வேறு மாதிரியாக இருந்தது. கச்சார் மாவட்டத்தில் முழுவதும் வங்காள இந்துக்களும் முஸ்லிம்களும் வசித்தனர். அவர்களிடையே மாணவர் போராட்டத்திற்கு ஆதரவில்லை. மேலும், அந்தப் போராட்டம் முழுவதும் பிரம்மபுத்திரா பள்ளத்தாக்கில் வசிக்கும் வங்காளிகளுக்கு எதிரானது என்று திடமாக நம்பினார்கள்.

அந்த மாவட்டத்தின் ஆணையாளர் தேர்தலுக்கான ஆயத்தங்கள் எல்லாவற்றையும் முடித்திருந்தார். குறித்த நாளில் வாக்குப் பதிவு நடந்தது. மக்கள் பெருவாரியாக வாக்களித்தார்கள். ராவ், ஹில் மற்றும் கச்சார் மாவட்டங்களின் வளர்ச்சி ஆணையாளராகவும் கோட்ட ஆணையாளராகவும் பொறுப்பு வகித்தார். எனவே அவர் சில்சார் மாவட்டத் தலைமையிடத்தில் தங்கினார். அது அனைத்து நடவடிக்கைகளின் மையமாக இருந்தது. சரக டி.ஐ.ஜி. பட்டாச்சார்ஜி, அவருடன் இருந்தார். வாக்குப் பதிவு நாளன்று எல்லாம் சரியாக நடந்தது. ஆனால் ராவ் சர்க்யூட் விடுதிக்குத் திரும்பியதும் செய்தி வந்தது. ஒரு மசூதி தாக்கப்பட்டுவிட்டதாக ஆதாரமற்ற வதந்தி பரவியதாகவும், அது, சில்சார் நகரைச் சுற்றியுள்ள கிராமங்களில் அதிகம் வசிக்கும் இஸ்லாமியர்களைக் கோபப்படுத்தியிருப்பதாகவும்

செய்தி வந்தது. அந்தக் கிராமங்களிலிருந்து பெரும் எண்ணிக்கையில் இஸ்லாமியர்கள் கோஷமிட்டுக்கொண்டு சில்சார் நோக்கி வந்தார்கள். இரவு நெருங்க நெருங்க கலவரமும் வன்முறையும் வெடிக்கலாம் என்ற அச்சம் எழுந்தது.

ராவ் கட்டுப்பாட்டறையைத் தொடர்புகொண்டு மாவட்டம் முழுவதிலும் ஊரடங்கு பிறப்பிக்குமாறு மாவட்ட ஆணையாளருக்கும், எஸ்.பி.க்கும் உத்தரவிட்டார். மாவட்ட ஆணையாளரும் எஸ்.பி.யும் தேர்தல் பணி முடிந்து திரும்பிக் கொண்டிருந்த போலீஸாரைத் திரட்டினர். அப்படியே அங்கிருந்த அஸ்ஸாம் சிறப்புக் காவல் படை பட்டாலியனையும். ராவ் தொலைபேசி அருகில் அமர்ந்து எல்லா அழைப்புக் களுக்கும் பதிலளித்தார். அதுவே இப்போது நகரைப் பற்றியிருந்த பதற்றத்தைக் கட்டுப்படுத்தும் ஒரே வழி என்று கருதினார். அவர் பெங்காலி மொழியில் சரளமாகப் பேசினார். நிலைமை கட்டுக்குள் கொண்டுவரப் படுகிறது. நீங்கள் வீட்டிலேயே இருங்கள் என்று ஒவ்வொருவருக்கும் உறுதியளித்தார். எல்லாப் பக்கங்களிலும் நகரின் பாதைகள் மூடப்பட்டன. தடுப்புக்கள் அமைத்து, சிறப்புக் காவல் படையினர் நிறுத்தப்பட்டனர். மூன்று இடங்களில் துப்பாக்கி சூடு நடத்தப்பட்டது. உயிரிழப்புக்கள் இருந்தன. உடனடி ஆபத்துத் தவிர்க்கப்பட்டதால், ஊரடங்கை இரண்டு மணி நேரம் தளர்த்த முடிவு செய்யப்பட்டது. ஆனால் மீண்டும் கிராமங்களில் மக்கள் திரள்வதாக வதந்தி பரவியதால், அடுத்த மூன்று நாட்களுக்கு ஊரடங்கு தொடர்ந்தது.

மாநிலம், குடியரசுத் தலைவர் ஆட்சியில் இருந்ததால், நிர்வாகம் அரசியல் தலையீடு இல்லாமல் நடவடிக்கை எடுக்க முடிந்தது.

❍

ராவ், கருவூல முறைகேடு விசாரணையைத் தொடர்ந்தபோது, அவர்களது மகன் மேல் படிப்புக்காக அமெரிக்கா சென்று விட்டார். அவரும் அவரது மனைவியும் மட்டுமே அங்கிருந்தனர். அப்போது அவர் ஒரு பாதுகாக்கப்பட்ட வளாகத்தில் ஒரு அடுக்குமாடிக் குடியிருப்பில் இருந்தார். உல்பா மற்றும் போடோ போன்ற வன்முறை அமைப்புக்களிடமிருந்து அதிகாரிகள் பலருக்கும் அச்சுறுத்தல் இருந்ததால், தலைமைச் செயலகத்துக்கு அருகில் கானாபாரா என்னுமிடத்தில் மூத்த ஐ.ஏ.எஸ் அதிகாரிகளுக்காக ஒரு பாதுகாக்கப்பட்ட வளாகம் உருவாக்க முடிவு செய்யப்பட்டது. அங்கு விஸ்தாரமான இரண்டடுக்குக் குடியிருப்புக்கள் இருந்தன. அங்கு எல்லா வசதிகளும் இருந்தன. இந்த வளாகத்தில் உயரமான சுற்றுச்

சுவரும், 24 மணி நேரமும் ஆயுதந்தாங்கிய பாதுகாவலர்களும் இருந்தனர். கண்காணிப்புக் கருவிகள் இருந்தன. ஐ.பி.எஸ்., அதிகாரிகளுக்கென்று தனி வளாகம் இருந்தது. ஐ.ஏ.எஸ்., வளாகத்தில் ஒரு டென்னிஸ் மைதானம் இருந்தது. அவர்களில் பலர் திறமையான டென்னிஸ் வீரர்களாக இருந்தனர். ராவ் தினமும் மாலையில் டென்னிஸ் விளையாடினார். கல்லூரி நாட்களிலிருந்தே அவர் டென்னிஸ் விளையாடி வருபவர். டென்னிஸ் பந்தை ஓங்கி அடிப்பது அவர்களது அன்றாட மன இறுக்கத்தைப் போக்குவதாக இருந்தது. அவரது மனைவி ஸிதார் வாசிப்பவர். ஸிதார் இசை வீடு முழுவதையும் நிறைத்தது. அவர்களுக்கு ஒரு பீகாரி சமையலர் இருந்தார். ராவ் அங்கு வந்தது முதல் அவர் உடனிருந்து வருகிறார்.

காலனிக்கு வெளியே யாரையும் சந்திக்க அவர்கள் போவது அரிது. அலுவலகம் போவதும், வீட்டிற்கு வருவதும் தான் அன்றாட வாழ்க்கைமுறை. அது தெரிந்த விஷயம்தான். கடந்த 25 வருடங்களாக, அவருக்கு ஒரு உட்கோட்டத் தனிப் பொறுப்பு வழங்கப்பட்ட நாள் முதல் – அப்போது சிப்சாகர் மாவட்டத்தின் ஒரு பகுதியாக இருந்த கோலாகாட்டில் பொறுப்பேற்றது முதல் – ராவ் தனது அலுவலக நேரத்திற்கு ஒருமணிநேரம் முன்னதாகவே அலுவலகத்தில் இருப்பார். சாதாரணமாக அலுவலக நேரம் காலை 10 முதல் மாலை 05.00 வரை என்று இருந்தாலும், அஸ்ஸாமியர்கள் காலையில் முக்கிய உணவு அருந்தும் வழக்கமிருந்ததால், அலுவலர்கள் பலரும் காலை 10.30 மணி வாக்கில் அலுவலகம் வருவார்கள். ராவ் தவறாமல் காலை 09.00 மணிக்கு அங்கு இருப்பார். அவர் 09.00 மணிக்கு அங்கு இருந்தால்தான் மற்றவர்கள் அதை முன்னுதாரணமாகக்கொண்டு 10.00 மணிக்கு வருவார்கள் என்று அவர் கருதினார். ஆனால் அது நடக்கவில்லை.

ராவ், கருவூல முறைகேடு விசாரணையை முடித்து, அறிக்கையும் தயாரித்துவிட்டார். மாநில சட்டமன்றக் கூட்டத் தொடர் வரவிருந்தது. முறைகேட்டில் முதலமைச்சருக்கே தொடர்பிருப்பதாக வதந்தி இருந்தது. ஆனால் வாக்குமூலங்கள் எதிலும் அவ்வாறு இல்லை. முதலமைச்சருக்கு எதிராக ஆவணங்களோ வாக்குமூலங்களோ எதுவும் இல்லை. சட்டமன்றக் கூட்டத் தொடருக்கு முன்னால் அறிக்கையைத் தரலாமா அல்லது கூட்டத் தொடர் முடிந்தபின் தரலாமா என்று ராவ் முதலமைச்சரைக் கேட்டார்.

“இல்லை, இல்லை இப்போதே கொடுங்கள்” என்றார் முதல்வர்.

"சார். எனக்கு இன்னும் மூன்று நாள் அவகாசம் வேண்டும்."

"உங்கள் வழக்கமான வேலைகளிலிருந்து விடுவித்துக் கொண்டு, எவ்வளவு விரைவாக முடியுமோ அவ்வளவு விரைவாகக் கொடுங்கள்."

முதல்வர் அறிக்கையைச் சட்டமன்றத்தின் முன் வைக்க விரும்பினார்.

ராவ் கணக்கிட்டவரையில், சுருட்டப்பட்ட மொத்தத் தொகை, சுமார் 185 கோடி ரூபாய். போஃபர்ஸ் ஊழலைவிட மிக அதிகம். அஸ்ஸாம் போன்ற ஒரு சிறிய மாநிலத்தில், ஒரு துறையில், சுமார் ஆறு ஆண்டுக் காலத்தில் 1987–1993 இடையே.

செப்டம்பர் 17 அன்று ராவ், தனது அறிக்கையைத் தலைமைச் செயலரிடம் ஒப்படைத்தார். அதற்கு அவர் தந்திருந்த தலைப்பு: "பாதுகாவலர்களே வேட்டையாடுவோராக மாறினர்." இணைப்புக்கள் சேர்க்காமல் 42 பக்கங்கள். அதில் பயனடைந்தோர் பட்டியல் இருந்தது. விசாரணைக்குழுவிற்குத் தரப்பட்ட ஆவணச் சான்றுகள் மற்றும் வாக்குமூலங்கள். பொறுப்பான பதவிகளில் இருந்துகொண்டு, முறைகேடுகளைத் தடுக்க வேண்டியவர்களே முறைகேடுகளில் பங்கேற்றவர்கள் யார் யார் என்பதைக் கண்டறிய அவை உதவின. ஸ்ரீதர் ராவ் அத்தகு நபர்கள் 12 பேர்களின் பெயர்களைக் குறிப்பிட்டிருந்தார். செயலாளர், கால்நடைத்துறை, இயக்குநர், கால்நடைப் பணிகள், அத்துறையின் அமைச்சர், நாகுல் தாஸ், அவரது தனிச் செயலாளர் ஆர்.சி. தாலுக்தார் ஆகியோர் அதில் அடங்குவர்.

ராவ், தலைமைச் செயலரிடம், தான் தயாரித்த இரு நகல்களையும் அவரிடம் ஒப்படைத்துவிட்டதாகச் சொன்னார். தலைமைச் செயலர், அறிக்கையின் சுருக்கம் ஒன்றைத் தயாரித்து, இரண்டு நாட்களுக்குப் பிறகு சட்டமன்றக் கூட்டத் தொடர் தொடங்கியபோது, அறிக்கையின் சுருக்கத்தினைச் சட்டமன்றத்தின் முன் வைத்தார்.

185 கோடி என்பது மிக அதிகமான தொகைதான். முதலமைச்சர் ஏன் விசாரணைக்கு ஆணையிட்டார்? இந்த முறைகேடுகளைச் சுட்டிக்காட்டும் மாநிலக் கணக்காய்வாளரின் அறிக்கை, நான்கைந்து மாதங்களுக்கு முன் அவருக்குக் கிடைத்தது. அநேகமாக, அந்தச் செய்தி பற்றிய பரபரப்பு தாமாகவே தணியும்வரை அவர் காத்திருந்தார். ஆனால் அவருக்கு அழுத்தம் தந்த மற்ற காரணங்களும் இருந்தன. அது காங்கிரஸ் அரசாக இருந்தாலும், அசாம் கன பரிஷத் அரசியல் கட்சியாகி, அறிவார்ந்தோர் மத்தியில் மிகுந்த செல்வாக்குப்

பெற்றிருந்தது. தொடக்கத்தில் அது முக்கிய செய்தித்தாள்களிலும் ஆதிக்கம் செலுத்தியது.

கலவரங்களை அடக்கிவிட்டதாக சைகியா கூறினார். அதை அங்கீகரித்தும் வலியுறுத்தியும் தில்லியைச் சேர்ந்த ஒரு அமைப்பு அவருக்கு கர்மஸ்ரீ என்னும் பட்டம் வழங்கியது. அதில் ஒரு சான்றிதழும் ஒரு பதக்கமும் இருந்தன. தூர்தர்ஷனில் அதுபற்றிய செய்தி ஒளிபரப்பாகியது – அஸ்ஸாம் முதல்வர் ஹைதேஸ்வர் சைகியாவுக்கு, காங்கிரஸ் கட்சியின் தலைவர் சீதாராம் கேசரி அவர்களால், பன்னாட்டுப் புரிதலுக்கான விருது வழங்கப்பட்டது. அசோகா ஹோட்டலில் நடந்த ஒரு ஆடம்பரமான விழாவில் இந்த விருது வழங்கப்பட்டது என்றது அந்தச் செய்தி. அதே நாளில், விடுதலைப் போராட்ட வீராங்கனை அருணா ஆசப் அலி அவர்களுக்கு, பன்னாட்டுப் புரிதலுக்கான ஜவஹர்லால் நேரு விருது வழங்கப்பட்டது. அதனை இந்தியக் குடியரசுத் தலைவர் தனது மாளிகையின் அசோகா கூடத்தில் நடைபெற்ற விழாவில் வழங்கினார் என்னும் செய்தியும் வந்தது. ஆனால் அஸ்ஸாம் முதல்வருக்கு வழங்கப்பட்ட விருது பற்றிய செய்தி முதலிலும், அதிக நேரமும் தூர்தர்ஷனில் ஒளிபரப்பாகியது. சைகியாவுக்கு வழங்கப்பட்ட விருது பெரியது என்று காட்ட முயல்வதாக அது இருந்தது. சைகியாவுக்கு வழங்கப்பட்ட விருது எப்படி செய்தியாகியது என்று கண்டறிய, இன்டெலிஜென்ஸ் பீரோ ஒரு அதிகாரியை தூர்தர்ஷனுக்கு அனுப்பியது. அஸ்ஸாம் அரசின் மக்கள் தொடர்பு அதிகாரி, தூர்தர்ஷனுக்குச் செய்தி அறிக்கையாக அதனைத் தந்ததாக தூர்தர்ஷன் தெரிவித்தது. இன்டெலிஜென்ஸ் பீரோ மேலும் ஆழமாக விசாரித்து ஒன்றைக் கண்டறிந்தது – தெற்கு தில்லியில், நேரு பிளேஸ் என்னுமிடத்தில், ஒரு சர்தார்ஜியின் அலுவலகம் இருக்கிறது. அவர், பணம் கொடுத்தால் விருதுகள் ஏற்பாடு செய்வார். பணம் கைமாறியதும் சர்தார்ஜி, பார்வையாளர்கள், விருது கொடுக்கும் பிரபலம் மற்றும் விழா ஏற்பாடுகள் எல்லா வற்றையும் பார்த்துக்கொள்வார். ஹைதேஸ்வர் சைகியாவின் மனைவிக்கும் ஒரு விருது வழங்கப்பட்டது அதுவும் தூர்தர்ஷனில் ஒளிபரப்பாகியது. சைகியாவின் மனைவிக்கு ஒரு கணிசமான தொகை, பத்தாயிரம் பவுண்டு “அவரது துறையில் சிறந்த ஆளுமைக்காக” வழங்கப்பட்டது. உண்மை என்னவெனில் அவர் ஒரு இல்லத்தரசி.

ஹைதேஸ்வர் சைகியாவுக்கு விருது வழங்கப்பட்டதற்கு எதிர்வினையாக, மாணவர்கள் துர்நிதி ஸ்ரீ என்னும் பட்டத்தை அவருக்கு வழங்கினர். எதிர்க்கட்சிகளும் பத்திரிகைகளும் கேலி பேசின. மேலும் அவ்வாறு கேலி பேசுவதைத் தவிர்க்கவே

அவர் விசாரணைக்கு உத்தரவிட்டிருக்க வேண்டும். நீண்டநாள் தில்லியில் பணியாற்றிய பிறகு ராவ் அஸ்ஸாம் திரும்பியிருந்தார். அடிப்படையில் அவர் ஒரு வெளியாள். அஸ்ஸாமில் அவருக்குத் தனிப்பட்ட அக்கறை ஏதும் இல்லை. அரசியல் தொடர்புகளில்லை. எனவே நம்பகத்தன்மை இருந்தது.

விசாரணையில் என்ன நடக்கிறது என்பதை சைகியா கண்காணித்து வந்திருக்க வேண்டும். அவ்வாறு பின்தொடர்வது ஒரு எளிய காரியமே. ராவ் யாரைச் சந்திக்கிறார், என்ன கேள்விகள் எழுப்புகிறார் எனக் கேட்டுத் தெரிந்துகொள்ள வேண்டும். ஆவணங்கள் ராவிடம் இருந்தாலும், என்ன நடக்கிறது என்று தெரிந்துகொள்வது சாத்தியமே. ஆனால் ராவின் அறிக்கை 'ரகசியம்' என்று வகைப்படுத்தப்பட்டாலும், அது ஒரு சாதனையாக விளம்பரப் படுத்தப்பட்டது.

சைகியா, கட்சியைத் தன் கட்டுப்பாட்டில் வைத்திருந்தார். அசாம் கன பரிஷத்திற்கு ஆதரவாக இருந்த பத்திரிகைகளைத் தன் பக்கம் திருப்ப அவரால் முடிந்தது. விரைவிலேயே அவர்கள் அவரது பாட்டை இசைக்கத் தொடங்கினார்கள். அதாவது அவர் அமைதியைக் கொண்டுவந்துவிட்டார். இனி முதலீடுகள் வரும். முதலீடுகள் பற்றிய கதைகள் முழு உண்மையல்ல. ஒருமுறை அவர்கள் முதலீடுகளை வரவேற்க மும்பைக்குப்போனார்கள். ராவ், பொது சுகாதாரத் துறையின் பொறுப்பாளராக, அஸ்ஸாமில் ஒரு மருத்துவமனையைத் துவக்குமாறு, அப்போலோவிற்கு அழைப்பு விடுத்தார். அஸ்ஸாம் மேலோட்டமாக அமைதியாக இருந்தது. அப்போலோவோடு ஒரு ஒப்பந்தமும் கையெழுத்தானது. ராவ் ஹைதராபாத் சென்று சங்கீதா ரெட்டியைச் சந்தித்தார். அவர் மருத்துவமனை மட்டும் வேண்டுமா அல்லது மருத்துவக் கல்லூரியோடு இணைந்த மருத்துவமனை வேண்டுமா என்று கேட்டார். தனி மருத்துவமனைகள் அவ்வளவு லாபகரமானதல்ல. மருத்துவக் கல்லூரிக் கட்டணங்களில் வருவாய் உண்டு. 55 ஏக்கர் நிலம் தேவைப்பட்டது. மனையின் இருபுறமும் புறவழிச் சாலைகள் வேண்டும். நிலம் அடையாளம் காணப்பட்டு, அதனைப் பார்வையிட ஒரு குழு வந்தது. சைகியாவின் முதலீடு ஈர்ப்புத் திட்டங்களில் இதுவும் ஒன்று எனச் செய்தித்தாள்களில் பரப்பப்பட்டது. மறுநாள், தொலைபேசி அழைப்புக்கள் வரத் தொடங்கின. ஒன்று, இரண்டு, மூன்று என்று தொடர்ந்தன. பேசியது உல்பா. இந்தத் திட்டம் செயல்பட வேண்டுமென்றால், தங்களுக்கு 15 கோடி ரூபாய் தர வேண்டுமென்றனர். ரொக்கமாக, உடனடியாக. பார்வையிட வந்த குழு ஸ்ரீதர் ராவிடம் ஓடியது.

விமான நிலையம் போகப் பாதுகாப்புத் தருமாறு கேட்டது. முதல் விமானத்தைப் பிடித்துப்பறந்தது.

சைகியா நிலைமையைக் கட்டுப்படுத்தினார். அவர் எளிமையான நுட்பத்தைக் கையாண்டார். தலைமையில் உள்ளவர்கள் ஒத்துவரவில்லையென்றால், அவர்களைத் தவிர்த்துவிட்டு, அடுத்த நிலையில், இரண்டாவது அல்லது மூன்றாவது நிலையில் உள்ளவர்களை வைத்துக் காரியங்களை நடத்திச் செல்வது. எனவே அவரால், முகத்தைச் சாதாரணமாக வைத்துக்கொண்டு சட்டமன்றத்திற்குச் சொல்ல முடிந்தது. “பாருங்கள். நான் விசாரணைக்கு உத்தரவிட்டிருக்கிறேன்.” விசாரணை முடிந்தவுடன், அதன் சுருக்கத்தைச் சட்டமன்றத்தில் வைத்துவிட்டார். ஆனால் இன்னமும் அவருக்கு அழுத்தம் இருந்தது. ஏனெனில் எதிர்க்கட்சி வழக்கறிஞர்கள், முதல்வரே இதில் சம்பந்தப்பட்டுள்ளாரா என்று தெரியவில்லை என்றனர். ஸ்ரீதர் ராவின் அறிக்கை ரகசியமானது. தலைமைச் செயலாளர், முதலமைச்சர், ராவ், அவரது தட்டச்சர் ஆகிய நால்வரைத் தவிர வேறு யாருக்கும் எதுவும் தெரியாது. விசாரணைக் குழுவே முழு அறிக்கையைப் பார்க்கவில்லை. இதுவே சைகியாவின் புதிய தலைவலி.

சைகியா, ராவை அழைத்து, விசாரணை அறிக்கையை அமைச்சரவையில் விவாதிக்க விரும்புவதாகவும், சி.பி.ஐ விசாரணைக்கு உத்தரவிடலாமா என்று முடிவு செய்ய வேண்டும் என்றும் சொன்னார். சிபிஐ விசாரணை என்பதும் விஷயத்தை ஓராண்டுக்குத் தள்ளிப்போடும் உபாயமாக இருக்கலாம் என்று ராவ் நினைத்தார். சி.பி.ஐ. அவர்களுக்கே உரிய நேரம் எடுத்துக்கொள்வார்கள். பிரதமர் நரசிம்ம ராவ், சைகியாவுக்கு நெருக்கமானவர். இந்த எல்லைப்புற மாநிலத்தில் தங்கள் செல்வாக்கை இழக்க காங்கிரஸ் விரும்பாது. சைகியா, தன்னம்பிக்கையோடு சி.பி.ஐ. விசாரணைக்கு உத்தரவிட்டார். அது 1994–95இல் தொடங்கியது.

சைகியாவுக்கு நிறையச் சக்தி இருந்தது. அதேநேரத்தில் அவர் நோயாளியாகவும் இருந்தார். அவர் என்ன சாப்பிட வேண்டும் என்பதில் மருத்துவர்களின் கட்டுப்பாடு இருந்தது. பல சங்கதிகளை அவர் தொடக் கூடாது. சிலர் மன உறுதியால் எதையும் சமாளிக்கும் திறமை பெற்றவர்கள். சைக்கியாவும் அப்படிப்பட்டவர். அதிகாரம், சக்தியை ஊக்குவிக்கும். அவரால் அதிகாரமில்லாமல் வாழ முடியாது. அவர் அசாம் கன பரிஷத்தால் தோற்கடிக்கப்பட்டபோது, அவர்கள் அவரை மிசோரமில் ஆளுநராக ஒதுக்கிவைத்தார்கள். அவர்

தேரின் சாரதியாகவே இருக்க விரும்பினார். இருந்தபோதும், அவர் திரும்பவந்தபோது நீடித்திருக்கவில்லை.

ஹிதேஸ்வர் சைகியா எப்போதும் நோய்வாய்ப்பட்டிருந்தார். அவருக்கு என்ன நோய் என்று வெளியிடப்படவில்லை. அவரது கண்கள் உப்பியிருந்தன. அவர் ஸ்டீராய்ட் பயன்படுத்தினார் என்ற ஊகம் இருந்தது. விரைவில் அவர் மருத்துவமனையில் சேர்க்கப்பட்டார். பிரதமர் நரசிம்ம ராவ் அஸ்ஸாம் வரவிருந்தார். ஆனால் சைகியா அவரை விமான நிலையத்தில் வரவேற்க இயலாது. பிரதமர் விமான நிலையத்திலிருந்து நேராக மருத்துவமனை சென்று, சைகியாவுக்கு தில்லியில் சிகிச்சை அளிக்க ஏற்பாடு செய்வதாகக் கூறினார். சைகியாவின் கடைசி நாட்கள் அவை. மருத்துவர்களுக்கு அவரை தில்லிக்கு அனுப்பிவிட்டால் போதுமென்றிருந்தது.

விசாரணை அறிக்கையைச் சமர்ப்பித்தபின், ராவ், தனது கட்டுப்பாட்டில் இருந்த மருத்துவத் துறையில் ஒரு சிறப்புத் தணிக்கைக்கு உத்தரவிட்டார். தனது துறை மேற்கொள்ளும் கொள்முதல்களைக் கட்டுப்படுத்த வேண்டும் என்று விரும்பினார். அத்துறை உண்மையில் தேவைப்படாத கருவிகளை வாங்கியது, வாங்கிய கருவிகளைப் பயன்படுத்தவில்லை. டெண்டர் முறையைப் பின்பற்றாமல் பொருட்கள் வாங்கப்பட்டன. பின்பற்றினாலும், நிகழ்ந்துள்ள மாற்றங்களைக் கருத்தில் கொள்ளவில்லை. இதைச் செய்துகொண்டிருந்த மருத்துவக் கல்வி இயக்குநர், ஏதோ ஒருவகையில் முதலமைச்சரோடு தொடர்பில் இருந்தார். ராவின் சக அதிகாரிகள், மருத்துவத் துறையில் பணம் புரள்வதை ராவ் கட்டுப்படுத்த முயற்சிப்பது, பெரிய தலைகள் பலருக்குப் பிடிக்கவில்லை என்று தெரிவித்தனர். கே. ஸ்ரீதர் ராவ் மாற்றப்பட்டு, நிர்வாகத் தீர்ப்பாயத்தின் தலைவராக அமர்த்தப்பட்டார். வேலை நேரம் 10 மணி முதல் 04.00 மணிவரை. அவர் விசாரணை அறிக்கையைச் சமர்ப்பித்த அதே நேரத்தில், அவரது பெயர் செயலாளர் பதவி உயர்வுக்கான பட்டியலில் இடம்பெற்றிருந்தது. ஆறு மாதங்களுக்குப் பிறகு அவர் சிக்கிமில் அரசு செயலாளராகப் பொறுப்பேற்றார். அங்கிருந்து அஸ்ஸாம் நெடுந்தொலைவில் விலகியிருந்தது.

11

சூதாட்ட விடுதி

அம்பாசமுத்திரம் சப்–டிவிஷனில் இருக்கும் கடையம் காவல் நிலையத்தில் பூர்ணலிங்கம் இன்ஸ்பெக்டராக இருந்தார். அவர் ஏ.எஸ்.பி. அனூப் ஜெய்ஸ்வாலைவிடச் சுமார் 20 வயது மூத்தவர். ஏ.எஸ்.பி., தொழிலுக்குப் புதியவர். காவல்துறைப் பணியின் நுட்பங்களை ஏ.எஸ்.பி. புரிந்துகொள்ள பூர்ணலிங்கம் உதவினார். காவல் நிலையப் பதிவேடுகளைச் சரிபார்ப்பது எப்படி என்று விளக்கினார். பதிவேடுகளை உண்மையாகப் பராமரிக்க வேண்டும். பணிகள் பட்டியல், கைதிகள் ஆவணங்கள், பொது நாட்குறிப்பு, பணப் பதிவேடுகள். சுற்றுக் காவல் சோதனை எப்படிச் செய்ய வேண்டுமென்று அனூப் ஜெய்ஸ்வாலுக்கு பூர்ணலிங்கம்தான் சொல்லிக்கொடுத்தார். காவலர்களும் அதிகாரிகளும் தங்கள் காவல் நிலைய எல்லைக்குள் சென்று பொதுமக்களைச் சந்தித்து, உருவாகிவரும் பிரச்சினைகள் குறித்து விசாரித்து நிலையப் பொறுப்பு அதிகாரிக்குத் தெரிவிக்க வேண்டும். ஆங்காங்கே வைக்கப்பட்டிருக்கும் சுற்றுக்காவல் பதிவேடுகளில் நேரம் குறிப்பிட்டுப் பதிவிட வேண்டும், கையொப்பமிட வேண்டும். சுற்றுக் காவல் பணி திறம்படச் செய்யப்படுகிறதா என்று திடீர் சோதனைகள் மூலம் உறுதிசெய்ய உயர் அதிகாரிகளுக்குப் பயிற்சி தரப்படுகிறது. ஒரு பதிவேட்டில் என்ன பார்க்க வேண்டுமென்று ஜெய்ஸ்வாலுக்கு பூர்ணலிங்கம்தான் சொல்லிக்கொடுத்தார். உள்ளூர் நடைமுறைகளையும் காவல்துறையின் மரபுகளையும்

அடிப்படைப் பயிற்சியில் கற்றுத்தருவதில்லை. இருபது ஆண்டுகளுக்கும் மேலாய் காவல்துறைப் பணி அனுபவத்தால் பூர்ணலிங்கம், ஒரு மலை ஆட்டைப் போல, கரடுமுரடான பாதையில் உறுதியாக நடந்தார். அன்றாடப் பணிகளில் உதவியதோடு, பூர்ணலிங்கம் ஜெய்ஸ்வாலின் மொழி பெயர்ப்பாளராகவும் அன்பு காட்டினார்.

நேரம் கிடைக்கும்போதெல்லாம், பூர்ணலிங்கம், ஜெய்ஸ்வாலின் அலுவலகத்திற்கு வந்து எல்லாம் சரியாக இருக்கிறதா என்று பார்த்துவிட்டுப் போவார். ஜெய்ஸ்வாலின் அறைக்குள் வர பூர்ணலிங்கம் அனுமதிபெறவோ, காத்திருக்கவோ தேவையில்லை. நேராக உள்ளே வந்து ஜெய்ஸ்வாலின் எதிரே இருக்கும் நாற்காலியில் அமர்ந்து தொப்பியைக் கழற்றி விடுவார். அவர் அறைக்குள் வந்தவுடன், அனூப் நீலத்திற்குத் தகவல் சொல்லுவார். நீலம், தேநீர் தயாரித்து மிக்சர், ரிப்பன் பக்கோடா, பிஸ்கட் ஏதாவது ஒன்றைத் தந்தனுப்புவார். சில நேரங்களில் அவர்கள் வீட்டின் முன்னே இருக்கும் புவெளியில், வேப்பமரத்தின் கீழே அமர்ந்து தேநீர் பருகியபடி விஷயங்களைப் பரிமாறிக்கொள்வார்கள்.

ஒரு நாள் முகாம் எழுத்தர் வழியாக ஒரு தகவல் வந்தது. கடையத்தில் ஒரு சூதாட்ட விடுதி செயல்படுகிறது, அங்கு சூதாட்டம் நடக்கிறது. அங்கு மதுவும் அசைவ உணவும் தரப்படுகிறது. அங்கு மது விற்க அனுமதி இல்லை, சூதாட்டமும் சட்ட விரோதமானது. தகவல் கிடைத்தவுடன் அனூப் இரண்டு கான்ஸ்டபிள்களையும், அம்பாசமுத்திரம் சப்-இன்ஸ்பெக்டரையும் முகாம் அலுவலகத்திற்கு வரச் சொன்னார். என்ன நடக்கிறது என்று யாருக்கும் சொல்லவில்லை. எல்லோரும் வந்ததும் அவர்கள் கடையம் சென்று, சூதாட்ட விடுதிக்குள் நுழைந்தனர். சூதாட்டம் முழு வீச்சில் நடந்து கொண்டிருந்தது. நேரம் இரவு மணி 10 இருக்கலாம். சப்-இன்ஸ்பெக்டர் அங்கிருந்த மது பாட்டில்களைப் பறிமுதல் செய்தார். அதனால் குழப்பம் ஏற்பட்டது. எல்லோரும் வெளியே ஓட முயன்றனர். ஆனால் வாயில், துப்பாக்கி ஏந்திய காவலர்களால் மறிக்கப்பட்டிருந்தது. விடுதியின் உரிமையாளர் அனூப்பிடம் வந்தார். அவர் பூர்ணலிங்கம் பெயரைச் சொன்னார்.

"என்ன சொல்றீங்க? பூர்ணலிங்கத்துக்குத் தெரியுமா?"

"அவர் எங்களுக்குத் தெரிஞ்சவர் சார். நாங்க இங்க என்ன செய்றோம்னு அவருக்குத் தெரியும் சார். இது அவர் ஜூரிஸ்டிக்‌ஷன் தான் சார்."

"நீங்கள் செய்றது சட்டவிரோதம். நாங்க இத மூடப் போறோம்."

"சார் நீங்க முதல்ல பூர்ணலிங்கம் கிட்ட பேசுங்க சார்" என்றார் உரிமையாளர்.

"நா ஏன் அவர்கிட்ட பேசணும்?"

"தயவு செஞ்சு பேசுங்க சார். அவர் சொல்வார் சார்."

அனூப்பிற்கு அதிர்ச்சியாக இருந்தது. இங்கு சூதாட்ட விடுதி இருப்பது பூர்ணலிங்கத்திற்குத் தெரியும் என்பது மட்டுமல்ல. உரிமையாளர் சொல்வதிலிருந்து இது பூர்ணலிங்கத்தின் ஆதரவோடுதான் நடக்கிறது போலும். அவர்களுக்குள்ளான கூட்டு இன்னும் ஆழமானதாகத் தெரிந்தது. அனூப் குற்றவாளிகளைக் காவல் நிலையம் அழைத்துப்போய் வழக்குப் பதிவு செய்தார்.

பூர்ணலிங்கத்திடம் விளக்கம் பெற வேண்டும். மறுநாள் அனூப் ஒரு குறிப்பாணை எழுதத் தொடங்கினார். தன் முகாம் எழுத்தருக்கு டிக்டேட் செய்ய விரும்பவில்லை. இவ்வாறு எழுதினார்:

"நேற்று கிடைத்த ஒரு தகவலின் பேரில், நான் கடையத்தில் ஒரு சூதாட்ட விடுதியைச் சோதனை செய்தேன். சோதனையின் போதும், அதன் பின் நடந்த விசாரணையிலும், அந்தச் சூதாட்ட விடுதி உங்களுக்குத் தெரிந்தே நடப்பது மட்டுமல்ல, உங்கள் ஆதரவில்தான் நடக்கிறது என்று நம்பகமாகத் தெரிகிறது."

இங்கு எழுதுவதை நிறுத்தினார் அனூப். மேற்கொண்டு என்ன எழுதுவது என்று தோன்றவில்லை. பூர்ணலிங்கத்தின்மீது அவருக்கு அன்பும் மரியாதையும் உண்டு. கொஞ்சம் யோசித்தபின் கடைசி வாக்கியத்தை எழுதினார், "இதை அறிந்து நான் மிகவும் வேதனைப்பட்டேன்."

பூர்ணலிங்கத்திடம் எப்படி விளக்கம் கேட்பது என்று அவருக்குத் தெரியவில்லை. அப்படியே கையொப்பமிட்டு பூர்ணலிங்கத்திற்கு அனுப்பினார். பின் அதற்காகவும் வருத்தப் பட்டார். ஒருக்கால், இது கண்டிக்கத் தேவையில்லாத சிறிய விஷயமோ என்று நினைத்தார்.

மூன்று நான்கு நாட்களுக்கு பூர்ணலிங்கத்திடமிருந்து தகவல் ஏதுமில்லை. ஐந்தாவது நாள், அனூப்பிற்கு அலுவலகப் பணிகளில் உதவிகள் செய்யும் அவரது முகாம் எழுத்தர், பூர்ணலிங்கம் வெளியே காத்திருப்பதாகச் சொன்னார். அனூப்

அவரை உள்ளே அனுப்புமாறு சொன்னார். பூர்ணலிங்கம் உள்ளே வந்ததும், அவரைப் பார்க்காமலே சொன்னார்,

"உக்காருங்க"

பூர்ணலிங்கம் நேராக அனூப்பின் நாற்காலியருகில் வந்து தரையில் அமர்ந்துகொண்டார். தொப்பியைக் கழற்றிக் கையில் வைத்துக்கொண்டார். "என்ன மன்னிச்சிடுங்க சார்." என்றார்.

அனூப் எழுந்து, தன் நாற்காலியைப் பின்னுக்குத் தள்ளிவிட்டு, பூர்ணலிங்கத்தின் தோள்களைப் பற்றி தூக்க முயன்றார். "தயவு செஞ்சி நாற்காலியில உக்காருங்க."

பூர்ணலிங்கம், "பரவால்ல சார். நா இங்கயே உக்கார்றேன்." என்றார்.

சற்று நேரம் அமைதியாக இருந்த பூர்ணலிங்கம், தன்னால் இரண்டு நாட்களாகத் தூங்க முடியவில்லையென்றும், தன் மனைவியும் தன்னைத் திட்டியதாகவும் சொன்னார்.

"விடுங்க. அத மறந்துடலாம். சரி இப்ப நாற்காலியில உக்காருங்க. என்னுடைய இன்ஸ்பெக்டர் இப்படி நடந்துக்கறது எனக்குப் பிடிக்கல" என்றார் அனூப்.

"நாலுநாளா நானும் தூங்கல சார். என் மனைவியும் நீங்க உங்க ஏ.எஸ்.பி.சார்கிட்ட இப்படி நடந்திருக்கக் கூடாதுன்னு சொல்றாங்க."

"எனக்கு ஏமாற்றம்தான். நீங்க ஏதாவது சொல்ல விரும்பறீங்களா?"

"நா அத மறுக்கல சார். அத நியாயப்படுத்தவும் முடியாது. ஆனா இது எல்லா இடத்திலயும் நடக்குது சார். எல்லா இடத்திலயும். நாங்கள் உங்கள போல ஐ.பி.எஸ் அதிகாரி இல்ல சார்."

"என்ன சொல்றீங்க?"

"உங்களுக்குத் தெரியும் சார். ரெண்டு வாரத்துக்கு முன்ன டி.ஜி.பி. ஐயா வந்திருந்தாங்க. அவங்க குற்றாலத்துக்கு வந்துட்டு மாஞ்சோலைக்கும் போனாங்க. திருநெல்வேலி எஸ்.பி. ஆபீஸிலிருந்து கூப்பிட்டு எல்லா ஏற்பாடுகளும் செய்யச் சொன்னாங்க. நா அத எப்படி செய்யப்போறேன்னு யாரும் கேக்கல சார். எப்பவும் கேக்கறதில்ல சார். ஒரு முப்பது, நாப்பது பேருக்கு டீ, காப்பி, சாப்பாடு எல்லாம் ஏற்பாடு செய்யணும் சார். இதுக்கெல்லாம் பணம் ஏது சார். இது எப்பவும் நடக்குது சார். இந்த ஹோட்டல்ல மது விக்கிறவங்க,

சூதாட்டம் நடத்தறவங்க இவங்கதான் சார் இதுக்கெல்லாம் பணம் குடுக்கறாங்க. இதுதான் சார். பெரிய லைசன்ஸ் வாங்கி நடத்தற கிளப்பிலயும் நடக்குது. அவங்கதான் சார் டி.ஜி.பி.யையும் மத்த பெரிய ஆபீசர்களயும் பாத்துக்கப் பணம் குடுக்கறாங்க. நாங்க பிடிக்கிற குற்றவாளிங்களுக்குச் சாப்பாடு வாங்க சூதாட்ட விடுதி முதலாளிங்க பணம் குடுக்கறாங்க. பந்தோபஸ்த் போடறாங்க. வெளியூரிலிருந்து ஆட்கள வரவழைக்கறாங்க. அந்தச் செலவுக்கும் யார் பணம் குடுக்கறாங்க? இவங்கதான். கைதிகள் லாக் அப்பில இருக்கும்போது அரசாங்கம் குடுக்கற தொகையில மட்டும் அவங்களுக்குச் சாப்பாடு வாங்கிக் குடுத்தா அவங்க பட்டினியில செத்துப்போயிடுவாங்க. இது அம்பாசமுத்திரத்தில மட்டும் நடக்கல சார். தமிழ்நாடு பூரா இதுதான் நடக்குது. நீங்க ஒரு ஐ.பி.எஸ். அதிகாரி, உங்கள இதையெல்லாம் செய்ய சொல்ல மாட்டாங்க. நீங்க எனக்கு சொல்றத எப்படி நியாயப்படுத்தறீங்கன்னு எனக்குத் தெரியல. உண்மை என்னன்னா, உண்மையில யாரும் இதை யெல்லாம் பத்தி கவலப்படறதில்ல. ஆனா நா ஒண்ணு சொல்றேன் சார். நான் ஒரு விஷயத்தில தெளிவா இருக்கேன் சார். இந்த மாதிரி செலவுக்கெல்லாம் நான்தான் பணம் குடுக்கிறேன். என் கீழ வேல பாக்கிறவங்களுக்கு நான் எந்த செலவும் வெக்கிறதில்ல. சில நேரங்கள்ல அதுவும் தெரியாம நடந்துடுது சார்.”

சற்று நேரம் இருவரும் எதுவும் பேசவில்லை. பிறகு பூர்ணலிங்கம் அனூப்பைப் பார்த்துச் சொன்னார்:

“நா ரொம்ப பேசிட்டேன் சார். என்ன மன்னிச்சிடுங்க. நா கொஞ்சம் தண்ணி குடிச்சிக்கவா?”

12

தொலைந்துபோன கைக்கடிகாரம்

அப்போது காலை சுமார் 09.30 மணி இருக்கலாம். அனூப்பின் முகாம் எழுத்தருக்கு ஒரு தொலைபேசி அழைப்பு வந்தது. ஒரு முன்னாள் இராணுவத்தினர் பேசினார். அவர் ஏ.எஸ்.பி. யிடம் பேச வேண்டும் என்றார். அவர் இந்தி பேசுவார் என்றும் முகாம் எழுத்தர் சொன்னார். அதன் பொருள் புதிய ஏ.எஸ்.பி.க்கு இப்போது மொழிபெயர்ப்பாளர் தேவையில்லை. அவரது தமிழைக் கேட்டுச் சக அலுவலர்கள் சிரித்தார்கள், பொதுமக்கள் திகைத்தார்கள். அவருக்கு ஒரு மொழி பெயர்ப்பாளர் தேவைப்பட்டது.

○

அப்போது அனூப் அம்பாசமுத்திரம் ஏ.எஸ்.பி. தமிழ்நாடு அரசில் பணியில் சேருவோர், தங்கள் பள்ளி, கல்லூரிப் படிப்பில் தமிழ் வழியில் படிக்காதவர்களாகவோ அல்லது தமிழை ஒரு மொழிப்பாடமாகப் படிக்காதவர்களாகவோ இருப்பின், அவர்கள் பணியில் சேர்ந்தபின் ஒரு குறித்த காலத்திற்குள், தமிழ்நாடு அரசுப் பணியாளர் தேர்வாணையம் நடத்தும் தமிழ் மொழித் தேர்வில் தேர்ச்சி பெற வேண்டும். இந்தத் தமிழ் மொழித் தேர்வு இரு பிரிவுகளாக நடத்தப்படுகிறது. வேலைக்கான கல்வித் தகுதி எஸ்.எஸ்.எல்.சி. அல்லது அதற்கு மேல் என்றால் அவர்களுக்கு ஒரு தேர்வும் எஸ்.எஸ்.எல்.சி.க்கு

கீழ் என்றால் அவர்களுக்கு ஒரு தேர்வும் நடத்தப்படுகிறது. தமிழ் மொழித் தேர்வில் தேர்ச்சி பெற வேண்டும் என்னும் நிபந்தனை ஐ.ஏ.எஸ், ஐ.பி.எஸ். என்னும் அகில இந்தியப் பணி அதிகாரிகளுக்கும் பொருந்தும்.

தனது ஓய்வு நேரங்களில் அனூப் ஒரு தமிழாசிரியரிடம் பயிற்சி பெற்றார். ஆனால் அது கடினமான பணியாகத்தான் இருந்தது. இந்தத் தேர்வில் தேர்ச்சி பெறவில்லை என்பதால், பல அதிகாரிகளுக்குப் பதவி உயர்வு மறுக்கப்பட்டுள்ளது என்பது அவருக்குத் தெரியும். எனவே எப்படியும் தேர்ச்சிப் பெற்றாக வேண்டும்.

இப்போது முதல்முறையாக அவர் தமிழ்த் தேர்வு எழுதப் போகிறார். கொஞ்சம் தாமதமாகிவிட்டது. ஏனென்றால் அவர் சுமார் இரண்டரை ஆண்டுகள் நீதிமன்றத்தில் வழக்காடிப் பின் பணியில் சேர்ந்தவர். அவரது அணியைச் சேர்ந்த சக அதிகாரிகள் தேர்ச்சிப்பெற்றுவிட்டனர்.

ஒரு எழுத்துத் தேர்வும், ஒரு நேர்முகத் தேர்வும் இருக்கின்றன. அனூப் ஓரளவு தமிழ் எழுத்துகளை எழுதக் கற்றுக்கொண்டார். தமிழில் எழுத்துகளும் அதிகமல்லவா? எழுத்துகளைக் கோத்து சின்னச் சின்ன வார்த்தைகள் எழுதத் தெரியும். சொந்தமாக வாக்கியங்கள் எழுதத் தெரியாது. தேர்வர்கள் ஓரளவுக்குப் பார்த்து எழுத அனுமதிக்கப் படுவார்கள் என்று ரகசியமாகச் சொல்லப்பட்டிருந்தது. இதனால் உற்சாகமடைந்த அனூப், தேர்வுக்குத் தன் தமிழாசிரியரையும் அழைத்துப்போய் தேர்வுக் கூடத்திற்கு வெளியே அமர்த்தியிருந்தார். வெளியே போய்க் கேள்வி களுக்குப் பதில் எழுத ஆசிரியரின் உதவியைக் கேட்கலாம் என்று எண்ணியிருந்தார். அந்தப் பெரிய தேர்வுக் கூடத்தில், ஒரு கிராமத்துச் சந்தையின் சூழல் இருந்தது. கட்டுப்பாடுகள் தளர்வாகவே இருந்தன. இளம் அரசு அதிகாரிகள் ஒருவருக்கொருவர் கலந்துபேசி தேர்வெழுதினர். பாடப் புத்தகங்களும் அருகில் திறந்தே இருந்தன. பல இருக்கைகள் காலியாக இருந்தன. அனூப் கேள்வித்தாளையே வெகுநேரம் பார்த்துக்கொண்டிருந்தார். பதற்றம் நொடிக்கு நொடி அதிகரித்துக்கொண்டிருந்தது. ஒரு கட்டுரையும் எழுத வேண்டும். மற்றவர்கள் எழுதிக்கொண்டிருந்தார்கள். அனூப்பின் விடைத்தாள் வெறுமையாகவே இருந்தது. தன்னுடைய பெயரையும் பதிவு எண்ணையும் மட்டுமே எழுதியிருந்தார். அவருக்குப் பக்கத்து இருக்கை காலியாக இருந்தது. அவர் வெளியே போய்த் தன் தமிழாசிரியரை உள்ளே இழுத்து வந்து பக்கத்துக் காலி இருக்கையில் அமர வைத்தார்.

குற்றமும் அநீதியும்

தன்னுடைய வினாத் தாள், விடைத் தாள்களை அவர் கைகளில் திணித்தார்.

"இது ரொம்ப தப்பு சார்." தமிழாசிரியர் கிசுகிசுத்தார்.

"என்ன தப்பு?"

"நான் தேர்வு எழுதுறது."

"என்ன தப்பு? சுத்திப் பாருங்க. எல்லாரும் காப்பி அடிக்கிறாங்க."

"சார். காப்பி அடிக்கிறது வேற. நா ஆள்மாறாட்டம் பண்ணி பரிட்சை எழுதறேன். இப்ப சேர்மன் சுற்றி வருவார். என்ன கைது பண்ணுவாங்க."

"நீங்க மனிதாபிமான உதவி செய்றீங்க. என்னை பாஸ் செய்ய வைப்பதன் மூலம் எதிர்காலத்தில குற்றங்களத் தடுக்க வழி செய்றீங்க."

அவர்கள் விவாதித்துக்கொண்டிருந்தபோது தேர்வு வாரியத்தின் தலைவர் உள்ளே வந்தார்.

அனூப் தமிழாசிரியரிடமிருந்து தாள்களைப் பறித்துக் கொண்டு. "நீங்கள் எழுந்து, மேற்பார்வையாளர் போல சுற்றி வாருங்கள்" என்றார்.

தமிழாசிரியர் எழுந்து சேர்மன் இருந்த இடத்திற்கு எதிராக வேறொரு மூலையில் மேற்பார்வையாளர்போல நடை பயின்றார். சேர்மன் இளம் அதிகாரிகளைப் பார்த்துப் புன்னகைத்தபடி, நடந்துகொண்டிருந்தார். அவர் ஓய்வுபெற்ற அதிகாரி. அவருக்கென்று வசதியான அலுவலக அறை இருந்தது. அப்போது ஒரு உதவியாளர் வந்து, சேர்மனிடம் தேநீர் தயாராக இருப்பதாகச் சொன்னார். சேர்மன் புன்னகை மாறாமலே வெளியேறினார். அனூப், தன் ஆசிரியர் இப்போது தனக்காகத் தேர்வெழுதலாம் என்றார்.

நேர்முகத் தேர்வில் அனூப், தேர்வுக் குழுவினரிடம், "என்னை நேர்முகத் தேர்வில் பாஸ் செய்துவிடுங்கள். நான் எழுத்துத் தேர்வில் தேர்ச்சிப் பெற்று விடுவேன்" என்றார்.

"நீங்கள் எழுத்துத் தேர்வில் தேர்ச்சிப்பெறவில்லையென்றால், உங்களை நேர்முகத் தேர்வில் பாஸ் செய்து என்ன பயன்?"

"சார். நான் நிச்சயம் நூறு விழுக்காடு எழுத்துத் தேர்வில் பாஸ் செய்துவிடுவேன்."

"கொஞ்சம் விளக்கிச் சொல்லுங்கள். உங்கள் பேச்சுத் தமிழ் இவ்வளவு மோசமாக இருக்கிறது. நீங்கள் எப்படி எழுத்துத் தேர்வில் பாஸ் செய்துவிடுவேன் என்று உறுதியாகச் சொல்கிறீர்கள்?"

"சார். நீங்கள் தவறாக எடுத்துக்கொள்ளவில்லையென்றால், நான் விளக்குகிறேன்."

"சொல்லுங்கள்."

"நீங்கள் தவறாக எடுத்துக்கொள்ள மாட்டீர்கள் என்று உறுதியளிக்க வேண்டும்."

"இல்லை. நாங்கள் தெரிந்துகொள்ள விரும்புகிறோம். அவ்வளவுதான்."

"சார். நான் என் தமிழாசிரியரை அழைத்துச் சென்று எனக்காகத் தேர்வு எழுதி வைத்தேன்"

"என்ன?" அங்கு சற்று நேரம் அமைதி நிலவியது.

"சார், நடவடிக்கை எடுக்க மாட்டோம் என்று உறுதி யளித்தீர்கள். அதனால்தான் நான் இதைச் சொன்னேன்."

யாரோ சிரித்தார்கள். பிறகு அவர்கள் எல்லோரும் சிரித்தார்கள். அனூப் தமிழ்த் தேர்வில் தேர்ச்சிப் பெற்றார்.

○

அம்பாசமுத்திரத்திற்கு அருகில் இருந்த ஒரு கிராமத்திலிருந்து வந்திருந்த அந்த முன்னாள் ராணுவத்தினர், தன் மகனை விக்கிரமசிங்கபுரம் போலீஸ் ஒரு திருட்டு வழக்கில் கைது செய்துள்ளதாகவும், ஆனால் அவன் நல்லவன் என்றும் சொன்னார்.

"என் பையன் ரொம்ப நல்லவன் சார். ஏதோ தப்பு நடந்திருக்கு. ஒரு தந்தையா கேட்டுக்கிறேன். நீங்க இத விசாரிக்கணும் சார்."

அனூப் அவரது மகனின் பெயரைக் குறித்துக்கொண்டார். தான் மீண்டும் அழைப்பதாகச் சொன்னார். விக்கிரமசிங்கபுரம் காவல் நிலையத்தை அழைத்துப் பேசினார். சப்–இன்ஸ்பெக்டர், அந்தப் பையன் காவலில் இருப்பதாகச் சொன்னார். அது ஒரு திருட்டு வழக்கு. குற்றவாளி, குற்றத்தை ஒப்புக்கொண்டார். திருட்டுப் பொருள் கைப்பற்றப்பட்டுள்ளது. அது ஒரு கைக் கடிகாரம்.

அனூப் எதுவும் பேசவில்லை. இணைப்பைத் துண்டித்தார். சுமார் 15 நிமிடங்கள் கழித்துத் தந்தை மீண்டும் பேசினார். "இத பாருங்க. உங்க பையன் குற்றத்தை ஒப்புக்கொண்டிருக்கிறார். கைக் கடிகாரமும் கைப்பற்றப்பட்டுள்ளது" என்றார் அனூப்.

மறுமுனையில் தந்தை அழுது புலம்பினார். "இல்ல சார். என் பையன் ரொம்ப நல்லவன். ஏதோ தப்பு நடந்திருக்கு. என்பையன் திருடனில்ல சார். அது அப்படி இருக்கவே முடியாது சார்."

அரைமணிநேரத்தில், அந்த முன்னாள் ராணுவத்தினர் அனூப்பின் அலுவலகத்திற்கே வந்துவிட்டார். அவர் முழுச் சீருடையில் இருந்தார். ஷூ, படையணி அடையாளங்கள், வண்ணங்கள், தலையணி எல்லாம். அனூப்பின் அறைக்குள் வந்து சல்யூட் செய்தார். அவர், எஸ்.பி அதை விசாரிக்க வேண்டும் என்றார். பிறகு உடைந்து அழுதார். கண்களில் நீர் வடிந்தது ஆனாலும் அட்டென்ஷனில் நின்றார். அவர் உடைந்து அழுததைப் பார்த்த அனூப்பின் மனம் இரங்கியது.

விக்கிரமசிங்கபுரம் காவல் நிலையத்தை அழைத்து, சப்-இன்ஸ்பெக்டர், அந்தப் பையனை அழைத்துக்கொண்டு முகாம் அலுவலகம் வர வேண்டும் என்று உத்தரவிட்டார். முன்னாள் ராணுவத்தினரை வெளியே காத்திருக்குமாறு சொன்னார். விக்கிரமசிங்கபுரம் சுமார் ஏழு கிலோ மீட்டர் தொலைவில் இருந்தது. அவர்கள் வந்து சேர அரை மணிநேரம் ஆனது. அனூப்பின் சிறிய அறைக்குள் எல்லோரும் நுழைந்தார்கள்.

பையனை எஸ்.ஐ. உள்ளே தள்ளிவிட, எஸ். ஐ.க்குப் பின்னால், திருட்டுப்போன கைக்கடிகாரத்தின் உரிமையாளர் வந்தார். அவர்களுக்குப் பின்னால் பையனின் தந்தை வந்தார். பையன் தன் தந்தை நிற்பதைப் பார்த்துவிட்டு அவர் முகத்தைப் பார்ப்பதைத் தவிர்த்துத் தலையைக் குனிந்துகொண்டான். சப்-இன்ஸ்பெக்டர், முன்னாள் ராணுவத்தினரைப் பார்த்து விட்டு எஸ்.பி.யைப் பார்த்தார்.

"நீ வாட்ச்ச திருடினாயா?" அனூப் அந்தப் பையனைக் கேட்டார்.

"ஆமாம் சார்." பையன் தரையைப் பார்த்தபடி சொன்னான்.

"வாட்ச் எங்க?"

எஸ்.ஐ முன்னால் வந்து வாட்ச்சை மேசைமீது வைத்தார். அது ஒரு எச்.எம்.டி. வாட்ச்.

வாட்ச்சைத் தொலைத்த நபர் முன்னால் வந்து, அது தன்னுடைய வாட்ச்தான் என்றும், அதில் பின்புறம் ஒரு எண் இருப்பதாகவும் சொன்னார். அந்த எண்ணையும் மனப் பாடமாகச் சொன்னார். எடுத்துப் பார்த்ததில் அந்த 12 அல்லது 14 இலக்க எண் சரியாக இருந்தது.

அதைத் தொடர்ந்த அமைதியில் அனூப் பையனின் தந்தையைப் பார்த்தார்.

அந்த ஓய்வுபெற்ற ராணுவ வீரர் கதறி அழுதார். "அதை நம்பாதீர்கள் சார். நீங்கள் என் பையனுடன் தனியாகப் பேசுங்கள் சார்."

எஸ்.ஐ. அவரைப் பார்த்துக் கத்தினார். "இங்க உனக்கென்ன வேலை?"

"என் அறையில் யாரும் கத்தக் கூடாது" அனூப் சத்தமிட்டுச் சொன்னார். அந்தப் பையனைத் தவிர எல்லோரையும் வெளியே போகுமாறு சொன்னார். பையன் பயத்தால் நடுங்கிக் கொண்டிருந்தான். எஸ்.ஐ. வெளியே போகத் தயங்கினார்.

"நீங்களும் வெளியே இருங்க." அனூப் மீண்டும் சொன்னபின் அவர் வெளியேறினார்.

அந்தப் பையனுக்கு 12 வயதிருக்கலாம். அவன் கன்னங்களில் கண்ணீர் வழிந்தோடியது. அவன் முதலில் கேள்விகளுக்குப் பதில் சொல்லவில்லை. அனூப் அவனுக்கு ஒரு தம்ளரில் தண்ணீர் கொடுத்தார். அவன் அதைக் குடித்து முடிக்கும்வரை காத்திருந்தார். பின் சொன்னார்,

"பயப்படாதே. நான் உன் அண்ணன் மாதிரி. ஆனா நீ உண்மைய சொல்லணும்."

"நான் திருடனில்ல சார். நான் ஒண்ணும் செய்யல."

"அப்ப அது யாரோட வாட்ச்?"

"என்னோடது சார்."

"உன்னோடதா?"

"ஆமா சார். நா ஒரு வருஷம் காசு சேத்துவெச்சி வாங்கினேன் சார்."

"என்ன நடந்தது சொல்லு."

"நேத்து மத்தியானம் வேலைய முடிச்சிட்டு வீட்டுக்குப் போயிட்டேன் சார்."

“நீ எங்க வேல செய்யற?”

“ஸ்பின்னிங் மில்லில சார்.”

குற்றம் சாட்டிய நபர் ஷிப்ட் சூபர்வைஸர். அந்தப் பையன் அவரது உதவியாளர். அன்று மத்தியானம் உணவு இடைவேளையின்போது அவர் தன் வாட்ச்சைக் கழற்றி ஓரிடத்தில் வைத்துவிட்டுக் கைகால் கழுவ வெளியே போனார். அப்போது அங்கு அந்தப் பையன் மட்டுமே இருந்தான். ஷிப்ட் முடிந்தபின் அவனும் போய்விட்டான். அந்த அறையில் யாரும் இல்லை. சூபர்வைஸர் திரும்பி வந்தபோது வாட்ச்சைக் காணவில்லை. அவர் உடனே அந்தப் பையனைத் தேடி ஓடினார். அவன் தன் அறையில் இருந்தான். அவனைக்கேட்டபோது அவன் தான் பார்க்கவில்லை என்றான். சூபர்வைஸர் அவனைக் காவல் நிலையத்திற்கு இழுத்துப்போனார். எஸ். ஐ. அவருக்குத் தெரிந்தவர். அவர்கள் மீண்டும் மில்லுக்குப் போய் வாட்ச்சை மீட்டனர்.

அந்த வாட்ச்சை இப்போது இருவர் சொந்தம் கொண்டாடு கின்றனர். அனூப்பிற்கு இப்போது குழப்பமாக இருந்தது. அவர் குற்ற நிகழ்விடத்தைப் பார்வையிட முடிவு செய்தார். மில் பக்கத்தில்தான் இருந்தது. சிறிய மில்தான். மதுரா கோட்ஸ் நிறுவனத்தின் துணை நிறுவனம். இதுபோன்ற சிறு நிறுவனங்கள் பல இருந்தன. ஒரு சிறிய கட்டடத்தில், மின் இயந்திரங்கள் நெய்துகொண்டும், நூல்களைத் தரம் பிரித்துக்கொண்டும் ஓடிக்கொண்டிருந்தன. ஒரு மூலையில் சிறிய அறை ஒன்று இருந்தது. சூபர்வைஸர் உட்காரவும் பதிவேடுகளை வைக்கவும் அது பயன்பட்டது. அவர்கள் அங்கே போனபோது, இயந்திரங்கள் ஓடிக்கொண்டிருந்தன. அவற்றின் கடக் களக் ஓசைக்கிடையே அனூப் சூபர்வைஸரைக் கேட்டார், “நீங்க முகம் கழுவ போனப்ப வாட்ச்ச எங்க வெச்சிங்க?”

சூபர்வைஸர், நுழைவாயில் அருகில் இருந்த ஒரு மெஷின்மீது வைத்ததாகச் சொன்னார். அனூப் மெஷின் அருகில் சென்று உள்ளே குனிந்து பார்த்தார். கீழே ஏதோ பளபளப்பாக இருந்ததைப் பார்த்ததாக உணர்ந்தார். ஆனால் அதைப் பொருட் படுத்தவில்லை. எனினும் சற்று யோனைக்குப் பின் ஒரு டார்ச் கொண்டுவருமாறு கேட்டார். டார்ச் உடனடியாகக் கிடைக்க வில்லை. யாரோ ஒருவர் ஒரு நீண்ட குச்சியைக்கொண்டு வந்தார்கள். குச்சியால் இயந்திரத்தின் அடியில் துழாவச் சொன்னார். குச்சிபட்டு ஏதோ ஒரு பொருள் நகர்வது தெரிந்தது. அதே நேரம் யாரோ ஒரு டார்ச் கொண்டுவந்தார்கள். டார்ச் ஒளியில் அந்தப் பொருள் ஒரு வாட்ச்சின் உலோகச் சங்கிலி

என்று தெரிந்தது. அனூப் இயந்திரத்தை நிறுத்திவிட்டு அதன் கீழே இருந்த அந்தப் பொருளை எடுக்குமாறு ஒரு கான்ஸ்டபிளிடம் சொன்னார். கான்ஸ்டபிள் இயந்திரத்தின் அடியில் நுழைந்து அதனை எடுத்தார்.

சூபர்வைஸரைப் பார்த்துக் கேட்டார், "இது உங்களுடையதா?"

சூபர்வைஸர் மௌனமாக இருந்தார். "இது உங்களுடையது தானே?" இம்முறை அனூப்பின் குரல் அதட்டலாக ஒலித்தது. சூபர்வைஸர் தலையசைத்தார்.

"எத்தன வாட்ச் இருக்கு உங்ககிட்ட?"

"ஒண்ணுதான் சார்."

"பின்ன ஏன் பொய் சொன்னீங்க?"

இப்போது அந்த முன்னாள் ராணுவத்தினர் தன் மகனை அணைத்துக்கொண்டார், அவனைப் பாதுகாப்பதுபோல.

அனூப் சப்–இன்ஸ்பெக்டரைப் பார்த்துக் கேட்டார், "இதுதான் நீங்க பன்ற விசாரணையா?"

"சார் அவன் ஒப்புக்கொண்டான் சார்."

"அதோட எல்லாம் முடிஞ்சிரிச்சா? அப்புறம் எதுக்கு விசாரணை?"

சப்–இன்ஸ்பெக்டர் வாயைத் திறக்கவில்லை.

13

கவனக் குறைவு

ஹேமா பிரமீளா குழந்தையாக இருந்தபோதே அவரது தந்தை அவளுக்குக் காவல் சீருடை அணிவித்து அழகு பார்த்தார். தனது சின்னஞ்சிறிய மகள் வளர்ந்து, பெரிய காவல்துறை அதிகாரியாக வர வேண்டும் என்பது அவரது கனவு. அவள் பதின்ம வயதை அடைந்தபோது, அவளிடமிருந்த நான்கு செட் காவல் சீருடைகள், ஷூ, தலையணி எல்லாம் பொருந்தாதவையாகிவிட்டன. அவள் வேகமாக வளர்ந்திருந்தாள். தான் ஒரு காவல்துறை அதிகாரியாக வேண்டும் என்ற எண்ணம் அவளுள் ஆழமாக விதைக்கப்பட்டதால், அதுவே அவளது கனவாகவும் ஆகிவிட்டது. ஆனால் பலமுறை முயன்றும் அவளால் ஐ.பி.எஸ். பணிக்குத் தேர்வாக முடியவில்லை. அதற்குள் தகுதி வயதும் கடந்துவிட்டது. அவள் நம்பிக்கையிழந்துவிட வில்லை. தமிழகக் காவல்துறையில் டி.எஸ்.பி. பதவிக்குத் தேர்வு பெற்றாள். அதன் பொருள் சுமார் 10 அல்லது 12 ஆண்டுகளில் அவள் பதவி உயர்வில் ஐ.பி.எஸ் ஆகிவிடலாம்.

2006ஆம் ஆண்டு அனூப் கிரைம் பிராஞ்ச் சி.ஐ.டி.யில் கூடுதல் காவல்துறை இயக்குநராக இருந்தபோது, அங்கு எஸ்.பி.யாக இருந்த பிரமீளாவைச் சந்தித்தார். ஆனால் அனூப் கிரைம் பிராஞ்ச் சி.ஐ.டி.யில் அதிக நாட்கள் பணிபுரிய வில்லை. ஒரு கருத்து வேறுபாட்டால் அவர் அங்கிருந்து மாற்றப்பட்டுவிட்டார். அப்போது எதிர்க்கட்சியாக இருந்த அ.இ.அ.தி.மு.க. வுக்கு நிதி

வழங்கினார் என்பதால், வைகுண்டராஜன் என்பவரை ஒரு பொய் வழக்கில் சம்பந்தப்படுத்திக் கைது செய்யுமாறு மேலிருந்து உத்தரவு வந்தது. அனூப் அவ்வாறு செய்ய மறுத்தார். முதலில் அவரைக் கைதுசெய்துவிட்டு, பின் வழக்குப் போடுவதற்கான சான்றுகளைக் கண்டறியுமாறு அழுத்தம் தரப்பட்டது. இல்லை, முதலில் அடிப்படை முகாந்திரம், அதற்கான சான்று வேண்டும், பின்னர் குற்றச்சாட்டு, அதன் பின் கைது, இதுதான் நடைமுறை என்றார் அனூப். வைகுண்டராஜன், எதிர்க்கட்சியின் ஜெயா தொலைக்காட்சி தொடங்க நிதியளித்தவர் என்று கருதப்பட்டது. தென் தமிழ்நாட்டின் கன்னியாகுமரி பகுதியிலும், கடற்புறங்களிலும் சட்ட விரோத மணல் குவாரிகள் நடத்தியவர் என்ற குற்றச் சாட்டும் அவர்மீது இருந்தது. அவரை ஒரு கொலை முயற்சி வழக்கில் சம்பந்தப்படுத்தி, அதனைத் திருநெல்வேலி மாவட்டத்தில் பதிவுசெய்து, விசாரணைக்காக வழக்கு கிரைம் பிராஞ்ச் சி.ஐ.டி.க்கு மாற்றப்பட்டது.

அனூப் அந்த வழக்கைப் பார்வையிட்டபோது அது முதல் தகவல் அறிக்கை நிலையிலேயே இருந்தது. அவர் புகார்தாரரை விசாரிக்க வேண்டும் என்று கருதினார். எஸ்.பி. சுதர்ஷன் திருநெல்வேலி சென்று விசாரித்தார். புகார்தாரரிடமே அவர் அளித்த புகாரின் நகல் இல்லை யென்று திரும்ப வந்து சொன்னார். அவர் அதைத் தொலைத்து விடவில்லை. அவரிடம் இல்லை. அவ்வளவுதான். “பணம் கொடுத்தார்கள். ஏதோ ஒரு தாளில் கையெழுத்துப்போட்டேன். அவ்வளவுதான். எனக்கு வேறு ஒன்றும் தெரியாது” என்றார் புகார்தாரர். எனவே அது பொய்ப் புகாராக இருக்கலாம் என்பதற்கான சாத்தியக் கூறுகள் இருந்தன. அதை அப்படியே அவரிடம் வாக்குமூலமாகப் பெற்றுத் தன்னிடம் வைத்துக்கொண்டார் அனூப். புகார்தாரரே புகாரை ஒப்புக்கொள்ளவில்லையெனில் எப்படி நடவடிக்கை எடுக்க முடியும்?

வைகுண்டராஜனைக் கைது செய்ய வேண்டும் என்று மறைமுகமாகவும் நேரடியாகவும் அழுத்தம் தரப்பட்டது. ஒரு மாதம், இரண்டு மாதம், மூன்று மாதம் ஆனபின், ஏன் கைது செய்யவில்லையென்று விளக்கம் கேட்கப்பட்டது.

அனூப் தலைமைச் செயலாளரின் அலுவலகத்திற்கு அழைக்கப்பட்டார்.

“பாருங்க சார். அது ஒரு பொய்வழக்கு.” அனூப் தலைமைச் செயலாளரிடம் சொன்னார்.

"அது பொய் வழக்கு என்பது வேறு விஷயம். நீங்கள் ஏன் இதில் நழுவிக்கொண்டே இருக்கிறீர்கள்?"

"அழுத்தத்தைத் திசை மாற்றுவதற்காகவே வழக்கு எனக்கு மாற்றப்பட்டது என்றும் நான் நினைத்தேன் சார். பரபரப்பு அடங்கிவிடும், வழக்கைச் சத்தமின்றி மூடிவிடலாம் என்றும் நினைத்தேன் சார்."

"நீங்க வைகுண்டராஜனைக் கைது செய்ய பயப்பட றீங்களா?"

"ஆமாம் சார். எனக்குப் பயமாத்தான் இருக்கு."

"நீங்கள் பயமாறியாதவர் என்று பேர் வாங்கியிருக்கிறீர்கள். இப்ப ஏன்?"

"நான் வைகுண்டராஜனுக்குப் பயப்படல சார்."

"பின்ன யாருக்கு?"

"மேலே இருக்கிற ஒருத்தருக்கு சார்." கையை மேலே காட்டிச் சொன்னார் அனூப்.

"இதன் விளைவு என்னவென்று உங்களுக்குத் தெரியு மில்லையா?"

"நீங்க சொன்னத செய்யலன்னா அதிகபட்சம் மாத்திடுவீங்க. ஆனா இன்னொரு வைகுண்டராஜன், மேலே இருக்கறவர், கோவப்பட்டார்னா அவர் என்ன செய்வார்னு சொல்ல முடியாது சார்."

சற்று நேரம் இருவரும் பேசவில்லை. அனூப் எழுந்து அங்கிருந்து வெளியேறினார்.

சில நாட்களுக்குப் பிறகு, ஒரு நாள் மாலை, அனூப்பும் அவரது ஐ.ஜி. துக்கையாண்டியும் அங்கிருந்து மாற்றப் பட்டார்கள். உடனடியாகப் பொறுப்புக்களை ஒப்படைத்து விட்டு அவர்கள் அங்கிருந்து அகல வேண்டும். அந்தப் பரபரப்பான நேரத்தில், அலுவலர்கள் பற்பல கோப்புக்களைக் கொண்டுவந்து அனூப்பிடம் கையெழுத்து வாங்கினார்கள். அந்தக் கோப்புக்களில், சார்நிலை அலுவலர்கள் மீதான இரகசிய ஆண்டறிக்கைகளும் இருந்தன.

ஒரு காவல் கண்காணிப்பாளர் (எஸ்.பி) குறித்த இரகசிய ஆண்டறிக்கையை அவரது அடுத்த மேல்நிலை அதிகாரியான டி.ஐ.ஜி. தொடங்க வேண்டும். அதனை அவரது மேல்நிலை அதிகாரியான ஐ.ஜி. மறுஆய்வு செய்ய வேண்டும். இறுதியாக அதற்கு ஏ.டி.ஜி.பி. ஒப்புதலளிக்க வேண்டும். அனூப்பின்

முகாம் எழுத்தர் ஒப்புதலளிப்பதற்கான முத்திரையுடன் சில ஆண்டறிக்கைகள் கொண்டுவந்தார். அவற்றுக்கு அனூப் இயந்திரகதியில் ஒப்புதலளித்தார். எதையும் ஆய்வு செய்ய வில்லை. தனக்குக் கீழே இரண்டு திறமையான அதிகாரிகள் அதைப் பார்த்திருக்கிறார்கள், ஒப்புதலுக்கான முத்திரையும் இடப்பட்டுவிட்டது.

மூன்று மாதங்களுக்குப் பின் ஒரு நாள் ஹேமா பிரமீளா அனூப்பின் அலுவலகத்திற்கு வந்தார். அனூப் அவரை அமருமாறு சொன்னார். அவர் அமராமல் நின்றுகொண் டிருந்தார். உள்ளே வரும்போதே சோகம் படிந்திருந்த அவர் முகத்தில் இப்போது கண்ணீர் பெருக்கெடுத்துக்கொண்டிருந்தது. கட்டுப்படுத்த முடியாமல் குமுறியழத் தொடங்கினார்.

திடுக்கிட்ட அனூப், “என்ன ஆச்சி. நான் உங்களுக்கு என்ன செய்ய வேண்டும்?”

“சார் மத்தவங்க என்னைத் துன்பப்படுத்தினா நான் பொருட்படுத்த மாட்டேன். ஆனா நீங்க எப்படி எனக்கு கெடுதல் செய்யலாம்? நா உங்க மேல ரொம்ப மதிப்பு வெச்சிருந்தேன். ஆனா நீங்க எனக்குப் பெரிய கெடுதல் பண்ணிட்டீங்க. ஏன் இப்படி செஞ்சிங்க?”

“எனக்குப் புரியல. நா என்ன செஞ்சேன்?”

அவர் மூன்று நான்கு ஜெராக்ஸ் நகல் தாள்களை அனூப்பின் மேசைமீது வைத்து அவர் பக்கம் தள்ளினார்.

அது அவரது ரகசிய ஆண்டறிக்கையின் நகல். 15 அல்லது 16 கட்டங்களில் அளவுகோல்கள் நிர்ணயித்து, அதனடிப்படையில் அந்த அலுவலரின் பணியை மதிப்பீடு செய்யும் அறிக்கை. ஆண்டுதோறும் செய்யப்படும் ஒரு தொடர்ச்சியான நிர்வாக நடைமுறை. மதிப்பீடு அளவுகோல்களில் சில – அலுவலரின் உடல்நலம், சட்ட அறிவு, நேர்மை, தன்னார்வம், சார்நிலை அலுவலர்களைக் கையாளும் விதம். இன்னும் சில.

அனூப் அந்த அறிக்கையைப் பார்த்தார். அறிக்கையைத் தொடங்கிய டி.ஐ.ஜி. எல்லாக் கட்டங்களிலும் மதிப்பீடு ‘சராசரி’ என்று குறிப்பிட்டு இறுதியாக ஒட்டுமொத்த மதிப்பீடு ‘சராசரி’ என்று குறிப்பிட்டிருந்தார். ஒற்றை வார்த்தையில் எல்லா மதிப்பீடும் முடிக்கப்பட்டிருந்தது. ஐ.ஜி. அந்த மதிப்பீடுகளை அங்கீகரித்திருந்தார். “நான் குறிப்புரைகளைப் பார்வையிட்டேன். அவற்றை ஏற்கிறேன்.”

கடைசிப் பக்கத்தில் அனூப்பின் கையொப்பம். அந்தக் குறிப்புரைகளை ஏற்றுக்கொண்டதற்கான முத்திரை. பதவி

உயர்வுக்கு அந்த அதிகாரியின் பெயர் பரிசீலிக்கப்படும்போது 'சராசரி' என்னும் மதிப்பீடு ஏற்றுக்கொள்ளப்படுவதில்லை. அந்த அதிகாரிக்குப் பதவி உயர்வு மறுக்கப்பட்டுவிடும். அந்த ஆண்டறிக்கை ஹேமா பிரமீளாவின் பதவி உயர்வு மற்றும் ஐ.பி.எஸ். கனவைத் தகர்த்துவிட்டது.

"நான் இதற்காக வெட்கப்படுகிறேன்" அனூப் சொன்னார்.

பிரமீளா நின்றபடி அழுதுகொண்டே இருந்தார்.

"இது எனது மாறுதலின்போது தவறுதலாக நடந்து விட்டது. இதைச் சரி செய்ய முடியுமா என்று தெரியவில்லை. இருந்தாலும் நான் முயற்சிக்கிறேன்."

"இப்போ ஏதாவது செய்ய முடியுமா சார்?"

"நான் டி.ஜி.பி.க்கும் அவர் வழியாக அரசுக்கும் இது தவறுதலாக நடந்துவிட்டது என்று எழுதுகிறேன். இத்தனைக் கட்டங்களும், எழுத இவ்வளவு இடமும் தரப்பட்டிருக்கும்போது, விளக்கங்களே இல்லாமல் ஒற்றை வார்த்தையில் மதிப்பீடு செய்வது, அதைச் செய்த அதிகாரியின் தவறான நோக்கம் அல்லது சிந்தனையின்மையைக் காட்டுகிறது. நான் அதை ஏற்றுக்கொண்டிருக்கக் கூடாது. நானும் குற்றவாளியே. நான் அதைத் திருப்பியனுப்பியிருக்க வேண்டும்."

"இதனால ஏதாவது நடக்குமான்னு தெரியலயே சார்."

"ஒரு நிமிஷம் உட்காருங்க." அனூப் ஹேமாவிடம் சொல்லிவிட்டு, தனது பி.ஏ.வை வரச் சொன்னார். ஒரு கடிதம் டிக்டேட் செய்தார். ஹேமாவின் முன்னிலையிலேயே அதை டி.ஜி.பி. திரு முகர்ஜி அவர்களுக்கு அனுப்பிவைத்தார்.

சுமார் ஒன்றரை மாதத்திற்குப் பிறகு அவருக்கு டி.ஜி.பி. அலுவலகத்திலிருந்து ஒரு தொலைபேசி அழைப்பு வந்தது. அவரது கடிதம் அரசுக்கு அனுப்பப்பட்டு, அரசால் நிராகரிக்கப்பட்டு விட்டது என்று சொன்னார்கள். இந்தக் கடிதம் குறித்து அரசு கோபத்தில் இருப்பதாகவும், தான் செய்தது தவறென்று ஒப்புக்கொண்டதற்கு அனூப் மீது நடவடிக்கை எடுக்க விரும்புவதாகவும் சொன்னார்கள்.

"ஒரு தவற்றைத் தவறென்று ஒப்புக்கொண்டதற்கு என்ன நடவடிக்கை எடுக்க முடியும்? அது ஒரு நல்ல பண்பு. நாம் எல்லோருமே தவறு செய்கிறோம், ஆனால் அதை ஒருபோதும் ஒப்புக்கொள்வதில்லை."

சில மாதங்களுக்குப் பிறகு ஹேமா மீண்டும் அனூப்பின் அலுவலகத்திற்கு வந்தார். அனூப்பின் கடிதத்தை ஆர்.டி.ஐ. மூலம் பெற்று உயர்நீதிமன்றத்தில் வழக்குத் தொடுக்க இருப்பதாகச் சொன்னார்.

"உங்களுக்கு மறுப்பேதும் இல்லையே சார்." ஹேமா கேட்டார்.

"நான் ஏன் மறுக்க வேண்டும்? அப்படியே செய்யுங்கள்."

அனூப்பின் கடிதத்தை ஆர்.டி.ஐ மூலம் பெற்று உயர் நீதிமன்றத்தில் வழக்குத் தொடுத்தார் ஹேமா. உயர்நீதிமன்றம் ஏற்றுக்கொண்டு, அந்த ஆண்டறிக்கையை அனூப் மீண்டும் புதிதாக எழுத வேண்டும் என்று ஆணை வழங்கியது. அனூப் அந்த ஆண்டுக்கான ஹேமாவின் ஆவணங்களைப் பெற்று திருத்திய ஆண்டறிக்கையில் அவருக்கு நல்ல மதிப்பீடு வழங்கினார்.

சில மாதங்கள் கடந்தன. அன்று அனூப்பும் நீலமும் வீட்டில் இருந்தார்கள். அவரைப் பார்க்க கோயம்புத்தூர் மாவட்ட ஆட்சியரும் எஸ்.பி யும் வந்திருப்பதாகச் சொன்னார்கள். வந்தது ஹேமாவும் அவரது கணவர் கருணாகரனும். கருணாகரன் அனூப்பின் காலைத் தொட்டு வணங்கினார். அவருக்கு ஒரு சால்வை போர்த்தி, ஒரு சஃபாரி சூட்டுக்கான துணியையும் தந்தார்கள். கருணாகரன் சொன்னார்,

"ஹேமாவின் குழந்தைப்பருவக் கனவு ஈடேறிவிட்டது. அவர் இப்போது ஒரு ஐ.பி.எஸ். அதிகாரி."

நான்கு மாதங்களுக்குப் பிறகு அனூப்பிற்கு ஒரு செய்தி வந்தது. ஹேமா பிரமீளா இறந்துவிட்டார் என்று. மார்பகப் புற்றுநோய்.

14

கையூட்டு

லஞ்ச ஒழிப்புத்துறை, வனத்துறை ரேஞ்சர் ஒருவரை லஞ்சம் வாங்கும்போது கையும் களவுமாகப் பிடித்தது. அது 2004ஆம் ஆண்டு. அப்போது லஞ்ச ஒழிப்புத்துறை இணை இயக்குநராக இருந்த அனூப்பின் கவனத்திற்கு வந்தது. வழக்குப் பதிவு செய்யப்பட்டுவிட்டது. அதற்கென்று ஒரு நடைமுறை இருந்தது. களத்தில் இருந்த இன்ஸ்பெக்டர்கள் வழக்குப் பதிவு செய்தார்கள். நீதிமன்றத்தில் குற்றப்பத்திரிக்கை தாக்கல் செய்யும்முன், எல்லா விவரங்களும் சரியாக இருக்கின்றனவா, உரிய ஒப்புதல்கள் பெறப் பட்டுள்ளனவா என்று சரிபார்க்க அது இணை இயக்குநரின் பார்வைக்கு வரும். இது பொறி வைத்துப் பிடிக்கப்பட்ட வழக்கு. லஞ்சப் பணம் 12,000 ரூபாய் நோட்டுக்களின் மீது ஆந்த்ராசின் பொடியைத் தூவிவிடுவார்கள். அதில் *phenophthalene* கரைசல் பட்டால், கரைசல் சிவப்பு நிறமாக மாறிவிடும். இதனாலேயே ஆங்கிலத்தில் *caught red handed* என்னும் பதப்பிரயோகம் உருவானது. தமிழில் கையும் களவுமாக என்று சொல்கிறோம்.

ஒரு குற்றவாளி, காட்டில் நுழைந்து சட்ட விரோதமாக மரங்களை வெட்டி, தன் வாகனத்தில் ஏற்றித் தப்பிக்க முயன்றபோது ரேஞ்சர் அவரைக் கைதுசெய்தார். குற்றவாளியை விடுவிக்க வனத்துறை ரேஞ்சர் ரூ.12,000 லஞ்சம் கேட்டார் என்பது குற்றச்சாட்டு. லஞ்ச ஒழிப்புத்துறைக்கு இந்தத் தகவல் கிடைத்து, ரேஞ்சர் பணம் வாங்கும் போது பொறிவைத்துப்பிடித்தனர். அவர்

கைது செய்யப்பட்டார். அது ஒரு தீவிரக் குற்றம். அவர் சிறையிலடைக்கப்பட்டார். பிணை கிடைக்க ஆறு மாதங்கள் ஆனது. விசாரணை முடிந்து, குற்றப்பத்திரிக்கை தாக்கல் செய்வதற்கான ஆய்வுக்காகக் கோப்பு அனுப்பிடம் வந்தது.

சம்பவத்தன்று அந்த ரேஞ்சருக்கு மாலை நேர சுற்றுக் காவல் பணி. இரு சக அலுவலர்கள் உடன் வர, சுற்றிவரும்போது, சில மாட்டு வண்டிகள் போவதைப் பார்த்தார். தன்னுடைய ஜீப்பில் அவற்றை விரட்டிப் பிடித்தார். அவற்றில் சட்ட விரோதமாக வெட்டப்பட்ட மரங்கள் இருந்தன. வண்டிகளைத் தனது அலுவலகத்துக்குக் கொண்டுவந்து மரங்களை இறக்கச் செய்தார். ரூ.12,000 அபராதம் விதிக்கப்பட்டது. வண்டிகளையும் மாடுகளையும் நிறுத்திவைத்து, அபராதத் தொகை செலுத்தி அவற்றைக்கொண்டு போகலாம் என்று தெரிவித்தார். குற்றவாளி தன் கிராமத்துக்குப்போய்ப் பாதித் தொகையைக்கொண்டு வந்தார். மீதித் தொகையை மறுநாள் கொண்டுவருவதாகத் தெரிவித்தார். ரேஞ்சர் வண்டிகளை நிறுத்திக்கொண்டு மாடுகளை விடுவித்தார். அவற்றுக்கு தீனி போட வேண்டுமல்லவா?

குற்றவாளிக்குத் தெரிந்த ஒரு அரசியல்வாதி இருந்தார். அவர் குற்றவாளியிடம், ரேஞ்சருக்கு அபராதம் விதிக்கும் அதிகாரம் கிடையாது என்று சொல்லி, லஞ்ச ஒழிப்புத்துறைக்குத் தகவல் தெரிவிக்க, அவர்கள் ஒரு பொறியை ஏற்பாடு செய்திருந்தார்கள். மறுநாள், ரேஞ்சர் தன் அலுவலகத்தில் தன் இருக்கையில் அமர்ந்திருந்தார். குற்றவாளி உள்ளே வந்தார். ரூபாய் நோட்டுக்களில் பவுடர் தெளித்து அதனை ரேஞ்சர் எண்ணி முடிக்கும்வரை காத்திருக்க வேண்டுமென்றும் அதன்பின் குற்றவாளி கதவருகே வந்து ஒரு தும்மல் போட வேண்டும் என்றும் சொல்லியிருந்தார்கள். அதுதான் ரேஞ்சர் பொறியில் விழுந்துவிட்டார் என்பதற்கான சமிக்ஞை. பின்னர் சிவில் உடையில் இருக்கும் லஞ்ச ஒழிப்புத் துறையினர் உள்ளே நுழைந்து ரேஞ்சரைப் பிடிப்பார்கள். சமிக்ஞை கிடைத்ததும் மூன்று நபர்கள், லஞ்ச ஒழிப்புத் துறையின் அதிகாரியொருவர், ஒரு கான்ஸ்டபிள் மற்றும் ஒரு உள்ளூர் சாட்சி ஆகியோர் உள்ளே நுழைந்து ரேஞ்சர், தான் இன்று பெற்ற ரூ 6000 மற்றும் முன்னர் பெற்ற ரூ.6000 ஆக 12,000 ரூபாயை எண்ணுமாறு தன் உதவியாளரிடம் கொடுப்பதைப் பார்த்தார்கள். தங்களை லஞ்ச ஒழிப்புத்துறை அதிகாரிகள் என்று அறிமுகப்படுத்திக்கொண்டு, பணத்தைப் பறிமுதல் செய்தார்கள், ரேஞ்சரின் கைகளை, தாங்கள் கொண்டுவந்திருந்த *phenophthalene* கரைசலில் நனைத்தார்கள், அது சிவப்பு நிறமாக மாறியது.

பின்னர் லஞ்சம் வாங்கியதற்காக ரேஞ்சரைக் கைது செய்வதாக அறிவித்தார்கள். ரேஞ்சர் எதிர்ப்புத் தெரிவித்தார். அது லஞ்சமல்லவென்றும், குற்றவாளிகள் அந்தப் பாதுகாக்கப் பட்ட காட்டில் சட்ட விரோதமாக மரம் வெட்டியதற்காகவும் அதனை வெளியே கொண்டுபோக முயன்றதற்காகவும் விதிக்கப் பட்ட அபராதம் என்று சொன்னார்.

"ஆனால் நீங்கள் வெறும் ரேஞ்சர்தான், உங்களுக்கு அபராதம் விதிக்கும் அதிகாரமில்லை அல்லவா?"

"அபராதம் விதித்தது நானல்ல. மாவட்ட வன அலுவலர். அவர் வெளியே இருக்கிறார். நேற்றே நான் தொலைபேசியில் நடந்ததைக் கூறிவிட்டேன். என்ன மரம் வெட்டப்பட்டுள்ளது, எவ்வளவு வெட்டப்பட்டுள்ளது என்ற அடிப்படையில் அபராதத் தொகையை நிர்ணயித்தது மாவட்ட வன அலுவலர்தான்" என்றார் ரேஞ்சர்.

மாவட்ட வன அலுவலரின் தொலைபேசி எண் என்ன? எண்ணைத் தந்தார் ரேஞ்சர். லஞ்ச ஒழிப்புத்துறை அதிகாரிகள், மாவட்ட வன அலுவலருடன் பேசினார்கள். அவர் மரம் திருடப்பட்டது தனக்குத் தெரியாது என்றும் அபராதம் தான் விதிக்கவில்லை என்றும் மறுத்தார்.

"நேற்று நான் அவருக்கு எந்த உத்தரவும் தரவில்லை. உண்மையில் நான் அவருடன் நேற்று பேசவே இல்லை" என்றார்.

ரேஞ்சர் கைது செய்யப்பட்டார். அவரது மேசை ட்ராயரி லிருந்து சில ஆவணங்கள் எடுக்கப்பட்டன. அவற்றில் தொகை களை வங்கியில் செலுத்தும் சலான் புத்தகங்களும் இருந்தன.

இந்தக் கதையில் சில விஷயங்கள் தொடர்பில்லாமல் இருப்பதாக அனூப் நினைத்தார். முந்தைய நாள் வாங்கிய தொகை ரூ.6000–த்தை அது லஞ்சம் என்றால், ரேஞ்சர் ஏன் வீட்டிற்குக் கொண்டுபோகவில்லை. சம்பவத்தன்று அவர் ஏன் மொத்தத் தொகையையும் ஒருவரிடம் கொடுத்து எண்ணச் சொல்ல வேண்டும்?

வனத்துறையின் உயர் அதிகாரிகளில் ஒருவர், ஜெய்ஸ்வாலுக்குத் தெரிந்தவர். வனத்துறையின் கன்சர்வேட்டர் பதவியில் இருப்பவர், பிரபாகரன். அவரிடம் வழக்கு விவரங் களைத் தெரிவித்து, "நீங்கள் என்ன நினைக்கிறீர்கள்?" என்று கேட்டார் ஜெய்ஸ்வால்.

"இந்த வழக்கில் என்ன நடந்தது என்று எனக்குத் தெரிய வில்லை. ஆனால் எனக்குத் தெரிந்தவரையில், குற்றம் சாட்டப் பட்டுள்ள ரேஞ்சர் நேர்மையானவர் என்று பெயரெடுத்தவர். அவர் லஞ்சம் வாங்குவதில்லை என்று எல்லோரும் சொல்கிறார்கள்."

"ஆனால் மாவட்ட வன அலுவலர் அதை மறுக்கிறாரே?"

"மாவட்ட வன அலுவலர் தொலைவிலிருக்கிறார். ஆவணங் களைத் தயார் செய்யுங்கள், அபராதம் விதியுங்கள், நான் வந்து பின்தேதியிட்டுக் கையெழுத்துப் போடுகிறேன் என்று சொல்லலாம். இதுபோல காவல்துறையிலும் நடப்பதுண்டுதானே."

"எனவே, என்னுடைய ஊகம், லஞ்ச ஒழிப்புத் துறை தொலைபேசியில் கேட்டபோது, தன்மீதும் தவறு இருப்பதாகக் கருதி அவர் பயந்திருக்கலாம்; அதனால் மறுத்திருக்கலாம். உண்மையில், அவர்தான் சொத்தை மதிப்பிட்டுச் சூழ்நிலை, குற்றச்செயல் அடிப்படையில் அபராதம் விதிக்க வேண்டும். இதற்கு அவர் சம்பந்தப்பட்ட இடத்திற்குப் போக வேண்டும். ஏனென்றால், இது ஒரு நீதிமன்ற நடவடிக்கையை ஒத்தது. இதுதான் நடந்திருக்க வேண்டும் என்று நான் ஊகிக்கிறேன்."

அனூப், பிரபாகரனுக்கு நன்றி தெரிவித்தார். கைப்பற்றப் பட்ட ஆவணங்களைப் பார்வையிட்டதில், அதில் கருவூலத்தில் 12,000 ரூபாய் செலுத்துவதற்கான சலான் நிரப்பப்பட்டுத் தயாராக இருந்தது.

அனூப் விசாரணை அலுவலரைக் கூப்பிட்டு சலானைக் காட்டினார். "இதுபற்றி என்ன நினைக்கிறீர்கள்?"

"இதை அவர் தப்பிப்பதற்காக உருவாக்கியிருக்கலாம்."

"ஏன் அப்படிச் சொல்கிறீர்கள்? நீங்கள் அவரைக் கைது செய்த பிறகா அவர் இதைத் தயாரித்தார்?"

"இல்லை சார்."

"விஜிலன்ஸ் குழு அவரது அறைக்குள் இருந்தபோது எழுதினாரா?"

"இல்லை சார்."

"இந்த சலான் போலியல்ல. அல்லவா?"

"இல்லை சார்."

"நாளை விஜிலன்ஸ் குழு வர இருக்கிறது என்று தெரிந்து எழுதியிருக்க வாய்ப்பிருக்கிறதா?"

"இருக்கலாம் சார்."

"இந்த சலானில் வரிசை எண் இருக்கிறது. அவர் தனக்கு முந்தைய நாள் தரப்பட்ட 6000 ரூபாயை ஏன் மேசை ட்ராயரில் வைத்திருந்தார் என்று சொல்லுங்கள். மறுநாள், மொத்தப்பணத்தையும் ஒரு பணியாளரிடம் கொடுத்து ஏன் எண்ணச் சொன்னார்? அந்தப் பணியாளருக்கும் இதில் பங்கிருக்கிறதா? ரேஞ்சர் அன்று டி எஃப் ஓ-வுக்கு போன் செய்தாரா என்று போன் பதிவுகளைச் சரிபார்த்தீர்களா?"

அனூப், வனத்துறை கன்சர்வேட்டருடன் தன் உரையாடலைத் தன்னுடைய சாட்சியமாகப் பதிவு செய்தார். தான் நடத்திய விசாரணை, நிரப்பப்பட்ட சலான், ரேஞ்சருக்கு இருக்கும் நல்ல பெயர் எல்லாவற்றையும் குறிப்பிட்டு, தன் முடிவைப் பதிவு செய்தார் – "ரேஞ்சர் ஒரு சூழ்நிலைக் கைதி."

அனூப் இயக்குநர் நாஞ்சில் குமரனுக்கு எழுதினார்: "இது ஒரு தவறான வழக்கு, பெரிய தவறு, எந்த அரவமும் இல்லாமல் இந்த வழக்கை முடித்துவிடலாம்."

வழக்குக் கோப்பைப் பார்த்தபின், இயக்குநர் அனூப்பைத் தொலைபேசியில் அழைத்தார், "நான் உங்கள் முடிவை ஏற்கிறேன். ஆனால் எனக்கு ஒரு கேள்வி இருக்கிறது"

"கேளுங்கள் சார்."

"குற்றவாளியை உங்களுக்கு முன்னரே தெரியுமா?"

"சார். நான் 14 ஆண்டுகள் ஐ. பி.–யில் இருந்துவிட்டு, இங்கு வந்து நான்கு மாதங்கள்தான் ஆகிறது. நான் வழக்குக் கோப்பை எச்சரிக்கையாக ஆய்வு செய்தேன். அவ்வளவுதான் சார்."

15

1279 கருத்துரு

2005ஆம் ஆண்டு சனவரியில், அனூப் காவல் துறைத் தலைமையகத்தில் நிர்வாகப் பிரிவு ஐ. ஜி. யாகப் பொறுப்பேற்றபோது ஒரு வினோத மான பிரச்சினை அவருக்காகக் காத்திருந்தது. ஆயிரத்துக்கு மேற்பட்ட போலீஸ்காரர்களின் பதவி உயர்வில் ஒரு பிரச்சினை. அவர்களுக்குக் கொடுக்கப்பட்ட பதவி உயர்வும் பறிக்கப்பட்டு விட்டது.

சுமார் ஏழரை ஆண்டுகள் இந்தப் பிரச்சினை நீடித்த போதிலும், அந்த ஏழரை ஆண்டுகளில் ஆறு காவல்துறைத் தலைமை இயக்குநர்கள் வந்து போய்விட்ட போதிலும் பிரச்சினை தீர்க்கப்பட வில்லை.

தமிழகக் காவல்துறையில் கான்ஸ்டபிள்களின் எண்ணிக்கை சுமார் ஒரு லட்சம். பிரிட்டிஷாரால் உருவாக்கப்பட்ட இந்த அமைப்பில் ஒரு காலத்தில் பதவி உயர்வு என்பது நினைத்துப் பார்க்க முடியாத தாக இருந்தது. கான்ஸ்டபிளாகப் பணியில் சேர்ந்து கான்ஸ்டபிளாகவே பணிஓய்வு பெற வேண்டும். அது ஒரு திறன்சார் பணியாகக் கருதப்படவில்லை. 1955ஆம் ஆண்டு உருவாக்கப்பட்ட தமிழ்நாடு காவல் சார்நிலைப் பணி விதிகளின்படி கான்ஸ்டபிளாகப் பணியில் சேர நிர்ணயிக்கப்பட்ட கல்வித் தகுதி எட்டாம் வகுப்புத் தேர்ச்சி. அவர்களுக்குத் தரப் பட்ட பயிற்சி 'கட்டளைக்குக் கீழ்ப்படி' என்பதுதான். எந்த வேலையும் அவர்களிடம் ஒப்படைக்கப் படலாம், அது ஒரு கட்டளை வடிவில் இருக்க வேண்டும்.

இங்கிலாந்தில் கான்ஸ்டபிளாகப் பணியில் சேர்ந்து தொடர்ச்சியாகப் பதவி உயர்வுகள் பெறலாம். அதற்கான தேர்வுகளில் தேர்ச்சி பெற வேண்டும். ஆனால் இந்தியாவில் கான்ஸ்டபிள் வேலைக்குக் குறைந்த கல்வித்தகுதி இருந்தால் போதும். தேர்வுகள் மூலம் சப்-இன்ஸ்பெக்டர்களைத் தேர்ந்தெடுத்தார்கள். அந்தக் கால மன்னராட்சி சமஸ்தானங்களில், டி.எஸ்.பி., துணை கலெக்டர் பதவிகள் இருந்தன. ஆனால் அது மன்னர்களின் நன்கொடையாக இருந்தது. உயர்நிலையில் ஐ.சி.எஸ். என்றும் ஐ.பி. என்றும் பதவிகள் இருந்தன. இவையே தேச விடுதலைக்குப்பின் ஐ.ஏ.எஸ். என்றும் ஐ.பி.எஸ். என்றும் மாறின. அரசுப் பணிப் படிநிலைகளும் இங்கு சாதிய அமைப்பை ஒத்திருந்தன. ஒரு கான்ஸ்டபிள் தன் உயரதிகாரியின் முன்னால் உட்காரக் கூடாது.

ஒரு கான்ஸ்டபிள் பணியில் சேர்ந்தவுடன், அவருக்காகத் துவக்கப்படும் ஆவணங்களில் ஒன்று 'தண்டனைப் பட்டியல்'. அதில் அவர் செய்யும் எல்லாத் தவறுகளும் அதற்காக அவருக்கு வழங்கப்பட்ட தண்டனைகளும் பதிவுசெய்யப்படும். அவை அவரது பதவி உயர்வை, பணி நலன்களைப் பாதிக்கும். பெற்ற பதவி உயர்வு பறிக்கப்படலாம், ஊதியம் குறைக்கப்படலாம். அற்பத் தவறுகளுக்குக்கூடத் தண்டனை உண்டு. அவரது ஷூ, பார்த்தால் முகம் தெரியும் அளவுக்குப் பளபளப்பாக பாலிஷ் செய்யப்பட்டிருக்க வேண்டும். மழுங்கச் சவரம் செய்திருக்க வேண்டும். அணிவகுப்பு வேகநடை சரியில்லை, சரியாக சல்யூட் செய்யவில்லை. எல்லாமே கடமை தவறல்தான். காலை அணிவகுப்புக்கு ஐந்து நிமிடங்கள் தாமதமாக வந்தாலும் தண்டனை கிடைக்கலாம். தண்டனை, கூடுதல் நேர உடற்பயிற்சி அல்லது ஊதியக் குறைப்பு எதுவாகவும் இருக்கலாம். இந்தக் கட்டுப்பாடுகள் அவரில் 'கட்டளைக்குக் கீழ்ப்படியும்' மனப்பான்மையை உருவாக்குகின்றன.

தேச விடுதலைக்குப் பின் காலக்கிரமத்தில் கான்ஸ்டபிள் பணிக்கான கல்வித்தகுதி உயர்த்தப்பட்டது. எட்டாம் வகுப்பு என்பது எஸ்.எஸ்.எல்.சி. என்றானது. எழுத்துப் பணி, நீதிமன்றப் பணி, பொறுப்பேற்பு எல்லாம் அவர் தோள்களில் ஏறின. பட்டதாரிகள் அதிக அளவில் பணியில் சேர்ந்தனர். அவர்கள் பதவி உயர்வை எதிர்பார்த்தனர். அதிருப்தி முணுமுணுப்பாக வெளிப்பட்டது.

1991ஆம் ஆண்டு செல்வி ஜெயலலிதா தமிழக முதலமைச்சராகப் பொறுப்பேற்ற பிறகு, கான்ஸ்டபிள்களுக்குப் பதவி உயர்வு வாய்ப்பு அரிதாக இருப்பதும், கான்ஸ்டபிளாகப்

பணியில் சேர்ந்தவர்களில் 80 விழுக்காடு முப்பது ஆண்டுகள் பணி முடித்தாலும், எந்தப் பதவி உயர்வும் பெறாமல் கான்ஸ்டபிளாகவே பணிஓய்வு பெறுகிறார்கள் என்பதும் அவரது கவனத்திற்குக்கொண்டு செல்லப்பட்டது. அடுத்த ஆண்டு அக்டோபர் 12 அன்று அரசு ஒரு அறிவிப்பை வெளியிட்டது:

கான்ஸ்டபிள்களுக்குப் பதவி உயர்வு வாய்ப்புக்கள் உருவாக்க 21,000 கான்ஸ்டபிள் பதவிகள் முதல் நிலைக் காவலர் பதவிகளாகவும் 2700 முதல் நிலைக் காவலர் பதவிகள் தலைமைக்காவலர் பதவிகளாகவும் நிலை உயர்த்தப்படும். இந்த நிலை உயர்வுகள் 1992-93 இல் துவங்கி 1995-96 இல் நிறைவு பெறும். நான்கு ஆண்டுகளில் படிப்படியாக நடைமுறைப் படுத்தப்படும். அத்துடன் இனி முதல்நிலைக் காவலர் பதவிக்கு நேர்முகத் தேர்வு கைவிடப்படும். அந்தப் பதவிகளும் பதவி உயர்வு மூலமே நிரப்பப்படும்.

1997ஆம் ஆண்டு ஜூன் 3ஆம் நாள், அரசு வெளியிட்ட ஒரு ஆணையில், காவலர் பதவிகளுக்கான பதவி உயர்வு நடைமுறையில் ஒரு மாற்றம் கொண்டுவரப்பட்டது. இந்தப் புதிய நடைமுறையில், ஒரு இரண்டாம் நிலைக் காவலர் அப்பதவியில் 10 ஆண்டுப் பணி முடித்தவுடன் முதல் நிலைக் காவலராகப் பதவி உயர்வு பெறுவார். அப்பதவியில் மேலும் 5 ஆண்டுப் பணி முடித்ததும் தலைமைக் காவலராகப் பதவி உயர்வு பெறுவார். இம்முறை 'கால வரையறைப் பதவி உயர்வு' என்று அழைக்கப்பட்டது. இனி உயர் பதவியில் காலி யிடம் இருந்தால்தான் பதவி உயர்வு என்ற நியதி இல்லை. ஒரு குறிப்பிட்ட நாளில் எத்தனை நபர்கள் குறித்த காலப் பணியை முடித்திருந்தாலும், அனைவருமே அடுத்த நிலைக்கு உயர்த்தப்பட்டுவிடலாம்.

1998 ஜூலை மாதத்தில் அப்போதைய முதலமைச்சர் கருணாநிதி, பத்து ஆண்டுகள் தலைமைக்காவலராகப் பணியும், மொத்தம் 25 ஆண்டு காலப் பணியும் முடித்தோர் உதவி ஆய்வாளர் நிலையும் அதற்குரிய ஊதியமும் பெறுவார்கள். அவர்கள் சிறப்பு உதவி ஆய்வாளர் என அழைக்கப்படுவார்கள் என உத்தரவிட்டார். முறையான உதவி ஆய்வாளர் பதவியிலிருந்து வேறுபடுத்திக் காட்டுவதற்காக இந்தப் பெயர் வழங்கப்பட்டது. சிறப்பு உதவி ஆய்வாளர்கள், முறையான உதவி ஆய்வாளர் பதவிக்கான சீருடையும், தோள்பட்டையில் இரண்டு ஸ்டார்களும் அணியலாம். சிறப்பு உதவி ஆய்வாளர்கள், காலக்கிரமத்தில் முறையான உதவி ஆய்வாளர்களாகவும் பின் இன்ஸ்பெக்டர்களாகவும் ஆகலாம்.

2004ஆம் ஆண்டு வீரப்பன் கொல்லப்பட்டபோது, சிறப்பு அதிரடிப் படையில் பணியாற்றிய அனைவருக்கும் பல்வேறு நிலைகளில் விரைவுப் பதவி உயர்வுகள் வழங்கப்பட்டன.

1992ஆம் ஆண்டு கான்ஸ்டபிள் பதவிக்கான நியமனத் தகுதி எட்டாம் வகுப்பிலிருந்து எஸ்.எஸ்.எல்.சி.யாக உயர்த்தப் பட்டது. அதற்கு முந்தைய ஆண்டிலேயே, மாவட்ட/நகர ஆயுதப்படைகளுக்கும், தமிழ்நாடு சிறப்புக் காவற்படைக்கும் தனித்தனி ஆள் தேர்வுமுறை கைவிடப்பட்டு 'ஒரு வழி ஆள் தேர்வு' என்னும் புதிய நடைமுறை அறிமுகமாகியது. இம்முறையில் கான்ஸ்டபிள் ஆக தேர்வாகும் ஒருவர் அடிப்படைப் பயிற்சி முடித்ததும் தமிழ்நாடு சிறப்புக் காவற்படையில் பணிபுரியத் தொடங்குவார். அங்கு அவர் மூன்று ஆண்டுகள் பணிபுரிய வேண்டும். அதன்பின் அவர் மாவட்ட/நகர ஆயுதப்படைக்கு மாற்றப்பட்டு அங்கு ஓராண்டு பணிபுரிய வேண்டும். அதன் பின்னரே அவர் காவல் நிலையப் பணிக்கு மாற்றப்படுவார்.

காவல்துறையில் பணியில் சேரும் ஒவ்வொருவரது இலக்கும் கனவும் உள்ளூர்க் காவல் நிலையத்தில் பணிபுரிவதுதான். அங்குதான் அவர் நேரடியாக மக்களுடன் தொடர்புகொள்கிறார். உள்ளூர் கடைக்காரர், உள்ளூர் வணிகர் அவருக்கு சல்யூட் செய்வது அங்குதான். அங்கு மரியாதையும் கௌரவமும் கிடைக் கிறது. மக்கள் அவரைத் தேடிவந்து அவரது தயவுக்காகக் காத்திருக் கிறார்கள். அவர் கையூட்டுப் பெற வேண்டுமென்பதில்லை. அவர் ஏதேனும் பொருள் வாங்கக் கடைக்குப் போனால் மற்றவர்களைவிட அவருக்குக் கொஞ்சம் விலை குறைக்கப் படுகிறது. ஒவ்வொருவரும் அவரது நட்பை நாடுகிறார்கள். அவரைப் பகைத்துக்கொள்ள யாரும் விரும்புவதில்லை.

1991ஆம் ஆண்டு தமிழ்நாடு காவல்துறையில் கான்ஸ்டபிள் பதவியில் ஆயிரக்கணக்கான காலியிடங்கள் இருந்தன. முந்தைய சில ஆண்டுகளில் ஆள் தேர்வு நடக்கவில்லை. தேர்வுமுறையில் மாற்றங்கள் செய்வது குறித்த நீண்ட ஆலோசனைகளுக்குப்பின் அதே ஆண்டில் தமிழ்நாடு சீருடைப்பணியாளர் தேர்வு வாரியம் உருவாக்கப்பட்டு, தேர்வுப் பணி அவர்களிடம் ஒப்படைக்கப்பட்டது. எடுத்த எடுப்பிலேயே 10,000 காவலர்களை வாரியம் தேர்வு செய்தது. அடிப்படைப் பயிற்சி முடிந்து 1993ஆம் ஆண்டில், அவர்கள் பெருவாரியாகச் சிறப்புக் காவற்படை அணிகளுக்கு அனுப்பப்பட்டார்கள். அதே எண்ணிக்கையில் காவலர்கள் சிறப்புக் காவற்படையிலிருந்து மாவட்ட/நகர ஆயுதப்படைகளுக்கு மாற்றப்பட்டார்கள். அவர்களில் சுமார் 2500 காவலர்கள் 1981 முதல் 1988 வரையான காலகட்டத்தில் நியமனம் செய்யப்பட்டவர்கள். ஏற்கெனவே ஐந்துமுதல்

பத்தாண்டுகள்வரை சிறப்புக் காவற்படையில் பணிபுரிந்த இக்காவலர்கள், உள்ளூர்க் காவல் நிலையங்களுக்கு மாறிச் செல்லும்முன் சில ஆண்டுகள் ஆயுதப்படையில் பணிபுரிய நேர்ந்தது.

மேலே சொன்ன 'கால வரையறைப் பதவி உயர்வு' முறை வருமுன், ஆயுதப்படையிலிருந்து உள்ளூர்க் காவலுக்குச் சில தலைமைக் காவலர்கள் அதே பதவியில் மாற்றப்பட்டிருந்தனர். இத்தகு மாற்றங்கள் உள்ளூர்க் காவல் பிரிவில் இருப்போரின் பதவி உயர்வு வாய்ப்புக்களைப் பாதிப்பதாக அமைந்தது. எனவே பாதிக்கப்பட்ட சிலர் வழக்குத் தொடுத்தனர். வழக்கை விசாரித்த அப்போதைய தமிழ்நாடு நிர்வாகத் தீர்ப்பாயம் (TAT) 1992 செப்டம்பரில் வழங்கிய தீர்ப்பில், ஆயுதப்படையிலிருந்து உள்ளூர்க்காவலுக்கு மாறிச் செல்வோர், காவலர் நிலையிலேயே செல்ல வேண்டும், ஆயுதப்படையில் முதல் நிலை மற்றும் தலைமைக் காவலர்களாகப் பதவி உயர்வு பெற்றிருப்பின், அதனைத் துறந்துவிட வேண்டும் என ஆணை வழங்கியது.

ஆனால் 1997ஆம் ஆண்டு அமலுக்கு வந்த 'கால வரையறைப் பதவி உயர்வு' முறை, இந்த நிலையை மாற்றிவிட்டது. ஒருவர் எந்தப் பிரிவில் இருந்தாலும் 10 ஆண்டுப் பணிமுடித்தால், அவர் முதல் நிலைக் காவலர், 15 ஆண்டுப் பணி முடித்தால் அவர் தலைமைக்காவலர். பதவி உயர்வு வழங்கக் காலியிடம் தேவையில்லை, அவரவர் இருக்கும் பதவியே நிலை உயர்வு செய்யப்பட்டு விடும். இதனால், காவல் நிலையக் கட்டமைப்பில் இன்னொரு மாற்றமும் நிகழ்ந்தது. சாதாரணமாக ஒரு காவல் நிலையத்தில் 4 காவலர்களுக்கு ஒரு முதல் நிலைக் காவலர், ஒரு தலைமைக் காவலர் இருப்பர். இப்போது 4+1+1 = 6 நபர்களில், முதல் நிலைக் காவலர், தலைமைக் காவலர் அதிகமாகவும் காவலர் எண்ணிக்கை குறைவாகவும் இருக்கலாம். ஏன் காவலர் இல்லாமலும் இருக்கலாம். மொத்தம் 6 நபர்கள் இருக்க வேண்டும், அவ்வளவுதான். அடிப்படையில் அவர்கள் செய்யும் வேலை ஒன்றுதான். ஆனால் பதவியும், அதற்கேற்ப ஊதியமும் மேம்படுத்தப்பட்டுவிட்டது.

மேலே சொன்னவாறு, 1981–1988 ஆண்டுகளில் நியமனம் செய்யப்பட்டு, 1993ஆம் ஆண்டு சிறப்புக் காவற் படையிலிருந்து ஆயுதப்படைக்கு மாற்றப்பட்ட சுமார் 2500 காவலர்கள் உள்ளூர்க் காவலுக்குப் போகத் தாமதம் ஆனதால், அவர்கள் ஆயுதப்படையிலேயே 'கால வரையறைப் பதவி உயர்வு' முறையில் முதல் நிலைக் காவலர்களாகவும் தலைமைக் காவலர்களாகவும் பதவி உயர்வு பெற்றனர். அவர்கள் உள்ளூர்க் காவலுக்கு மாற்றம் பெறும் நிலை வந்தபோது மேலே சொன்ன நிர்வாகத் தீர்ப்பாய

ஆணையின் அடிப்படையில் பதவி இறக்கம் செய்யப்பட்டு இரண்டாம் நிலைக் காவலர்களாக மாற்றப்பட்டனர். உள்ளூர்க் காவலுக்கு மாற்றம் பெறும் ஆர்வத்தில் அவர்கள் இந்தப் பதவி இறக்கத்திற்குச் சம்மதிப்பதாக உறுதிமொழியும் எழுதிக் கொடுத்தனர்.

2004ஆம் ஆண்டு அக்டோபர் மாதத்தில், 1993ஆம் ஆண்டு நியமனம் பெற்ற காவலர்களுக்கு முதல் நிலைக் காவலராகப் பதவி உயர்வு வழங்கும் அரசாணை வெளியானது. சுமார் 6000 காவலர்களுக்குப் பதவி உயர்வு வழங்கப்பட்டிருந்தது. அந்தப் பட்டியலில் 1981–1988 ஆண்டுகளில் நியமனம் செய்யப்பட்ட 2500 காவலர்கள் இடம் பெறவில்லை. அவர்கள் ஏற்கெனவே பதவி உயர்வு வழங்கப்பட்டு, பதவி இறக்கமும் செய்யப்பட்டு விட்டனர். இப்போது ஒரே காவல் நிலையத்தில் 1993 அணியினர் முதல் நிலைக் காவலர்களாகவும் அவர்களை விடப் பணியில் மூத்த 1981–88 அணியினர் இரண்டாம் நிலைக் காவலர்களாகவும் இருக்கும் நிலை. இந்த அணியினரின் பணி மூப்பு எவ்வாறு நிர்ணயிக்கப்படும், எப்போது இவர்கள் மீண்டும் பதவி உயர்வு பெறுவார்கள் என்பதும் தெரியாத நிலை. அவர்கள் தங்கள் 15 ஆண்டுப் பணியின் பயனை இழந்திருந்தனர்.

அவர்கள் அதிருப்தி அடைந்திருந்தனர். உயர் அதிகாரிகள் மாவட்டங்களுக்கும் நகரங்களுக்கும் ஆய்வுக்காக வருகை புரியும்போது, காவலர்களின் மனக்குறைகளைக் கேட்பது வழக்கம். அத்தருணங்களில் முறையீடு செய்வோரிடையே இந்த அணியினரே அதிகம் இருந்தனர். ஏராளமான மனுக்களும் வந்த வண்ணம் இருந்தன.

2005ஆம் ஆண்டு, ஜனவரி மாதத்தில் பொங்கல் பண்டிகைக்கான விடுமுறை நாட்களில் ஒன்றில், ஐ.கே. கோவிந்திடமிருந்து ஏ.எக்ஸ். அலெக்ஸாண்டர் காவல் துறைத் தலைமை இயக்குநராகப் பொறுப்பேற்றுக்கொண்டார். அனூப் ஜெய்ஸ்வால் அப்போது நிர்வாகப் பிரிவு ஐ.ஜி. மு. குமரேசன் நேர்முக உதவியாளர் (நிர்வாகம்), காவலர் முதல் ஆய்வாளர் வரையான அரசிதழ் பதிவு பெறா (Non-Gazetted) அலுவலர்களின் நிர்வாகப் பிரிவிற்குப் பொறுப்பு அலுவலர். ஜெய்ஸ்வாலும் குமரேசனும் சமீப நாட்களில்தான் அவரவர் பொறுப்பை ஏற்றிருந்தனர்.

பொறுப்பேற்ற அடுத்த சில நாட்களிலேயே அலெக்ஸாண்டர், களப் பணியாளர்களின் குறை கேட்கும் சந்திப்புக்கள் நடத்தத் தொடங்கினார். மண்டலம், சரகம் மற்றும் மாவட்டம்/நகரம் வாரியாகத் தேதிகள் நிர்ணயிக்கப்பட்டுக்

காவலர்களும் அலுவலர்களும் காவல்துறைத் தலைமை இயக்குநரிடம் நேரிடையாகத் தங்கள் குறைகளை, கோரிக்கை களைச் சமர்ப்பிக்க வந்தனர். அவர்களில், பதவி இறக்கம் செய்யப்பட்டுவிட்ட 1981–88 அணி காவலர்களே அதிகம் இருந்தனர்.

இந்தப் பிரச்சினையில் சம்பந்தப்பட்டுள்ளோரின் பெரும் எண்ணிக்கையையும் அதன் தீவிரத் தன்மையையும் உடனடியாகப் புரிந்துகொண்ட அலெக்ஸாண்டர், தலைமை அலுவலக உயர் அதிகாரிகளின் கூட்டம் ஒன்றைக் கூட்டினார். சட்டம் ஒழுங்கு கூடுதல் இயக்குநர் கே.வி.எஸ் மூர்த்தி, நிர்வாகப் பிரிவு கூடுதல் இயக்குநர் லெத்திகா சரண், நுண்ணறிவுப் பிரிவு கூடுதல் இயக்குநர் கே. இராமானுஜம் ஆகியோரும் மற்றும் சில அதிகாரிகளும் பங்கேற்றனர்.

“இது நாம் செய்த தவறு” என்று தொடங்கினார் ஜெய்ஸ்வால். “நாம் அவர்களைப் பதவி இறக்கம் செய்திருக்கக் கூடாது. அதற்கான அதிகாரம் நமக்கு இருக்கவில்லை. அது ஒரு அர்த்தமற்ற செயல். நாம் இப்போது செய்ய வேண்டிய தெல்லாம் தவற்றை ஏற்றுக்கொண்டு அவர்களை, பணிமூப்பிலும் பதவி உயர்விலும், அவர்களுக்குரிய இடத்திற்குக் கொண்டு போவதுதான்.”

“அப்படிச் செய்தால் அவர்கள் கடந்தகால சம்பள விகிதங்களையும் கேட்பார்களே” என்றார் டி.ஜி.பி.

“அது சரிதான். பதவி இறக்கம் செய்தது நம் தவறுதானே” என்றார் ஜெய்ஸ்வால்.

“இல்லை. இல்லை. அதனால் நிறையப் பிரச்சினைகள் வரலாம். நாம் அரசுக்கு எழுதுவோம்” என்றார் டி.ஜி.பி.

அவர்கள் பத்தாண்டு, பதினைந்தாண்டு முடித்த தேதிகளில் உரிய பதவிகளில் ஒரு பிரத்தியேக நிகழ்வாகப் பணியமர்த்த அரசாணை கோருவது என்று கூட்டத்தில் முடிவாகியது.

அலெக்ஸாண்டர், அரசாணை பெறும் பொறுப்பை ஜெய்ஸ்வாலிடம் ஒப்படைத்தார். பி.ஏ. குமரேசனின் உதவியோடு ஒரு விரிவான அறிக்கையைத் தயாரித்தார் ஜெய்ஸ்வால். மாவட்டங்களிலிருந்து விவரங்கள் பெற்று, பாதிக்கப் பட்டோரின் பட்டியலைத் தயாரித்தபோது, 2500 நபர்களில் பாதிப் பேர்கள் அந்தந்த மாவட்ட அலுவலர்களாலேயே பதவி உயர்த்தப்பட்டுவிட்டது தெரிய வந்தது. சில மாவட்ட அலுவலர்கள் பணியாளர்களின் முறையீடுகளையும் அழுத்தத்தையும் ஏற்று அவ்வாறு செய்திருந்தனர். ஆனால்

பல மாவட்ட அலுவலர்கள் அவ்வாறு செய்ய மறுத்து, துறைத் தலைமையின் அல்லது அரசின் ஆணை வேண்டும் என்று காத்திருந்தார்கள். இறுதியாகப் பதவி உயர்த்தப்பட வேண்டியவர்களின் எண்ணிக்கை 1279 என்று தெரிய வந்தது. எனவே அவர்களின் பதவி மறு உயர்வு தொடர்பான இந்தக் கருத்துருவிற்கு '1279 கருத்துரு' என்று பெயர் தரப்பட்டது.

கருத்துரு அரசுக்கு அனுப்பப்பட்டு ஆறு மாதங்கள்வரை பதில் ஏதுமில்லை. தொடர்ந்து நினைவூட்டுக்கள் அனுப்பப் பட்டன. ஐந்தாவது நினைவூட்டு அனுப்பப்பட்டபின், அரசிடமிருந்து பதில் வந்தது:

"மிகுந்த எச்சரிக்கையோடு பரிசீலித்தபின், காவல்துறைத் தலைமை இயக்குநரின் கருத்துருவை ஏற்க இயலாது என்று அரசு முடிவு செய்துள்ளது. அவர்களுக்கு மீண்டும் பதவி உயர்வு வழங்க இயலாது."

பாதிக்கப்பட்டோரின் மனுக்கள் தொடர்ந்தன. அவற்றில் பல மனுக்கள், காவல்துறையின் அமைச்சரான முதலமைச்சருக் கும் சென்றன. அவர் உள்துறைச் செயலரிடம் இதுபற்றிப் பேசினார். அவர்கள், இதுபற்றிய விதிகளைப் பரிசீலிக்க பணியாளர் மற்றும் நிர்வாக சீர்திருத்தங்கள் துறைக்கு அனுப்பினார்கள். அவர்களது கருத்து, 'மாற்றம் செய்யப் படுவதற்காகப் பதவி இறக்கம் செய்தபின் அவர்களை மீண்டும் பதவி உயர்த்த இயலாது' என்பதாக இருந்தது. எனினும் அவர்கள் சட்டத் துறையின் கருத்தைக் கேட்கலாம் என்றனர். விஷயம் சட்டத் துறைக்குப் போனது.

ஒருநாள் அலெக்ஸாண்டர், ஜெய்ஸ்வாலைத் உடனடியாகத் தன் அறைக்கு வருமாறு அழைத்தார். தொலைபேசியில் ஒலித்த அவரது குரலில் உற்சாகம் தெரிந்தது. ஜெய்ஸ்வால் அவரது அறைக்கு விரைந்தார்.

"அப்பாடி, ஒருவழியாக பிரச்சினை தீர்ந்தது. ஒருவழியாக சட்டத்துறை நமது கோரிக்கையை ஏற்றுக்கொண்டுவிட்டது. சட்டத்துறைச் செயலாளர் இப்போது பேசினார். அவர் ஆணை வழங்கிவிட்டதாகச் சொல்கிறார். நீங்கள் போய் அதை வாங்கி வாருங்கள். உங்களுக்குத் தெரியுமா, நான் ஏ.எஸ்.பி.யாக இருந்தபோது அவர் உதவி கலெக்டர். என் நல்ல நண்பர். அனூப், நீங்கள் நம்பிக்கையில்லாமலே இருந்தீர்கள் அல்லவா? இப்போது பாருங்கள். நாம் ஆணை பெற்றுவிட்டோம்."

"நம்பிக்கையில்லாமல் இல்லை சார். நான் சொன்ன தெல்லாம், நாம் அங்கே போகவே வேண்டாம் என்பதுதான். விஷயம் தெளிவாக இருக்கிறது, நாமே முடிவெடுக்கலாம் என்பதுதான் என் கருத்தாக இருந்தது சார்."

"சரி, சரி. நேரத்தை வீணாக்க வேண்டாம். விஷயம் முடிந்து விட்டது. நீங்கள் சட்டத்துறைச் செயலாளரைப் பாருங்கள்."

தலைமைச் செயலகத்தில், சட்டத்துறைச் செயலாளர், "ஆமாம். உங்க டி.ஜி.பி. பேசினார். இந்தாங்க உத்தரவு." ஒட்டப் பட்டிருந்த ஒரு உறையை அனூப்பிடம் தந்தார்.

அனூப், அவருக்கு நன்றி தெரிவித்துவிட்டுத் தன் காருக்குத் திரும்பினார். காரில் உட்கார்ந்து உறையைப் பிரித்தார். ஆணையை வாசித்தார்.

"மிகுந்த எச்சரிக்கையாக, எல்லா அம்சங்களையும் பரிசீலித்தபின், சட்டத்துறை, காவல்துறை இயக்குநரின் கருத்துருவை நிராகரிக்கிறது."

அனூப் அதனை டி.ஜி.பி.யிடம் கொடுத்தார். அதைப் பார்த்த அவர் மனமுடைந்துபோனார்.

"சட்டத்துறைச் செயலாளர், இந்த ஆணையைப் படித்துப் பார்க்காமல் கையெழுத்துப் போட்டுவிட்டார் என்று நினைக்கிறேன். இல்லையென்றால் அவர் ஏன் என்னைக் காலையில் அழைத்து, ஆணையைப் பெற்றுக்கொள்ளுங்கள் என்று சொல்ல வேண்டும்?"

"நான் மீண்டும் சட்டத்துறைச் செயலாளரைப் பார்த்து விளக்குகிறேன் சார்" என்றார் அனூப்.

சட்டத்துறைச் செயலாளர் சந்தேகப் பார்வையுடனே இருந்தார்.

"அனூப், நான் கையெழுத்துப் போட்டுவிட்டேனே. இப்போது என்ன செய்ய முடியும்? அது சங்கடமில்லையா?"

"உங்களுக்கு மேல்இருக்கும் அதிகாரியொருவர் இதனை மறுபரிசீலனை செய்யலாம் அல்லவா?" என்றார் அனூப்.

"அட்வகேட் ஜெனரல் மாற்றலாம் என்று சொன்னால் மாற்றிவிடலாம்."

அனூப் இந்தத் தகவலை டி.ஜி.பி.க்குத் தெரிவித்துவிட்டு, அட்வகேட் ஜெனரலைச் சந்தித்து பிரச்சினையை விளக்கினார். அவர்,

"என் கருத்து என்னவென்று ஒரு வரைவு தயாரித்து வாருங்கள்."

"நீங்கள்தான் அதைத் தர வேண்டும் சார்."

இல்லை. நீங்களே தயாரித்துக்கொண்டு வாருங்கள். நீங்கள் சொன்னவற்றை நான் ஏற்றுக்கொள்கிறேன். நான் இங்கே டிக்டேட் செய்து, டைப் அடித்துக்கொண்டு இருக்க முடியாது."

அனூப் தன் அலுவலகம் திரும்பி, அவரே அட்வகேட் ஜெனரலின் கருத்தைத் தயாரித்தார். அவரிடம் கொண்டு போனார். அவர் அதைப் படித்துப் பார்த்துக் கையொப்ப மிட்டார். எந்தத் திருத்தமும் செய்யவில்லை. காற்புள்ளி, முற்றுப் புள்ளியைக் கூடத் திருத்தவில்லை. அனூப் தானே அதை சட்டத் துறைச் செயலாளரிடம் கொடுத்தார். அவர் அதில் "ஆணையைத் திருத்தவும்" என்று எழுதினார். அங்கிருந்து அது பணியாளர் மற்றும் நிர்வாக சீர்திருத்தங்கள் துறைக்குப் போய் அங்கிருந்து உள்துறைக்குப் பயணித்தது.

உள்துறை, அந்த 1279 காவலர்களும் பணிக்கால அடிப்படை யில் அவரவர்க்குரிய பதவிகளில் முன்தேதியிட்டு அமர்த்தப் படுவார்கள் என்று ஆணை வழங்கியது.

16

அத்துமீறலும் ஆக்கிரமிப்பும்

கோரக்பூரில் குழுச் சண்டைகள் அடிக்கடி நடந்தன. ஜுபிலி ஸ்கூல் என்னும் ஆண்கள் பள்ளியின் மாணவர்கள், குழுச் சண்டைகளில் ஆர்வம்கொண்டிருந்தனர். ஆரம்பத்தில் ஆறு அல்லது ஏழாம் வகுப்பு மாணவர்கள் இரு பிரசித்தி பெற்ற குழுக்களின் நடவடிக்கைகள் பற்றி அறிந்தனர். ஏதோ ஒரு காரணத்திற்காக அவை மாணவர்களின் கவனத்தை ஈர்த்தன. ஒரு குழுவின் பெயர் ஹரிசங்கர் திவாரி குழு. ஒரு பிராமணரைத் தலைவராகக்கொண்டு இயங்கியது. அதற்கு பிராமணர்களின் ஆதரவு இருந்தது. மற்றொன்று வீரேந்தர ஷாஹி குழு. அவர் ராஜபுத்திர அல்லது க்ஷத்ரிய இனத்தைச் சேர்ந்தவர். அவரது இனம் அவர் பின் நின்றது. இக்குழுக் களின் அடிமட்ட உறுப்பினர்கள் தங்களுக்குள் துப்பாக்கிச் சூடு நடத்திக்கொள்வதும், கத்திக்குத்துக் களும், இரண்டாம் தரப்பு அல்லது மூன்றாம் தரப்புச் செய்திகளாக மாணவர்களை வந்தடையும். அச்சுறுத்திப் பறிப்பதன் மூலம் இக்குழுக்களுக்குப் பணம் கிடைத்தது. இக்குழுக்களுக்குப் பணம் கிடைக்கும் இன்னொரு வழியும் மாணவர்களுக்குத் தெரிந்திருந்தது. அரசு வேலைகளுக்கு டெண்டர் எடுப்பது. நாளும் நேரமும் நிர்ணயிக்கப்படும். டெண்டர் வெளியிடும் அலுவலக வாயிலில் ஒரு பெட்டி வைக்கப்படும். டெண்டர் எடுக்க விரும்புபவர்கள், தங்களுடைய விலையைக் குறிப்பிட்டு உரிய ஆவணத்தை ஒரு உறையிலிட்டு, குறித்த நேரத்திற்குள் அந்தப் பெட்டியில் போட வேண்டும்.

ஆனால் அப்படி நடப்பதில்லை. அந்தக் குழுவினர் யாரை அனுமதிக்கிறார்களோ அவர்கள் மட்டுமே டெண்டரில் பங்கேற்க முடியும். அந்தப் பெட்டியைக் குழுவினர் பாதுகாப்பார்கள். அவர்களின் அனுமதி பெறாத யாரும் பெட்டியின் அருகில் வர முடியாது. இதன் பொருள் அந்தக் குழுவினர் மட்டுமே டெண்டர் எடுக்க முடியும். குறைந்த பட்சம் ஐந்து அல்லது ஆறு டெண்டர்கள் தேவையென்றால், அவர்களே வெவ்வேறு போலிப் பெயர்களில் அத்தனையையும் பெட்டியில் போடுவார்கள். டெண்டர் எடுத்தபின் அதை ஒரு விலை வைத்து ஒரு ஒப்பந்ததாரருக்குக் கொடுக்க, அவர் அந்த வேலையைச் செய்வார்.

இன்னும் ஒரு வழியிலும் அவர்கள் பணம் சம்பாதித்தார்கள். ஒரு கடைக்குப் போவார்கள், வேண்டிய பொருட்களை எடுத்துக் கொள்வார்கள். கடைக்காரர் பில் கொடுத்தால், அவரைத் தங்கள் தலைவனிடம் வந்து பணம் பெற்றுக்கொள்ளுமாறு கூறுவார்கள். அவர்களுக்கென்று ஒரு அலுவலகம் இருந்தது. அங்கிருந்து அவர்கள் செயற்பட்டார்கள். அது எல்லோருக்கும் தெரிந்திருந்தது. தொகை பெரியதில்லை என்றால், கடைக்காரர்கள் போகட்டும் என்று விட்டுவிடுவார்கள். பணம் வாங்க அவர்கள் இடத்திற்குப் போனால் என்ன நடக்கும் என்று தெரியாது. அந்த நாட்களில், கோரக்பூர் இந்தியாவின் சிகாகோ என்று அழைக்கப்பட்டது. ஆம், அமெரிக்காவிலிருக்கும் சிகாகோதான்.

அடுத்தது அத்துமீறல். குழுவினர் காலியாகவுள்ள வீடுகள் அல்லது நிலங்களை ஆக்கிரமித்துக்கொள்வார்கள். காலியாக இருக்கும் வீடு பூட்டியிருந்தாலும், பூட்டை உடைத்துவிட்டு அங்கு வசிக்கத் தொடங்கிவிடுவார்கள். வீட்டின் அல்லது சொத்தின் உரிமையாளர்கள் ஆக்கிரமிப்பை அறிந்து காவல் நிலையம் போனால் போலீஸ், இதில் தாங்கள் தலையிட முடியாது என்றும், இது சிவில் பிரச்சினை என்றும் உரிமையாளர் நீதிமன்றத்திற்குப் போக வேண்டும் என்றும் கையைக் காட்டுவார்கள். அது வினோதம்தான். சில ரூபாய்கள் மதிப்புள்ள ஒரு பொருளை ஒருவர் திருடிவிட்டால் அது ஒரு கிரிமினல் குற்றமாகிறது. ஆனால் பல லட்ச ரூபாய் மதிப்புள்ள ஒரு வீட்டை ஒருவர் அபகரித்துக்கொண்டால், அது சிவில் பிரச்சினை. இந்த அணுகுமுறை குழுவினருக்குச் சாதகமாக இருந்தது. நீதிமன்றங்கள் விரைவில் தாவாக்களைத் தீர்ப்பதில்லை என்பது தெரிந்ததுதான். ஒரு தீர்ப்பு வழங்கப்பட பத்தாண்டுகள் ஆகலாம். பின் மேல் முறையீடு, மேல் முறையீடு என்று உரிமையாளரின் பாதி வாழ்நாள் முடிந்துவிடும். அவர்களின்

வி. சுதர்ஷன்

அடுத்த தலைமுறைதான் நீதிமன்ற வாயில்களைத் தட்ட வேண்டும். அனூப் ராணுவப் பள்ளிக்கும் பின்னர் கல்லூரிக்கும் போய்விட்டு விடுமுறையில் வீட்டிற்கு வரும்போதெல்லாம் இந்தக் கதைகள் வலம் வந்துகொண்டிருக்கும். அவர் படித்த ராணுவப்பள்ளியில் வாழ்க்கை உண்மையாகவும், எளிமையாகவும் இருந்தது. வெளிப்படையாகவும். அவர் எப்போதும் இவ்வாறு யோசித்தார்: “ஏன் காவல்துறை நடவடிக்கை எடுப்பதில்லை?” அவரது ரத்தம் கொதிக்கும். ஏதேனும் ஒரு நல்ல செய்தி என்பது அரிதாகவே இருந்தது.

டைகர் ஜோஹிந்தர் சிங் என்பவர் அத்தகு ஒரு நல்ல செய்தியாக இருந்தார். அவர் ஒரு இன்ஸ்பெக்டர். கோரக்பூர் நகருக்குப் பணியமர்த்தப்பட்டார். அவர் ஒரு விபத்தில் தன் குடும்பத்தை இழந்துவிட்டார் என்று சொல்லப்பட்டது. அதன் பிறகு அவருக்கு இழப்பதற்கு ஏதுமில்லை, எனவே பயப்படவும் தேவையில்லை. அவர் இந்தக் குழுக்களின் தலைவர்களைப் பிடித்துப் பின்னியெடுப்பார் என்றும் சொல்லப்பட்டது. அவர் ஹரிசங்கர் திவாரியைப் பிடித்து, அடித்துத் துவைத்துத் தனது நகரத்திலிருந்தே விரட்டிவிட்டார் என்றும், இனி அவன் இந்த நகரில் திரிவது தெரியவந்தால் ‘கவுண்டர்’ செய்யப்படுவான் என்று எச்சரித்ததாகவும் சொல்லப்பட்டது. என்கவுண்டர் என்பதற்குப் பதிலாக இப்போது எங்கும் பயன்படுத்தப்படும் வார்த்தை கவுண்டர். ஆனால் ஹரிசங்கர் திவாரி மீண்டும் கோரக்பூருக்கு வரவே செய்தான். முதலமைச்சர் கமலபாதி திரிபாதியின் குதிரைப் பவனியில் அவன் இருந்தான். முதலமைச்சர்மீது தூவப்பட்ட மலர்க் குவியல் அவன் மீதும் படர்ந்ததைப் பார்த்து மனமுடைந்த டைகர் ஜோஹிந்தர் சிங், அரசியல் ஆதரவின் சக்தியைப் புரிந்துகொண்டார். அவர் அதிக நாட்கள் அங்கு தொடரவில்லை.

அனூப், அம்பாசமுத்திரம் உடகோட்ட ஏ.எஸ்.பி.யாக இருந்தபோது இதுபோன்ற நிகழ்வுகளை எதிர்கொண்டார். வீரவநல்லூர் காவல் நிலைய எல்லையில் ஒரு நபர், தன் ஒன்றுவிட்ட சகோதரர்கள் இருவருக்குத் தன் வீட்டின் முதல் மாடியில் ஒரு குடியிருப்பை வாடகைக்குக் கொடுத்தார். அது ஒரு ஈரடுக்குக் கட்டடம். முதல் மாடியில் ஒரு பெரிய அறையும் மொட்டை மாடியும் இருந்தன. ஒரு தற்காலிக ஏற்பாடாகவே தரப்பட்டது. அவர் தன் ஒன்றுவிட்ட சகோதரர் ஒரு தேர்வுக்குத் தயாராவதற்காகவே அந்த இடத்தைக் கொடுத்தார். தேர்வு முடிந்தவுடன் திருப்பிக் கொடுத்துவிட வேண்டும் என்பது ஏற்பாடு. மூன்று மாதங்கள் கழித்து வீட்டைக் காலி செய்யச் சொன்னபோது, அவர்கள் மறுத்தனர். தங்களது தந்தையிடம்

வீட்டு உரிமையாளரின் தந்தை கடன் வாங்கியிருந்தார் என்றும், அதை அவர் திருப்பித் தரவில்லையென்றும், அதைத் திருப்பித் தந்தால்தான் காலி செய்வோம் என்றும் சொன்னார்கள். தன் தந்தை இறந்து வெகுகாலம் ஆகிவிட்டதென்றும் அவர் கடன் வாங்கியதுபற்றித் தனக்கு ஏதும் தெரியாது என்றும் அவர் சொன்னது அவர்கள் காதுகளில் ஏறவே இல்லை.

அனூப், வீரவநல்லூர் காவல் நிலைய இன்ஸ்பெக்டரை அழைத்து ஏதாவது செய்யுமாறு சொன்னார்.

"நான் என்ன செய்ய முடியும் சார்?"

"அத்துமீறி நுழைவது ஒரு குற்றம். நீங்கள் வழக்குப்பதிவு செய்யுங்கள். அவர்கள் காலிசெய்யவில்லையென்றால், அவர்களைக் கைது செய்து அங்கிருந்து அகற்றுங்கள்."

"சார். அது ஒரு பிணையில் விடத்தக்க குற்றம் சார். அவர்களைக் காவல் நிலையத்திலிருந்தே விட்டுவிட வேண்டும் சார்."

"அப்படியென்றால் அவர்களை விட்டுவிடுங்கள். அவர்கள் மீண்டும் அந்த வீட்டிற்குள் நுழைந்தால், அத்துமீறலுக்குப் பதிலாக வீட்டை உடைத்து நுழைந்ததாக வழக்கை மாற்றி மீண்டும் கைது செய்யுங்கள்."

"சார். நாம் இப்படியெல்லாம் இதுவரை செய்ததே இல்லை சார்."

"இதுவரை செய்யவில்லையென்றால் என்ன, இப்போது முயற்சிப்போம்."

இன்ஸ்பெக்டர் அவர்களைக் காவல் நிலையத்திற்கு அழைத்துக் காலிசெய்யுமாறு சொன்னார். அவர்கள் வாதம் புரியத் தொடங்கினார்கள். ஆனால் எஃப் ஐ ஆர் என்ற சொல்லைக் கேட்டதும் காலி செய்தார்கள்.

அனூப், தூத்துக்குடி மாவட்ட எஸ்.பி. யான பிறகு மேலும் அத்துமீறல் வழக்குகளை எதிர்கொண்டார். ஒரு தமிழாசிரியர், ஒரு கூட்டுறவுச் சங்கத்திடமிருந்து, 2400 சதுர அடி அளவுள்ள அங்கீகரிக்கப்பட்ட வீட்டுமனையொன்றை வாங்கினார். அவருக்கு மலேசியாவில் ஆசிரியர் வேலை கிடைத்தது. மூன்று ஆண்டுகள் கழித்து அவர் திரும்பி வந்து தன் மனையைப் பார்க்கப் போனார். அவருக்கு அதிர்ச்சி காத்திருந்தது. பக்கத்து வீட்டுக்காரர், தன் வீட்டோடு இணைத்து, இவரது மனையிலும் வீடு கட்டிக்கொண்டிருப்பதைப் பார்த்தார்.

"எப்படி நீங்க என் இடத்த ஆக்கிரமிக்கலாம்?"

"எது உங்க மனை?"

"நா இந்த இடத்த மூணு வருஷத்துக்கு முன்ன வாங்கினேன்."

"அத்தாட்சி இருக்கா?"

ஆசிரியர் ஆவணத்தைக் காட்டினார். "இதோ என் ஆவணம். உங்க ஆவணத்த காட்டுங்க."

"நா எங்க வீடு கட்டறேன் என்பதப்பத்தி நீ கேக்க வேண்டிய தில்லை. இங்கிருந்து போயிடு. வேணுன்னா கோர்ட்டுக்கு போ. எனக்குக் கவலயில்ல."

ஆசிரியர் முத்தையாபுரம் காவல் நிலையத்திற்குப் போய், இன்ஸ்பெக்டரிடம் விஷயத்தைச் சொன்னார். தன் ஆவணங்களைக் காட்டினார். தன் நிலத்தை ஆக்கிரமித்து இன்னொருவர் வீடு கட்டிக்கொண்டிருப்பதாகச் சொன்னார்.

இன்ஸ்பெக்டர் கேட்டார்- "இது எவ்வளவு நாளா நடக்குது?"

"மூணு அல்லது நாலு மாசமா இருக்கலாம் சார்."

"அப்ப, நீங்க எங்க போயிருந்தீங்க?"

"நா மூணு வருஷமா மலேசியாவில வேல பாத்தேன் சார். இப்பத்தான் வந்தேன். நா ரிடயர் ஆக போறன் சார். அதான் வீடு கட்டலாம்னு நெனச்சேன். ஆனா என் நிலத்த எடுத்துக் கிட்டாங்க சார்."

"மூணு, நாலு மாசமா கட்டட வேல நடக்குதுன்னா நாங்க ஒண்ணும் பண்ண முடியாது. அது சிவில் மேட்டர். வேணுன்னா அவங்கக்கிட்ட பேசி கொஞ்சம் பணம் வாங்கி தரேன். வேற ஒண்ணும் பண்ண முடியாது."

ஆசிரியர் மனமுடைந்துபோனார். யாரோ அவருக்கு எஸ்.பி.யைப் பார்க்குமாறு சொன்னார்கள். அவர் எல்லா ஆவணங்களுடனும் அனூப்பிடம் வந்தார்.

அனூப் இன்ஸ்பெக்டரை அழைத்து, ஏன் நடவடிக்கை எடுக்கவில்லை என்று கேட்டார். கட்டுமானப் பணி ஏற்கெனவே நடந்து கொண்டிருக்கிறது, அது சிவில் மேட்டராகத் தோன்றுகிறது என்றார் இன்ஸ்பெக்டர். இங்கே ஒரு அத்துமீறல் நடந்துள்ளது, சட்டவிரோதமாக ஆக்கிரமிக்கப்பட்ட நிலத்தில் கட்டுமானம் நடக்கிறது.

அம்பாசமுத்திரத்தில் இருந்தபோது, வருவாய்த்துறை அதிகாரிகளின் ஆக்கிரமிப்பு அகற்றும் நடவடிக்கைக்கு போலீஸ் பாதுகாப்புக் கொடுத்தது அனூப்பின் நினைவுக்கு வந்தது. அரசு நிலத்தில் கட்டப்பட்டிருந்த பல கட்டடங்கள் இடிக்கப்பட்டன.

அனூப் ஆசிரியரிடம், வருவாய்த்துறையை அணுகி, சர்வேயரிடம் நில உரிமைச் சான்று (பட்டா) வாங்கி வருமாறு சொன்னார். ஆசிரியர் அதற்கான கட்டணத்தைச் செலுத்திய வுடன், அனூப் ரெவென்யூ இன்ஸ்பெக்டருக்கு போன் செய்து, பட்டாவை விரைவாக வழங்குமாறு கேட்டார். 15 நாட்களுக்குப் பின் அந்த நிலம் ஆசிரியருடையது என்றும், அங்கு கட்டடம் கட்டும் கார்பைட் கம்பனி உரிமை யாளருடையது அல்லவென்றும் சான்றளித்தார்.

பின் அனூப் இன்ஸ்பெக்டரை அழைத்து, அந்தக் கம்பெனி அதிபர் அத்துமீறியிருக்கிறார் என்றும், அதற்கு மறுப்புத் தெரிவிக்கப்பட்டிருக்கிறது என்றும் தெரிவிக்குமாறு சொன்னார்.

“அந்த நிலத்தில் அவருக்கு ஏதேனும் உரிமை இருக்கிறது என்றால், அதற்கான ஆவணங்களைக் காட்டுமாறு சொல்லுங்கள்” என்றார் அனூப்.

அதற்குப் பதிலாக அவரிடமிருந்து ஒரு வக்கீல் நோட்டீஸ் வந்தது. அதில் கோர்ட்டுக்குப் போவோம் என்ற மிரட்டல் இருந்தது. அனூப் அந்தக் கட்டடத்தின் சட்ட விரோதமான பகுதியை இடிக்க வேண்டும் என்றார். இன்ஸ்பெக்டரும் டி.எஸ்.பி. ஆஸ்டினும் அதற்கு மறுப்புத் தெரிவித்தனர்.

“கட்டப்பட்டுவிட்ட ஒரு கட்டடத்தை காவல்துறை இடிக்க முடியாது சார்” என்றார் ஆஸ்டின்.

“அது சரிதான். இடிக்கப்போவது காவல்துறையல்ல. அது போலீஸின் வேலையல்ல” என்றார் அனூப்.

“சார். இதுபோன்ற வழக்குகள் நிறைய இருக்கின்றன. நாம் இதில் இறங்கினால், பின் இதுவே நம் வேலையாகிவிடும். நம்மால் வேறு எதுவும் செய்ய முடியாது சார். ஆக்கிரமிப்பாளர் களை அகற்றுவதே போலீஸின் வேலை என்றாகிவிடும்.”

“அப்படியென்றால், அப்படியே ஆகட்டும். அது ஒரு சரியான வாதம் அல்ல. நமக்கு வேலை அதிகமாகிவிடும் என்பதற்காக நாம் அப்படியே விட்டுவிட முடியாது. ஒரு குற்றம் நிகழ்கிறது. நாம் நடவடிக்கை எடுத்தே ஆக வேண்டும்.”

அனூப் ஆசிரியரை அழைத்து, “உங்கள் நிலத்தில் உள்ளதை நாம் அகற்றப்போகிறோம். யாருடைய எலும்பையோ அல்லது

ஏதாவது ஒரு சட்டத்தையோ முறிக்காமல் நீங்கள் அதைச் செய்கிறவரை எனக்குக் கவலை இல்லை. உங்கள் நிலத்தை எடுத்துக்கொள்ள வேண்டியது உங்கள் வேலை."

"எப்படி சார்?"

"நீங்கள் எப்படிச் செய்வீர்கள் என்று எனக்குத் தெரியாது. உங்கள் நிலத்தில் கட்டப்பட்டுள்ள பகுதியை நீங்கள் இடிக்கலாம். உங்கள் நிலத்தை எடுத்துக்கொள்ளலாம். நீங்கள் எப்படிச் செய்கிறீர்கள், யாரைக் கூப்பிடுகிறீர்கள் என்பது உங்கள் பொறுப்பு. அதில் நாங்கள் உங்களுக்கு உதவ முடியாது. ஆனால் நீங்கள் விரைவாகச் செய்ய வேண்டும். உங்கள் நிலத்தில் சட்ட விரோதமாக யாரும் இல்லாமல் நாங்கள் பார்த்துக் கொள்கிறோம்."

சில போலீஸ்காரர்கள் அங்கு அனுப்பப்பட்டார்கள். அவர்கள் அந்த நிலத்திற்குள் நுழையவில்லை. வெளியே நின்றார்கள். போலீசைப் பார்த்ததும் அங்கிருந்த வேலையாட்கள் ஓடிவிட்டார்கள். கார்பைட் கம்பெனி உரிமையாளருக்கு ஒரு எச்சரிக்கை தரப்பட்டது. அவர் அத்துமீறி நுழைந்தால் விளைவுகள் மோசமாக இருக்கும் என்று.

இது எஸ்.பி.யின் உத்தரவின் பேரில்தான் நடக்கிறது என்று தெரிந்துகொண்ட கார்பைட் கம்பெனி உரிமையாளர் அனூப்பின் அலுவலகத்திற்கு ஓடினார். ஆசிரியர் என்ன கேட்கிறாரோ அதைத் தரத் தயாராக இருப்பதாகச் சொன்னார்.

அனூப் சொன்னார், "நீங்கள் பேச வேண்டியது என்னிடம் அல்ல. அந்த ஆசிரியரிடம் பேசுங்கள். அவர் பணம் வாங்க ஒப்புக்கொண்டால் சரி, ஆனால் நான் உங்களிடம் பேரம் பேச முடியாது."

ஆசிரியர் நிலத்தை விற்க மறுத்துவிட்டார். அத்துமீறிக் கட்டப்பட்ட கட்டடம் இடிக்கப்பட்டது. ஆசிரியர் தன் நிலத்தைத் திரும்பப் பெற்றார். யாரும் அதுபற்றி ஒரு வார்த்தையும் பேசவில்லை. கட்டடம் இடிக்கப்படும்போதோ அல்லது அதற்குப் பின்னரோ. அந்தக் கம்பெனி உரிமையாளரோ, அவரது வழக்கறிஞரோ அல்லது வேறு யாருமோ. யாருக்கும் பேச ஒன்றும் இல்லை.

❍

தூத்துக்குடியில் மத்திய அரசின் கனநீர் ஆலை ஒன்று இருக்கிறது. அணு உலைகளில் பயன்படும் கனநீர் அங்கு உற்பத்தியாகிறது. அங்கு வேலைசெய்யும் தொழிலாளர்களும் அதிகாரிகளும்

தங்களுக்கென ஒரு வீட்டுவசதிக் கூட்டுறவு சங்கம் அமைத்து, ஒரு நிலம் வாங்கி அதை வீட்டுமனைகளாகப் பிரித்து சாலை வசதி, குடிநீர், கழிவு நீர் வசதிகள் செய்து தாங்களே வாங்கிக் கொள்வது என்று திட்டமிடுகிறார்கள். அதற்கு ஹோமி ஜஹாங்கீர் பாபா நகர் என்று புகழ் பெற்ற இந்திய அணு விஞ்ஞானியின் பெயரைச் சூட்டுகிறார்கள். அந்த வீட்டு வசதிச் சங்கத்தின் செயல் இயக்குநர், அனூப்பைச் சந்திக்க வந்தார். தி.மு.க கட்சியினர் தங்கள் வீட்டுமனைகளில் குடிசைகள் அமைத்துக் கட்சிக்கொடிகளைக் கட்டியுள்ளார்கள் என்றார். பெரியசாமி என்பவர் ஒரு குறிப்பிட்ட கட்சியின் நகரச் செயலாளர். அனூப் மாவட்ட எஸ்பியாக இருந்தபோது, பெரியசாமி கட்சியின் நகரச் செயலாளர். பின்னர் அவர் ஆளுங்கட்சி எம்.எல்.ஏ. அவரது ஆதரவாளர்கள்தான் மேற்சொன்ன நிலத்தை ஆக்கிரமித்துள்ளார்கள்.

"நாங்கள் எப்படி குடிசைகளையும் கொடிகளையும் அகற்றி, மனைகளை ஒதுக்கீடு செய்ய முடியும்?" செயல் இயக்குநர் கேட்டார்.

"நீங்கள் ஒதுக்கீடு செய்தால், அவர்கள் காலி செய்தாக வேண்டும்" என்றார் அனூப்.

"காலி பண்ணிடுவாங்களா? அவங்க ஏன் இப்படி பண்றாங்க?"

"சட்டம் தெளிவாக இருக்கிறது."

"சார். நீங்க தப்பா எடுத்துக்கலன்னா. ஒண்ணு செய்யணும்."

"என்ன?"

"நீங்க ஏன் எங்க சங்கத்திலே உறுப்பினராகக் கூடாது? நீங்க ஒரு அரசு ஊழியர். உங்களுக்குத் தகுதி இருக்கு."

"நா ஏன் உறுப்பினராகணும்? நா வாழ்நாள் பூரா தூத்துக்குடியிலயா இருக்கப்போறேன்?"

"இல்லை சார். உங்களுக்கு ரொம்ப நல்ல பேர் இருக்கு. நீங்க உறுப்பினரானா அவங்கள காலி பண்ண உதவியா இருக்கும்."

"நா உறுப்பினரானா நா நிலத்த எடுத்துகிட்டேன்னு புகார் வரும். நீங்க ஏன் போலீஸ் டிபார்ட்மென்டுக்குக் கொஞ்சம் மனைகள் ஒதுக்கக் கூடாது?"

அவர்கள் காவல் துறைக்கு மனைகள் ஒதுக்க ஒப்புக் கொண்டார்கள். கடைசியில் குலுக்கல் முறையில் மனைகள் ஒதுக்கீடு செய்ய வேண்டியிருந்தது.

வி. சுதர்ஷன்

ஹோமி ஜஹாங்கீர் பாபா நகர், ஒரு பெரிய திட்டமாக இருந்ததால், அவர்கள் காவல் துறைக்கு 40 மனைகள் ஒதுக்க முன்வந்தார்கள். ஒவ்வொரு மனையும் 2400 சதுர அடி. விலை சுமார் ரூ.6000.

குலுக்கல் நாளன்று, அனூப்பின் மனைகள் தவிர மற்ற மனைகள் எல்லாமும் குலுக்கல் முறையில் ஒதுக்கீடு செய்யப்படும் என்றார்கள்.

“ஏன் அப்படி?”

“சார். உங்களுக்கு நான்கு மனைகள் தருகிறோம். அவர்கள் ஆக்கிரமித்துள்ள பகுதியில்.”

“எனக்கு மட்டும் ஏன் அப்படி?”

“சார். ஒரு எஸ்.பி. என்ற முறையில் நீங்க அவங்கள காலி செஞ்சிடுவீங்க.”

“சரி செய்ங்க.”

அனூப், மனைகளுக்காக 25,000 ரூபாய் செலுத்தினார். ஒதுக்கீடு ஆவணங்கள் கிடைத்தவுடன், பெரியசாமியைத் தன் அலுவலகத்துக்கு வரச் சொல்லி மனைகளைக் காலி செய்யச் சொன்னார்.

“சார். அவங்க கட்சி ஆளுங்க.”

“பெரியசாமி, அது என்னோட நிலம். உங்க ஆளுங்க சட்டவிரோதமா ஆக்கிரமிச்சிருக்காங்க. காலி செஞ்சாகணும். 24 மணி நேரத்தில.”

“சார். 24 மணி நேரம் பத்தாது. 36 மணி நேரம் அவகாசம் குடுங்க.”

“நா நாள் கணக்கெல்லாம் பேசப் போறதில்ல. காலி செய்யலன்னா என்ன ஆகும்னு உங்களுக்கே தெரியும்.”

அன்று மாலையே அவர்கள் காலி செய்தார்கள். எல்லா வற்றையும் அவர்களே அகற்றினார்கள்.

❍

தக்ஷிணமார நாடார் சங்கம், தேர்ந்தெடுக்கப்பட்ட குழுவால் நிர்வகிக்கப்படும் ஒரு கூட்டுறவுச் சங்கம். இரண்டாண்டுக்கு ஒருமுறை தேர்தல் நடந்தது. சங்கத்திற்கு நிறையச் சொத்துக்கள் இருந்தன. ஒரு நிலையில், தேர்ந்தெடுக்கப்பட்ட நிர்வாகிகளே, பதவிக்காலம் முடிந்த பின்னும் அடுத்த தேர்தலை நடத்த

மறுத்தனர். ஆனாலும் மற்றவர்களால் தேர்தல் நடத்தப்பட்டு தலைவர், துணைத் தலைவர், மற்ற நிர்வாகிகள் தேர்ந்தெடுக்கப் பட்டனர். ஆனால் பொறுப்பில் இருந்த நிர்வாகிகள் அத் தேர்தலை ஏற்க மறுத்து, தாங்களே பொறுப்பில் இருப்பதாக அறிவித்தனர். புதிதாகத் தேர்ந்தெடுக்கப்பட்ட நிர்வாகிகள் நீதிமன்றம் செல்ல, சுமார் நான்காண்டுகளுக்குப் பிறகு, பிரச்சினை முடிவுக்கு வந்தது. உச்சநீதிமன்றம், புதிதாகத் தேர்ந்தெடுக்கப்பட்டவர்களே உண்மையான நிர்வாகிகள் என்றும் சங்க நிர்வாகம் அவர்களிடம் ஒப்படைக்கப்பட வேண்டும் என்றும் தீர்ப்பு வழங்கியது. அவர்கள் உச்ச நீதிமன்றத் தீர்ப்பு நகலுடன் ஜெய்ஸ்வாலைப் பார்க்க வந்தனர்.

சங்கத்திற்கு ஒரு பெரிய அலுவலகக் கட்டடம் இருந்தது. சம்பளம் பெறும் பணியாளர்களும் நிர்வாகிகளும் இருந்தனர். பழைய நிர்வாகிகள் இடத்தைக் காலி செய்ய மறுத்தனர். அந்தக் குழுவில் தனம் என்னும் ஒரு செல்வாக்கு மிக்க நபர் இருந்தார். அவர், 'வேண்டுமென்றால், புதிய நிர்வாகிகள் அலுவலகம் நடத்த வேறு இடம் பார்த்துக்கொள்ளட்டும்' என்றார்.

புதிய நிர்வாகிகள் பழைய பணியாளர்களை விலக்கிவிட்டு, புதிய பணியாளர்களை அமர்த்திக்கொண்டனர்.

ஜெய்ஸ்வால், பழைய நிர்வாகிகளைச் சங்கக் கட்டடத்தி லிருந்து அகற்றுவதுதான் சரி என்று கருதினார்.

ஜெய்ஸ்வாலின் சக அலுவலர்கள், "அவர்கள் எட்டு ஆண்டுகளாக அங்கு இருக்கிறார்கள். அவர்களை வெளியேற்ற வேண்டுமென்றால், நீதிமன்ற ஆணை பெற வேண்டும்" என்றனர்.

ஜெய்ஸ்வால் சட்டம் என்ன சொல்கிறது என்பதை அவர்களுக்கு விளக்கினார்.

இந்திய தண்டனைச் சட்டம், பிரிவு 27– ஒரு சொத்து, மனைவி, கிளார்க் அல்லது வேலையாள் வசம் இருக்கும்போது இந்த விதி பொருந்தும்.

"அவர் தற்காலிகமாக வேலையிலிருக்கிறார் அல்லது ஒரு குறிப்பிட்ட நிகழ்வுக்கு மட்டும் கிளார்க் அல்லது வேலை யாளாக இருக்கிறார்."

"புரியவில்லையே சார்."

"நீங்கள் ஒரு வேலையாளுக்கு, அவர் உங்களிடம் வேலை செய்யும் காலத்தில் குடியிருப்பதற்கு உங்கள் அவுட் ஹவுஸைத் தருகிறீர்கள். அது அவருக்குச் சொந்தமாகிவிடாது. அது அவர்

வசம் இருந்ததாகவே ஆகாது. அது possession அல்ல. நீங்கள் அனுமதித்ததால் அவர் குடியிருந்தார் அவ்வளவுதான்."

எல்லோரும் அமைதியாக இருந்தனர். ஜெய்ஸ்வால் தொடர்ந்துசொன்னார், "அவர்கள் எல்லோருமே நிர்வாகிகளால் அமர்த்தப்பட்டவர்கள். எனவே அவர்கள் வேலையாட்கள். அவர்கள் வேலையில் இல்லையென்றால், அவர்களுக்கு அங்கு போகவும் இருக்கவும் உரிமையில்லை. நான் இப்போது எஸ்.பி.யாக இருக்கிறேன். எஸ்.பி. பங்களாவில் ஐந்தாண்டுகளாக நான் குடியிருக்கலாம். அதன் பொருள் அந்த பங்களா என்வசம் இருந்தது என்பதல்ல. நான் possessor அல்ல. அரசாங்கம் என்னை வேலையிலிருந்து நீக்கி விட்டால், அந்தக் கனமே நான் வீட்டைக் காலி செய்தாக வேண்டும். அதையும் மீறி நான் அங்கு இருந்தால் அது அத்துமீறல், ஆக்கிரமிப்பு."

அனூப், அந்தப் பழைய ஆட்களுக்கு அறிவிக்கை அனுப்பினார். அவர்கள் எல்லோரும் வேலையிலிருந்து நீக்கப்பட்டுவிட்டதால், அவர்கள் அங்கு இருக்க உரிமையில்லை. அவர்கள் காலி செய்ய வேண்டும்.

அந்தப் பழைய ஆட்களுக்குத் தொடர்புகள் இருந்தன. அவர்கள் டி.ஜி.பி., பி.பி. ரங்கசாமியிடம் முறையிட்டனர். அவர் ஒரு கண்டிப்பான அதிகாரி என்று பெயர் பெற்றவர். அவர் அனூப்பை அழைத்து,

"அனூப், அது பல லட்சங்கள் பெறுமான சொத்து. அவர்கள் செல்வாக்கு மிக்க நபர்கள். நீங்கள் ஏன் இதில் தலையிடுகிறீர்கள்?"

"தலையிடுவது என் வேலை சார்."

"அது சிவில் மேட்டர்."

"அது சிவில் மேட்டர் என்றால் நான் அங்கு போகவே மாட்டேன். நான் சட்டரீதியாக ஆய்வு செய்துவிட்டேன். எனவேதான் குற்றவியல் நடவடிக்கை எடுக்கிறேன்."

"சட்ட வல்லுநரின் கருத்துப் பெற்றீர்களா?"

"ஆமாம் சார். வாங்கியிருக்கிறேன். எனக்கு முழுத் திருப்தி இருக்கிறது. அதனால்தான் நடவடிக்கை எடுக்கிறேன்."

தனம், டி.ஐ.ஜி. ஜாபர் அலியிடம் போனார். அவர் சொன்னார், "நீங்கள் எனக்கு நல்ல நண்பர்தான். ஆனால் எனக்கு ஜெய்ஸ்வாலைத் தெரியும். அவர் ஒருதலைப்பட்சமாக நடவடிக்கை எடுக்க மாட்டார். சட்டப்படியே எடுப்பார். அவர் சொல்வதைக் கேளுங்கள்."

தனம் காலி செய்தார்.

○

2007ஆம் ஆண்டு அப்போது ஜெய்ஸ்வால் சென்னையில் இருந்தார். தியாசபிகல் சொசைட்டி வளாகத்தில் நடைப் பயிற்சி செய்வது வழக்கமாகி இருந்தது. 250 ஏக்கர் பரப்பளவில் மரங்கள், தாவரங்கள் அடர்ந்த ரம்மியம். அடையாறு நதியும் வங்கக் கடலும் சந்திக்கும் முகத்துவாரம் அங்கிருந்தது. தியாசபிகல் சொசைட்டி வளாகத்தின் பின்புறம் இருக்கும் ஒரு சிறிய கேட்டைத் திறந்தால் கடற்கரை. ஒரு நாள் அனூப் அங்கு நீலத்துடன் போயிருந்தார். ஒரு முதியவர் அவர்களை நோக்கி வந்தார். அவருக்குச் சுமார் 70 வயதிருக்கலாம். அவர் மிகப் பணிவாகக் கேட்டார்.

"சார். நீங்கள்தானே சி.பி. சி.ஐ.டி. கூடுதல் இயக்குநர்?"

"ஆமாம்."

"சார். என்பெயர் ஹரிஹர ராகவன். நான் இந்த இடத்தின் பொது மேலாளர். உங்களோடு கொஞ்சம் பேசலாமா?"

"சொல்லுங்க. ப்ளீஸ்."

"சார், நானும் என்னைவிட வயது மூத்த ஒரு லேடி டாக்டரும் சேர்ந்து பள்ளிக்கரணையில் ஒரு இடம் வாங்கினோம். சதுப்பு நிலம் அருகில். என்னுடையது ஒன்னேகால் கிரவுண்ட், அவங்களது ஒன்னேமுக்கால் கிரவுண்ட், மொத்தம் 3 கிரவுண்ட். என்னிடம் எல்லா ஆவணங்களும் இருக்கின்றன. நான் அடிக்கடி போய் இடத்தைப் பார்த்துவிட்டு வருகிறேன். அவங்களால வர முடியாது. ஆனா சமீபத்தில ஒரு ஆறு மாசமா போக முடியல. இப்ப போய் பாத்தா, யாரோ அந்த இடத்துக்கு காம்பவுண்ட் போட்டு, கரண்ட் கனெக்‌ஷன் வாங்கி, இந்த இடம் இன்னாருக்குச் சொந்தம்னு போர்டும் வெச்சிருக்காங்க."

"நீங்க ஏன் அந்த ஆளப் பாத்து, இது அவங்க நிலம்னு சொல்லக்கூடாது?"

சுமார் 10 நாட்களுக்குப் பிறகு அனூப் அங்கு மீண்டும் நடைப்பயிற்சிக்குப் போன போது, அவர் அங்கே காத்திருந்தார். ஒவ்வொரு நாளும் அவர் அனூப்பை எதிர்பார்த்து வந்து போய்க்கொண்டிருந்தார்.

அவரது நிலத்தை ஆக்கிரமித்திருக்கும் நபர் தி. நகரில் நகைக்கடை வைத்திருப்பதாகவும், அவர் அந்த நிலத்தைத் தான் வாங்கியிருப்பதாகச் சொல்கிறார் என்றும் சொன்னார்.

வி. சுதர்ஷன்

"யார்கிட்ட இருந்து வாங்கினாராம்?"

"அத அவர் சொல்ல மறுக்கிறார் சார். நான் ஏன் சொல்லணும்னு கேக்கறார்."

ஜெய்ஸ்வாலின் அறிவுரைப்படி, ஹரிஹர ராகவன், பள்ளிக்கரணைப் பகுதிக்கான காவல் நிலையத்தில் புகார் அளித்தார். அனூப் அவரிடம் தன் கைப்பேசி எண்ணைத் தந்து ஏதேனும் உதவி தேவையென்றால் தொடர்புகொள்ளுமாறு சொன்னார்.

ஹரிஹர ராகவன், காவல் நிலையத்திலிருந்து ஜெய்ஸ்வாலை அழைத்து, அங்கிருக்கும் ஏ.சி.பி அந்த நிலம் கடந்த ஆறுமாதங்களாக நகை வியாபாரியின் உடைமையில் இருப்பதாகவும், போலீஸ் எதுவும் செய்ய முடியாது என்றும், ஹரிஹர ராகவன் சிவில் நீதிமன்றத்தை அணுகுமாறு அறிவுறுத்தியதாகவும் தெரிவித்தார்.

ஜெய்ஸ்வால் ஏ.சி.பி.யை அழைத்து, "நான் வீட்டை விட்டுக் கிளம்பி அலுவலகம் போகிறேன். வேறொருவர் என் வீட்டை ஆக்கிரமித்துக்கொள்கிறார். ஆறு மணி நேரம் கழித்து நான் திரும்பிவந்து கேட்டால், அவர் ஆறுமணி நேரமாக அங்கு இருக்கிறார், நீங்கள் சிவில் நீதிமன்றத்திற்குப் போங்கள் என்று சொல்வீர்களா?"

"சார். ஆறு மணி நேரம் என்றால் சொல்ல முடியாது சார்."

"ஆறு மணி நேரம் என்றால் சொல்ல முடியாது, ஆறு மாதம் என்றால் சொல்லலாம் என்று எங்கே எழுதியிருக்கிறது?"

"சார். நான் வழக்குப் பதிவு செய்து நோட்டீஸ் அனுப்பு கிறேன் சார்."

ஒரு மாதம் ஒன்றும் நடக்கவில்லை. அதன் பின் அனூப் ஏ.சி.பி.யைத் தொடர்புகொண்டார். அவர், அந்தத் தரப்பு தனது நோட்டீஸ்களுக்குப் பதில் தரவில்லை என்றார்.

"நீங்கள் முதலில் வழக்குப் பதிவு செய்யுங்கள். அப்போதுதான் அவருக்கு அழைப்பாணை அனுப்ப உங்களுக்கு அதிகாரம் இருக்கும்."

வழக்குப் பதிவு செய்யப்பட்டது. சில மாதங்கள் கடந்த பின்னும் எதுவும் நடக்கவில்லை. ஜெய்ஸ்வால் ஏ.சி.பி.யைக் கேட்டபோது, சமீபத்தில் ஒரு கூட்டத்தில் ஆணையாளர், போலீஸ் சிவில் விஷயங்களில் தலையிடக் கூடாது என்று அறிவுறுத்தியுள்ளதாகக் கூறினார்.

"இது சிவில் மேட்டர் இல்லையே. நீங்கள் வழக்கு பதிவு செய்திருக்கிறீர்களே?"

"ஆமாம் சார்."

"அதை விசாரித்தீர்களா?"

"விசாரியுங்கள். அது சிவில் மேட்டர் என்று வழக்கை மூடுங்கள் அல்லது அதில் ஏதோ சட்டப் பிரச்சினை இருக்கிறது, அது ஆக்கிரமிப்பு அல்ல என்று சொல்லுங்கள்."

அனூப், ஹரிஹர ராகவனும் அந்த வயதான மருத்துவரும் ஆணையாளர் நாஞ்சில் குமரன் அவர்களைச் சந்திக்க நேரம் ஒதுக்கக் கேட்டார். அவரும், "சரி. அனூப், நாளை காலை 11 மணிக்கு வரச் சொல்லுங்கள். நான் அவர்களைச் சந்திக்கிறேன்."

11.00 மணி முதல் பிற்பகல் 03.30 வரை அவர்கள் ஆணையாளர் அலுவலகத்தில் காத்திருந்தனர். அவர்களுக்குச் சர்க்கரை நோய் இருந்தது. நாலரை மணி நேரக் காத்திருப்புக்குப் பின் அவர்கள் ஜெய்ஸ்வாலிடம், "நாங்க எதுவும் சாப்பிடல சார். அவர் எப்போ வருவார்னு தெரியல. ஏதோ கூட்டத்துக்குப் போயிருப்பதா சொல்றாங்க."

"சரி நீங்க போங்க. நான் வேறொரு தேதி கேட்கிறேன்."

அனூப் மீண்டும் நாஞ்சில் குமரனைத் தொடர்பு கொண்டபோது, அவர் எரிச்சலடைந்திருப்பது தெரிந்தது.

"ஓ. இது என்ன கொடுமை. நான் 15 நிமிஷத்தில வந்துவிட்டேன். அவங்க கொஞ்சம் காத்திருந்திருக்கலாம் இல்லையா?"

"அவங்களுக்கு எப்படித் தெரியும்? அது உங்க அலுவலகம். நீங்க 11.00 மணின்னு சொன்னீங்க. 3.30 மணிவரை வரல. உங்க முகாம் எழுத்தருக்கு நீங்க எப்ப வருவீங்கன்னு தெரியல."

"சரி. நாளைக்கி வர சொல்லுங்க."

மறுநாள் ஆணையாளரைச் சந்தித்தபின், ஹரிஹர ராகவன் அனூப்பைத் தொலைபேசியில் அழைத்தார். அவர் குரல் அச்சத்தில் நடுங்கியது தெரிந்தது.

"என்ன ஆச்சி?"

"கமிஷனர் எங்கள கடுமையா திட்டிவிட்டார்."

"ஏன். என்ன சொன்னார்?"

"அது உங்க நிலம். அத பாதுகாத்துக்க உங்களுக்கு திராணி யில்ல. அப்புறம், போலீசுக்கு வருவீங்க. நீங்க ஏன் முன்னாடியே காம்பவுண்ட் சுவர் எழுப்பல?"

அனூப் நாஞ்சில் குமரனைத் தொடர்பு கொண்டார். "நீங்க உதவி செய்ய விரும்பலன்னா அதையே சொல்லியிருக்கலாமே. அவங்கள ஏன் திட்டினீங்க?"

"இல்ல. இல்ல அனூப், எனக்கு எவ்வளவு வேல இருக்குன்னு உங்களுக்குத் தெரியாதா?"

"என்ன வேல சார். நாளைக்கே என்ன யாரோ சுட்டுடறாங்க. கத்தியால குத்திடறாங்க. நான் உங்ககிட்ட உதவி கேட்டு ஓடிவந்தா, நீங்க ஏன் நீ பாதுகாப்பா இருக்கல? ஏன் புல்லட் ப்ரூஃப் ஜாக்கெட் போட்டுக்கலன்னு கேப்பீங்களா? பின்ன காவல்துறை எதுக்கு இருக்கு சார்? நாம் ஏன் யூனிஃபார்ம் போட்டுக்கிட்டு இங்க இருக்கோம் சார்?"

நாஞ்சில் எதுவும் பேசவில்லை.

அனூப், ஹரிஹர ராகவனுக்கு போன் செய்து, "என்னால் எதுவும் செய்ய முடியவில்லை. மன்னித்துவிடுங்கள்" என்றார்.

ஆறு அல்லது எட்டு மாதங்கள் கடந்தபின் ஆர். சேகர் புதிய ஆணையாளராகப் பொறுப்பேற்றார்.

ஜெய்ஸ்வால் அவரிடம் விஷயத்தைச் சொன்னார். "ஓ. அப்ப உங்களுக்கு இந்த வழக்கில ஆர்வம் இருக்கா?"

"இல்ல சார். அந்த வார்த்தைய பயன்படுத்தாதீங்க. நா ஒரு போலீஸ் அதிகாரியா இருக்கேன். ஒரு சட்டபூர்வமான நடவடிக்கைக்குக் கூட என்னால ஒண்ணும் செய்ய முடியலன்னா எனக்கே அவமானமா இருக்கு சார்."

ஜெய்ஸ்வால் முன்னிலையிலேயே சேகர் பள்ளிக்கரணை ஏ.சி.பி.யை அழைத்தார். "ஏ.டி.ஜி.பி. ஜெய்ஸ்வால் கேட்கிறார். நீங்க அவருடைய திருப்திக்காக ஏதாவது செய்யலாமே?"

ஆனாலும் எதுவும் நடக்கவில்லை.

அப்போது, முற்றிலும் எதிர்பாராத ஒரு இடத்திலிருந்து உதவி கிடைத்தது. சென்னை உயர்நீதிமன்ற நீதிபதி பசுபதி பாண்டியன் சென்னை நகர போலீஸ், கட்டப் பஞ்சாயத்தில் ஈடுபடுவதாகக் கடும் கண்டனம் தெரிவித்திருந்தார். நிலத் தகராறுகளில், போலீஸ் இருதரப்பினரையும் அழைத்துக் கட்டாயப்படுத்தி சமரசம் செய்வதாக அவர் குறிப்பிட்டிருந்தார். டி.ஜி.பி. கே.பி. ஜெயின், இது பற்றி ஆய்வு செய்ய ஒரு குழுவை

அமைத்தார். ஜெய்ஸ்வால் அதன் தலைவர். ஏ.கே. விஸ்வநாதன், சங்கா ராம் ஜாங்கிட் உறுப்பினர்கள். பொருள்: "நிலம் மற்றும் பணம் தொடர்பான பிரச்சினைகளை போலீஸ் எவ்வாறு கையாள வேண்டும்?"

யாரோ ஒருவர், காவல்துறை தனக்கு எதிராக நடவடிக்கை எடுக்க முகாந்திரம் ஏதுமில்லை என்றும், உயர் நீதிமன்றம் தலையிட்டு போலீஸ் கட்டப் பஞ்சாயத்தில் ஈடுபடுவதைத் தடுக்க வேண்டும் என்று கேட்டு வழக்குத் தொடுத்திருந்தார். நீதிமன்றம் ஆவணங்களைக் கேட்டது. அப்பிரச்சினை ஓராண்டுக்கும் மேலாகக் காவல்துறை விசாரணையில் இருப்பது தெரிய வந்தது. சென்னை நகர மத்தியக் குற்றப் பிரிவு இரு தரப்பினரையும் அழைத்து போலீஸ் சொல்லும் முடிவை ஏற்குமாறு கட்டாயப்படுத்தியது. இதுபோன்ற புகார்கள் எத்தனை இருக்கின்றன என்று நீதிமன்றம் கேட்டது.

சென்னை நகரில் மட்டுமே பலநூறு புகார்கள் இருந்தன. உயர் நீதிமன்றம் கண்டனம் தெரிவித்தபோது காவல்துறை சங்கடப்பட நேர்ந்தது. ஜெய்ஸ்வால் ஐ.ஜி.யாக இருந்தபோதே இதுபற்றி டி.ஜி.பி.யின் கவனத்திற்குக் கொண்டுவந்தார். அவர் அதைப் பொருட்படுத்தவில்லை. இது எப்போதும் ஒரு தலைவலியான பிரச்சினை என்று நினைத்தார் டி.ஜி.பி. ஜெய்ஸ்வாலுக்கு மேற்கொண்டு என்ன செய்வது என்று தெரியவில்லை. அவர் இது தொடர்பான சட்டப் புத்தகங்களை ஆய்வு செய்தார். ஒரு மாதிரிப் புகாரைத் தயாரித்தார். அதைத் திருநெல்வேலி மாவட்டத்திலுள்ள நான்குனேரி காவல் நிலையத்திற்கு எடுத்துப்போனார். கட்டப் பஞ்சாயத்துக்கள் கிராமப் புறங்களில் அதிகம் நடந்தன. அங்கு பொது மக்களிடையே சட்டம் பற்றிய புரிதல் குறைவு. அந்தக் காவல் நிலையத்தில் ஏ.டி.ஜி.பி. ஏதாவது விசாரணைக்கு வந்திருக்கிறாரோ என்று அஞ்சினார்கள். ஜெய்ஸ்வால் அவர்களைச் சமாதானப்படுத்தி தான் வந்த நோக்கத்தை விளக்கினார்.

ஜெய்ஸ்வால் தான் ஒரு ஆய்வுக்காக வந்திருப்ப தாகவும், இதில் இன்ஸ்பெக்டர் தன் பெயரை வெளியிடுவது அல்லது வெளியிடாதிருப்பது அவருடைய விருப்பம் என்றார்.

"நீங்கள் சொல்வது புரியவில்லையே சார்."

"நான் இப்போது ஒரு புகார் கொடுக்கப்போகிறேன். நீங்கள் என்ன நடவடிக்கை எடுப்பீர்கள் என்பதை வாய்மொழியாகச் சொல்லுங்கள்."

“என்ன மாதிரியான புகார் சார்?”

“ஒருவர் இன்னொருவருடைய நிலத்தை ஆக்கிரமித்துக் கொண்டார்.”

“அப்படியானால் நான் என் பெயரை வெளியிட விரும்பவில்லை சார்.”

பின்னர் ஜெய்ஸ்வால் அந்தப் புகாரை டி.எஸ்.பி.யிடம் கொண்டு சென்றார். இன்ஸ்பெக்டரிடம் என்ன பேசினார் என்பதைச் சொல்லாமல், டி.எஸ்.பி. யிடம் அவர், தன் கீழுள்ள அதிகாரிகளுக்கு என்ன அறிவுரை வழங்குவார் என்று கேட்டார்.

பின்னர் ஜெய்ஸ்வால் அதே புகார், அதே கேள்வியுடன் மாவட்ட எஸ்.பி.யிடம் போனார். மாவட்ட எஸ்.பி.யும் தன்னை அடையாளப்படுத்திக்கொள்ளத் தயங்கினார்.

ஜெய்ஸ்வால் பின்னர் மாவட்ட நீதிபதியிடம் போனார்.

ஜெய்ஸ்வால் நீதிபதி பசுபதியிடமும் தலைமை நீதிபதி எச்.எல். கோகலேயிடமும் பேசினார். அந்த ஆய்வு பல்வேறு பதவிகளில் உள்ள 20 அதிகாரிகளை உள்ளடக்கியதாகும்.

ஆய்வுக்குட்படுத்தப்பட்டோரின் எதிர்வினைகளை ஆய்வு செய்ததில், ஒவ்வொருவருடைய மதிப்பீடும் மாறுபட்டிருப்பது தெரிந்தது. காரணம் ஊழல் அல்லது இரக்கமின்மை மட்டுமல்ல என்பது தெளிவாகியது. சட்டம் பற்றிய சரியான புரிதலின்மையையே அந்த எதிர்வினைகள் காட்டின. இந்திய தண்டனைச் சட்டத்தில் 500 பிரிவுகள் இருக்கின்றன. காவல்துறை வழக்கமாக அவற்றில் சுமார் 20 பிரிவுகளை மட்டுமே அடிக்கடி கையாள்கிறது. மற்றவை அரிதாகவே பயன்படுகின்றன. ஒரு காவல் நிலையத்தின் செயற்பாடு மதிப்பிடப்படுவது திருட்டு வழக்குகள் மற்றும் மீட்கப்படும் பொருட்களை வைத்தே அல்லவா?

ஜெய்ஸ்வால் தலைமையிலான குழுவின் ஆய்வுக்குப்பின், நிலம் மற்றும் பணம் தொடர்பான புகார்களைக் காவல் நிலையங்கள் எவ்வாறு கையாள வேண்டும் என்று 15 அம்ச நெறிமுறைகள் வெளியிடப்பட்டன. முதலில் முடிவு செய்ய வேண்டியது அந்தப் புகார் ஒரு சிவில் பிரச்சினையா அல்லது குற்றவழக்கா என்பதுதான். பின்னர் சிவில் பிரச்சினை என்றால் என்ன செய்யவேண்டும், குற்றவழக்கென்றால் என்ன நடவடிக்கை எடுக்க வேண்டும் என்பது பற்றிய அறிவுரைகள் தொடர்கின்றன. ஒரு புகாரில் நடவடிக்கை எடுக்க நிலையப் பொறுப்பு அதிகாரி எவ்வளவு காலம் எடுத்துக்கொள்ளலாம்

என்பதும் வரையறுக்கப்பட்டுள்ளது. ஏனெனில் அதில் ஒரு மேலதிகாரியிடமோ அல்லது அரசு வழக்கறிஞரிடமோ கருத்துப் பெற வேண்டியுள்ளது. விசாரணையின் நோக்கத்தையே சிதைத்து விடுமளவுக்குத் தாமதம் கூடாது என்று அறிவுறுத்தப்பட்டுள்ளது. அரசியல்வாதிகள் தங்கள் மீதான வழக்குகளை 20 அல்லது 30 ஆண்டுகள் தாமதப்படுத்துகிறார்கள். சாட்சிகள் இறந்து விடுகிறார்கள், புகார்தாரரே இறந்துவிடுகிறார். அதன் பின் ஏதோ ஒரு நீதிமன்றம், ஏதோ ஒரு ஆணையை வழங்குகிறது. அதுபற்றி யாரும் அலட்டிக்கொள்வதில்லை. ஜெய்ஸ்வாலின் ஆய்வு மூன்று மாதங்கள் தொடர்ந்தது. அவரது குழு வரையறுத்த வழிகாட்டுதல்கள் காவல்துறைத் தலைமை இயக்குநரின் சுற்றறிக்கையாக மாநிலம் முழுவதும் அனுப்பப்பட்டு எல்லாக் காவல் நிலையங்களின் அறிவிப்புப் பலகைகளில் இடம் பெற்றது. பின்னர் 2018–2019ஆம் ஆண்டுகளில், காவல் நிலை ஆணைகள் மேம்படுத்தப்பட்ட போது, இந்த அறிவுரைகள் காவல் நிலை ஆணையாக இடம் பெற்றன.

○

ஜெய்ஸ்வால், ஹரிஹர ராகவனின் பிரச்சினையை ஒரு லிட்மஸ் சோதனையாக எடுத்துக்கொண்டார். முதல் தகவல் அறிக்கை ஓராண்டுக்காலமாக முன்னேற்றம் ஏதுமின்றி இருந்தது. ஆணையாளர் சேகர் ஆணை வழங்கியவுடன் எதிர்த் தரப்பு சத்தமின்றிப் பின் வாங்கியது.

○

2011ஆம் ஆண்டு அரசு மாறியபின் தமிழ்நாட்டில் நில அபகரிப்புத் தடுப்புப் பிரிவு தொடங்கப்பட்டது. நில அபகரிப்பு என்பது என்ன என்பதை வரையறுக்காமலேயே சிறப்பு நீதிமன்றங்கள் அமைக்கப்பட்டன. உயர்நீதிமன்றத்தின் ஒப்புதலோடு வெளியிடப்பட்ட ஜெய்ஸ்வால் குழுவின் வழிகாட்டுதல்கள் அவை முந்தைய தி.மு.க. அரசில் வெளியிடப்பட்டவை என்பதற்காகப் புறக்கணிக்கப்பட்டன. அ.தி.மு.க. அரசு அதை ஏற்காது. மக்கள் அந்த வழிகாட்டுதல்களின்படி தங்களுக்குத் தீர்வு கிடைக்க ஆட்சி மாற்றம் ஏற்படும் வரை-பத்தாண்டுகள்கூடக் காத்திருக்க நேரலாம்.

ஜெய்ஸ்வால் அனுமானித்தது போலவே, சென்னை உயர் நீதிமன்றம் 2015இல் வழங்கிய ஒரு தீர்ப்பில், நில அபகரிப்பு என்பது என்னவென்று சட்டரீதியாக வரையறுக்காமல் உருவாக்கப்பட்டுள்ள நில அபகரிப்புப் பிரிவுகள் தங்கள் மனம் போன போக்கில் வழக்குகள் பதிவு செய்யவும், நடவடிக்கை

எடுக்கவும் ஏதுவாகிறது, அது அதிகார துஷ்பிரயோகத்தில் சென்று முடியலாம் என்று கூறி நில அபகரிப்புத் தடுப்புப் பிரிவுகள் மற்றும் சிறப்பு நீதிமன்றங்கள் உருவாக்கி வழங்கப்பட்ட 2011ஆம் ஆண்டின் அரசாணைகளை ரத்து செய்தது. அதே தீர்ப்பில், ஆந்திர மாநில அரசு 1982ஆம் ஆண்டிலேயே ஆந்திரப் பிரதேச நில அபகரிப்பு (தடுப்பு)ச் சட்டம் ஒன்றை வகுத்துள்ளது. அந்த மாதிரியிலோ அல்லது அதைக்காட்டிலும் மேம்பட்டதாகவோ சட்டம் ஒன்று வகுத்து அதனைத் தமிழ்நாடு அரசு செயற்படுத்தலாம் என்றும் அறிவுரை வழங்கியுள்ளது.

இந்தத் தீர்ப்பை எதிர்த்துச் செய்யப்பட்ட மேல்முறையீட்டை உச்ச நீதிமன்றம் 04.05.2023 அன்று தள்ளுபடி செய்தது. அதைத் தொடர்ந்து 2011இல் உருவாக்கப்பட்ட நில அபகரிப்புத் தடுப்புப் பிரிவுகள் மற்றும் சிறப்பு நீதிமன்றங்கள் கலைக்கப்பட்டுவிட்டன.

சோதனைக்குள்ளாகும் நில உடமையாளர்களின் நிலை இப்போது தொடங்கிய இடத்திலேயே வந்து நிற்கிறது எனலாம்.

17

எண் 35, சுப்பிரமணிய முதலி தெரு

இது, பி. ரங்கநாதன் என்பவரின் சொத்து பற்றிய கதை. எண்.35, சுப்பிரமணிய முதலி தெரு. இதுதான் அவரது முகவரி. 35 என்பது புதிய எண். பழைய எண். 6, சுப்பிரமணிய முதலி தெரு, பெரம்பூர், சென்னை–11. சென்னையில் புதிய எண் வழங்கப்பட்டாலும், பழைய எண் மறைவதோ மறக்கப்படுவதோ இல்லை. அது தொடர்கின்றது. அதுபற்றிய கதைதான் இது.

அது ஒரு எல் வடிவ நிலம். 4500 சதுர அடி. வீராசாமி ராமசாமி நாயுடு என்பவருக்குச் சொந்தமானது. அவர் ரங்கநாதனின் பெரியப்பா. ரங்கநாதனின் அம்மாவின் கூடப் பிறந்த அக்கா மங்கள லக்ஷ்மி அம்மாவின் கணவர். அதாவது மங்கள லக்ஷ்மி அம்மா ரங்கநாதனின் பெரியம்மா. பெரம்பூர் உருவாகிவளர்ந்த காலத்தில் கட்டப்பட்ட வீடு. அந்தப் பகுதி திட்டமிடப்பட்டபோது, ரங்கநாதனின் பெரியப்பா சென்னை ஆட்சியர் அலுவலகத்தில் கிளார்க் ஆக வேலை செய்தார். அந்தப் பகுதியின் வரைபடம் தயாராவதற்கு முன்பே அந்தப் பகுதியின் உருவாக்கத்தில் அவருக்குப் பங்கிருந்தது. இப்போது பெரம்பூர்ப் பேருந்து நிலையம் இருக்கும் இடத்தில் அப்போதெல்லாம் வயல்வெளியாக இருந்தது. எனவேதான் அந்தப் பகுதிக்கு நெல்வயல் சாலை என்று பெயர் வந்தது. அந்தச் சாலையின் இறுதியில் நெல்வயல் நகர் இருக்கிறது. அந்தக் காலத்தில், நெல்லைக் கதிரடிக்க

அவர்கள் ரங்கநாதனின் கிராமத்திலிருந்து–நூறு கிலோ மீட்டர் தொலைவில், செங்கல்பட்டு மாவட்டத்தில் உள்ள புத்தமங்கலம் கிராமத்திலிருந்து மாட்டு வண்டியில் வந்தார்கள்.

ராமசாமி நாயுடு 1978இல் இறந்தார். அவர்களுக்குக் குழந்தைகள் இல்லை. சொத்து ரங்கநாதனின் பெரியம்மா மங்கள லக்ஷ்மிக்கு வந்தது. 1982இல் ரங்கநாதன் சென்னை வந்து தன் பெரியம்மாவோடு வசிக்கத் தொடங்கினார். அவர்களோடு மங்கள லக்ஷ்மியின் சகோதரர் நாராயணசாமி நாயுடுவும் இருந்தார். மங்கள லக்ஷ்மியால் சமைக்க முடியவில்லை என்பதால் ரங்கநாதனின் தங்கை மீராவும் 1983இல் அவர்களோடு வந்துவிட்டார். மீரா 5ஆம் வகுப்போடு தன் படிப்பை நிறுத்திக்கொண்டார். பெரியம்மா 1989 பிப்ரவரி மாதம் 7ஆம் நாள் இயற்கை எய்தினார். சொத்து அவரது தம்பி நாராயணசாமி நாயுடுவுக்கு வந்தது. மூன்று நான்கு வழக்கறிஞர்கள், ஒரு ஓய்வுபெற்ற நீதிபதி ஆகியோரைக் கலந்தாலோசித்தபின் இந்த முடிவு எடுக்கப்பட்டது. அவர்கள் எல்லோரும் சொத்து அவருடையதுதான் என்றார்கள். பின்னர் 1989 அக்டோபர் 4ஆம் நாள், ரங்கநாதன், அவரது இன்னொரு பெரியப்பா எம். பெருமாள் நாயுடு மாமா நாராயணசாமி நாயுடு மூவருக்கும் சொந்தம் என ஒரு விற்பனைப் பத்திரம் பதிவு செய்யப்பட்டது.

இப்போது செய்ய வேண்டியதெல்லாம், பதிவாளர் அலுவலகத்திலிருந்து ஒரு நில அளவையாளர் வந்து, நிலத்தை அளந்து புதிய வாரிசுகளிடம் பத்திரத்தை ஒப்படைக்க வேண்டியதுதான். இந்தப் பதிவின்போது அங்கு மூன்று தனித் தனிக் கட்டடங்களில் 11 வாடகைதாரர்கள் குடியிருந்தனர். அவர்களில் நால்வர் மட்டுமே புதிய உரிமையாளர்களுக்கு வாடகை தந்தார்கள். மீதமுள்ள 7 வாடகைதாரர்கள் வாடகை தர மறுத்தனர். அவ்வாறு வாடகை தர மறுத்தவர்களில் யசோதா என்பவரும் ஒருவர். அவர் பெரியம்மா மங்கள லக்ஷ்மிக்கு வீட்டு வேலைகளில் உதவிகள் செய்து வந்தார். இப்போது அவர் தானும் அவரின் வாரிசுதான் என்று சொல்லிக்கொண்டார். ஏதோ ஒரு வகையில் அவருக்குக் காங்கிரஸ் கட்சியிலும் தி.மு.க.விலும் தொடர்புகள் இருந்தன. அவர் பதிவாளர் அலுவலகத்திற்குச் சென்று சொத்து மாற்றத்தைத் தடுத்தார். ரங்கநாதனும் அவரது மாமாவும் பதிவாளர் அலுவலகம் போய்க் கொஞ்சம் கருணை காட்டிய ஒரு ரெவென்யூ இன்ஸ்பெக்டர் மூலமாகப் பதிவாளருக்கு எல்லாவற்றையும் விளக்க வேண்டியிருந்தது. யசோதாவிடம் எந்த வகை ஆவணமும் இல்லை. விற்பனைப் பத்திரம் கிடைத்தவுடன், ரங்கநாதனும் அவரது மாமாவும் பட்டாவுக்கு விண்ணப்பித்தனர். பட்டா அலுவலகத்தில்

யசோதா தகராறு செய்தார். அந்தப் பகுதியின் தி.மு.க எம்.எல்.ஏ. தாசில்தாரிடம் பேசினார். மீண்டும் ரங்கநாதனும் அவரது மாமாவும் தாசில்தாரிடம், எல்லாவற்றையும் விளக்க வேண்டியிருந்தது. சுமார் மூன்றாண்டுகள் போராட்டத்திற்குப் பிறகு 1992இல் அவர்களுக்குப் பட்டா கிடைத்தது. அதன்பின் அவர்கள் சொத்து வரி, தண்ணீர் வரி ஆகியவற்றைத் தங்கள் பெயருக்கு மாற்றினர். இப்போது சட்டப்படி சொத்து அவர்களுடையது.

ஆனாலும் சொத்தை அவர்களால் கைப்பற்ற முடிய வில்லை. கே 1 செம்பியம் காவல் நிலையத்திற்குப்போய்ப் புகார் கொடுத்தார்கள்; புகார் ஏற்கப்படவில்லை. அவர்கள் நீதிமன்றத்திற்குப் போகுமாறு சொன்னார்கள். ஒருமுறை வாடகைதாரர்கள் சேர்ந்து ரங்கநாதனைத் தாக்கினார்கள். மண்டையில் தோல் கிழிந்து ரத்தம் கொட்டியது. அவர் மீண்டும் கே 1 செம்பியம் காவல் நிலையத்திற்கு ஓடினார். அப்படியும் அவர்கள் புகாரை வாங்கவில்லை. அந்தப் பகுதியின் உதவி ஆணையாளர் ராமச்சந்திரன் என்பவர் ரங்கநாதனைத் தன் அலுவலகத்திற்கு அழைத்துக் கண்டபடி திட்டினார்:

"ஏன்டா ரங்கநாதா... உனக்கு ஏதாச்சும் அறிவிருக்கா. உன் மண்டை திறந்திருக்கு. நீ. ஆஸ்பத்திரிக்குப் போகாம. இங்க வந்து கம்ப்ளைண்ட் கொடுக்கிறியா? முதல்ல ஆஸ்பத்திரிக்குப் போ. எல்லாம் சரியான பிறகு இங்க வா. அவங்க திரும்பவும் உன் மீதி மண்டய ஒடப்பாங்க. பத்திரமா இரு ரங்கநாதன். நா சொல்றத கேளு. வீட்ட அவங்களுக்கு வித்துரு. அவங்க குடுக்கறத வாங்கிட்டு ஓடிப்போயிடு. உன் உயிர காப்பாத்திக்க."

அடுத்த ஆண்டு, 1993இல், நீதிமன்றம் வீட்டைக் கைப்பற்ற ஆணை வழங்கியது. அது பொங்கலுக்கு முந்தைய நாள். வளத்தையும் புதிய தொடக்கத்தையும் உயர்த்திப் பிடிக்கும் அறுவடைத் திருநாள். நான்கு அமீனாக்கள் வந்திருந்தார்கள். ரங்கநாதன் அந்த 7 வாடகைதாரர்களின் பொருட்களை அகற்ற ஆட்களை அமர்த்தியிருந்தார். போலீஸாரும் இருந்தனர். மாலை ஆறு மணிக்கு எல்லாம் முடிந்துவிட்டது. வாடகைதாரர்களின் பொருட்கள் எல்லாம் வீடுகளிலிருந்து வெளியே கொண்டுவரப் பட்டன. வளாகத்திலிருந்த காலியிடத்தில் வைக்கப்பட்டன.

செம்பியம் இன்ஸ்பெக்டர் அங்கிருந்தார். "நல்ல நாளும் அதுவுமா அவங்கள ஏன் வெளிய அனுப்புறீங்க ரங்கநாதன், உங்க பில்டிங்கில ஒரு காலி போர்ஷன் இருக்கு. அவங்க அங்க இருக்கட்டும்." அவர் சொன்னது ஒரு ஆலோசனை போல இருந்தது; ஆனால் கட்டளைபோல ஒலித்தது.

அமீனாக்கள் உடைமைகளை வெளியே கொண்டுவந்து வைத்தார்கள். அறைகளைப் பூட்டினார்கள். சாவிகளை ரங்கநாதனிடம் கொடுத்தார்கள். எங்கள் வேலை முடிந்துவிட்டது என்று புறப்பட்டார்கள். இந்த இடத்தில் கதையில் ஒரு ரவுடி நுழைகிறார். அவர் பெயர் ஜி. பன்னீர்செல்வம். அவருக்கு தி.மு.க. வில் தொடர்புகள் இருந்தன. அ.தி.மு.க. எம்.எல்.ஏ. நீலகண்டனின் ஆதரவும் இருந்தது. பன்னீர்செல்வம் யசோதாவோடு சேர்ந்துகொண்டார். அவர்கள் ஒரு மாதம்போல அங்கேயே காலி போர்ஷனில் இருந்தனர். எங்கும் போகவில்லை. வேறு வீடு தேடவும் இல்லை. அங்கு இரண்டு கழிப்பறைகளும் இரண்டு குளியலறைகளும் வாடகைதாரர்கள் எல்லோரது பயன்பாட்டுக்காகவும் இருந்தன. பன்னீர்செல்வமும் யசோதா வும் அவற்றைப் பயன்படுத்திக்கொண்டனர். ஒரு கை பம்ப் இருந்தது. குளிக்கத் தண்ணீர் அதிலிருந்து எடுத்துக் கொண்டார்கள். தினமும் வெளியே போய்ச் சாப்பிட்டுவிட்டுத் திரும்ப வந்துவிடுவார்கள்.

ஒரு மாதத்திற்குப் பிறகு இன்ஸ்பெக்டர் தாஸ் திரும்பவும் வந்தார். அவர் பன்னீர் செல்வத்துக்கும் யசோதாவுக்கும் ஆலோசனை சொன்னார். “பூட்ட ஒடச்சிட்டு உங்க போர்ஷனுக்குப் போயிடுங்க. இந்த ஆள் குறுக்க வந்தா நல்லா போடுங்க.”

வீட்டிற்குள் திரும்பவந்தபின், பன்னீர்செல்வம் சில அடியாட்களைத் தன்னைச் சுற்றி வைத்துக்கொண்டு ரங்கநாதனையும் அவர் குடும்பத்தாரையும் அச்சுறுத்தத் தொடங்கினான். ரங்கநாதனின் அம்மா அவ்வப்போது அங்கு வருவார். அவர் கழுத்தில் கத்தியை வைத்தனர். மீராவை எல்லா வகையிலும், வார்த்தைகளால் சொல்ல முடியாத விளைவுகளைச் சொல்லி மிரட்டினார்கள். இருந்தும் போலீஸ் ரங்கநாதனின் புகார்களை வாங்க மறுத்தது. ரங்கநாதனின் பெரியப்பாவும் மாமாவும் இந்தத் தொந்தரவுகளைத் தாங்க முடியாமல் செங்கல்பட்டிலுள்ள தங்கள் கிராமத்திற்கே திரும்பி விட்டார்கள். ரங்கநாதனுக்கு 19 வயது. அவன் பச்சையப்பன் கல்லூரியில் பி.எஸ்,சி வேதியியல் படித்துக்கொண்டிருந்தான். மாலை நேர வகுப்பில். ஆண்டுக் கட்டணம் ரூ. 350. அதையும் தவணை முறையில் கட்ட அவன் பிரின்சிபாலிடம் கெஞ்ச வேண்டியிருந்தது. கல்லூரிப் படிப்புக்காகவே அவன் சென்னை வந்தான். உயிரோடிருந்தபோது அவன் தந்தை ஆடு மேய்த்துக்கொண்டிருந்தார்.

அச்சுறுத்தலுக்குப் பிறகு அவன் அம்மாவும் கிராமத்திற்குத் திரும்பிவிட்டார். அச்சுறுத்தல்கள் தொடர்ந்ததால், அவை

உண்மையாகி விடுமுன் அவர்கள் ஒரு நாள் நள்ளிரவில் தங்கள் உடைமைகளை மூட்டை கட்டினார்கள். அதிகப் பொருட்கள் இல்லை. அவர்கள் வசித்த அறையில் இரண்டு மர பீரோக்கள், ஒரு பழைய மேசை, ஒரு இரும்பு மடக்கு நாற்காலி, சில சமையல் பாத்திரங்கள் அவ்வளவுதான். கெரோசின் வத்தி ஸ்டவ்வில் சமையல் செய்யப்பட்டது. ஒரே தடவையில் அவர்களால் முடிந்தவற்றை எடுத்துக்கொண்டார்கள். ஒரு போர்வையிலும் சில கோணிப் பைகளிலும் மூட்டை கட்டினார்கள். பள்ளிச் சான்றிதழ்கள், மாற்றுச் சான்றிதழ்கள், பீரோவில் இருந்த பொருட்கள், எவையெல்லாம் முக்கியம் என்று கருதினார்களோ அவற்றையெல்லாம்.

மரச் சாமான்களை அப்படியே விட்டுவிட்டு மீராவும் ரங்கநாதனும் ஓடினார்கள். ஆறு தெருக்கள் தள்ளி, சுப்பிரமணியம் சாலையில் ஒரு ஒற்றை அறையை வாடகைக்கு எடுத்துக் கொண்டார்கள். மாத வாடகை ரூ.400. ரங்கநாதன் தன்னுடைய வேதியியல் புத்தகங்களைக்கூட விட்டுவிட்டான். இரண்டு பேரால் எவ்வளவு கொண்டுபோக முடியும்? இரண்டாவது நடை கொஞ்சம் பொருட்களை எடுக்கலாம் என்று வந்தார்கள். அதற்குள் ரவுடிகள் வீட்டை ஆக்கிரமித்து விட்டார்கள். மூன்றாண்டுகள் அவர்கள் சுப்பிரமணியம் சாலையில் வசித்தார்கள். பின் அங்கிருந்தும் செம்பியம் போலீஸாரின் அச்சுறுத்தல்களிலிருந்து தப்பிக்க அயனாவரத்திற்குக் குடிபெயர்ந்தார்கள்.

யசோதா எப்படியோ தான் ரங்கநாதனின் பெரியம்மாவான மங்கள லக்ஷ்மியின் ஒரே மகள் என்று ஒரு சான்றிதழைப் பெற்று விட்டாள். பன்னீர்செல்வமும் அவனது மகனும் சாட்சிக் கையெழுத்துப் போட்டனர். பன்னீர்செல்வத்தின் மகன் அப்பு என்கிற செல்வநாயகம். பின் யசோதா அந்தச் சொத்தின் பட்டாவைத் தன் பெயருக்கு மாற்றி வாங்கினாள். அவள் பன்னீர்செல்வத்தின் மனைவி சுசீலாவுக்கு அதிகாரப் பத்திரமும் கொடுத்தாள்.

ரங்கநாதன் தாசில்தார் அலுவலகத்திற்குப்போய் "நீங்க இப்படி செய்யலாமா?" என்று கேட்டார்.

"என்ன செய்யலாமா?"

"போலி சான்றிதழை ஏத்துக்கிட்டீங்க"

"நீ இப்ப அங்க வசிக்கல. அவங்கதான் அங்க வசிக்கிறாங்க."

"ஒரு நபருக்கு ஒன்னுக்கு மேல இடங்கள் இருந்தா, அவர் எல்லா எடத்திலயும் வசிக்க முடியாது இல்லையா? ஒரு எடத்தில தான் வசிக்க முடியும்."

"போ. நீ போய் அந்த இடத்த கைப்பற்று. நான் உனக்கு பட்டா மாத்தித் தரேன்."

அது ஒரு முட்டாள்தனமான வேலை என்று இப்போது ரங்கநாதனுக்குத் தெரியும். அவன் தமிழ்நாடு அரசின் சட்டத் துறைச் செயலாளரைச் சந்தித்தான். அது ஒன்றும் எளிய காரியமாக இருக்கவில்லை. ரங்கநாதன் இப்போது ஒரு சிறிய அச்சகம் வைத்திருந்தான். சில்லறை வேலைகள் செய்தான். சட்டத்துறைச் செயலாளர் இரக்கம் காட்டி அவன் சொன்னதை யெல்லாம் கேட்டார். ஆவணங்களைப் பார்த்தார். மாவட்ட ஆட்சியரைக் கூப்பிட்டு, "இந்தச் சொத்து உண்மையிலேயே ரங்கநாதனுடையதா என்று பாருங்கள். அப்படி இருந்தால் பட்டாவை அவன் பெயருக்கு மாற்றுங்கள்."

ஆட்சியர் அதை மாவட்ட வருவாய் அலுவலர் அன்பழகன் என்பவருக்கு அனுப்பினார். அவர் தாசில்தாரைக் கூப்பிட்டுக் கேட்டார், "எந்த அடிப்படையில் இந்த மாற்றம் செய்யப்பட்டது?"

அவரால் சரியான பதில் சொல்ல முடியவில்லை. யசோதாவுக்கு அவளது ஆவணங்களைச் சமர்ப்பிக்குமாறு நோட்டீஸ் அனுப்பப்பட்டது. மூன்று முறை நோட்டீஸ் அனுப்பப்பட்டது. யசோதாவால் தனக்குச் சாதகமான ஆவணங்களைத் தர இயலவில்லை. ரங்கநாதனிடம் எல்லா ஆவணங்களும் இருந்தன. பட்டா அவனுக்குத் திரும்பியது. ஆனாலும் வாடகைதாரர்கள் காலி செய்ய மறுத்தனர். போலீஸ் அவர்கள் பக்கம் இருந்தது.

ரங்கநாதனுக்கு ஒரு நண்பர் இருந்தார். அவர் பெயர் அசோக் குமார். மனை விற்பனை முகவர். நில ஆக்கிரமிப்பாளர் களிடம் தங்கள் நிலத்தை இழக்கும் ஆபத்திலிருக்கும் நபர்களுக்கு உதவுவதில் அவர் அனுபவம் பெற்றிருந்தார். அத்தகையோர் தனக்குப் பணம் தர முடியாத அளவுக்கு ஏழைகளாய் இருந்தால், அவர் தன்னுடைய சொந்தப் பணத்தில், வழக்கறிஞர் கட்டணம் செலுத்தி நில வருவாய் அலுவலர்கள், நீதி மன்றங்கள், தாசில்தார் அலுவலகங்கள் என்னும் வலைப்பின்னலுக்குள் நுழைந்து பேப்பர்களை நகர்த்துவார். வட சென்னையில், மகாகவி பாரதி நகரில் தன் வீட்டிலேயே அலுவலகமும் வைத்திருந்தார். அவரோடு நிலப் பிரச்சினைகளில் அனுபவம் பெற்ற வழக்கறிஞர்கள் 15, 20 நபர்கள் பணியாற்றினர். அசோக் தன்னுடைய இன்னோவா காரை எடுத்துக்கொண்டு – அதை அவரே ஓட்டிச் செல்வார்– மாலை 4 மணிக்குப் புறப்பட்டால், வீடு திரும்ப இரவு 10 மணியாகும். பகல் நேரங்களில் அவர்

நீதிமன்றங்களில் இருப்பார். உயர் நீதிமன்றம், நகர சிவில் நீதிமன்றம், பூந்தமல்லி நீதிமன்றம், திருவொற்றியூர் நீதிமன்றம் என்று எந்த நீதிமன்றத்தில் அவர் கையாளும் வழக்கு வந்தாலும் அங்கு அவர் இருப்பார். ரங்கநாதனைவிட இரண்டு வயது இளையவர் என்றாலும், அவர் 2020ஆம் ஆண்டு கொரோனா நோய் தாக்கி இறந்துவிட்டார்.

இறப்பதற்கு முன், அவர் ரங்கநாதனிடம் சொன்னார், "உன் வழக்கு தெளிவானது. ஆனால் நீ நீதிமன்றத்திற்குப் போனா, அது எப்ப முடியும்னு சொல்ல முடியாது." அவர் தந்த உள்ளுணர்வை ரங்கநாதன் மறக்கவில்லை. அசோக்கிற்கு நன்கு பரிச்சயமான வழக்கு. அவர் வழக்கமாக வாரத்திற்கு இரண்டு அல்லது மூன்று முறை உயர் நீதிமன்றம் போவார். எப்போது போனாலும் ஒரு எண்பது வயது மதிக்கத்தக்க முதியவர் ஒருவர் அங்கு சுற்றி வருவதைப் பார்த்தார். அது ஒரு நிலப் பிரச்சினை. பகல் நேரத்தில் அந்த முதியவர் உயர் நீதிமன்றத்தைப் பேயைப் போல சுற்றிவருவார். அவரோடு 7 அல்லது 8 வயது மதிக்கத்தக்க அவரது பேரனும் வருவான். சில ஆண்டுகளுக்கு முன் அந்த முதியவர் அங்கு தனியாக வருவதை அசோக் பார்த்திருக்கிறார். அவர் தனியாக வர முடியாத அளவுக்கு வயதான பின் அவரது பேரன்கூட வருகிறார். அவர் எப்போதும் தன் பேரனின் கையைப் பிடித்திருப்பார், படியேறும் போது தவிர. படியேறும்போது அவருக்குக் கைப்பிடியைப் பிடித்துக்கொள்ள வேண்டும். மேலும் கீழுமாய் அவரைக் கடந்து போவோருக்கு இப்படியும் அப்படியும் நகர்ந்து வழிவிட வேண்டும். ஒருநாள் அவர் படியேறிக்கொண்டிருக்கும்போது முன்புறமாய்க் குனிந்து, துவண்டு சாய்ந்துவிட்டார். அசோக் ரங்கநாதனிடம் சொன்னார்:

"அவர் அந்த படிக்கட்டிலேயே அப்படியே சாஞ்சிட்டார். அவர் கையில அவரது பேப்பர்கள் இருந்த பைய கெட்டியா பிடிச்சிக்கிட்டிருந்தார். அப்ப காலை 11.30 மணி இருக்கும். அவரது பேரன் அவரைக் குலுக்கிக் குலுக்கி எழுப்பினான். தாத்தா தாத்தா என்று. அவர் தல இப்படியும் அப்படியும் ஆடுச்சி. ஆனா கண் திறக்கல. கூட்டம் சேந்திடுச்சி. யாரோ ஒருத்தர் நாடி பார்த்தார். நாடி துடிக்கல. ஆம்புலன்ஸ் வந்து கொண்டு போச்சி. நீ இந்த விஷயத்த வெரசா முடிக்கலன்னா, உன் பையன் இதோடு போராடிக்கிட்டிருப்பான்." ரங்கநாதன் அசோக்கின் அறிவுரையை இதயத்தில் பதித்துக்கொண்டான்.

பட்டாவைத் திரும்பப் பெற்ற பிறகு, சொத்தைத் திரும்ப எடுக்க, ரங்கநாதன் பல போலீஸ் கமிஷனர்களைச் சந்தித்தான். அவனது உறவினர்கள் கேலி செய்தார்கள். "ஒரு சட்டவிரோத

ஆக்கிரமிப்பாளனை அகற்ற எத்தனை போலீஸ் கமிஷனர்கள் வேண்டும்?" எத்தனைப் பேரைச் சந்தித்தோம் என்பதே ரங்கநாதனுக்கு மறந்துவிட்டது.

அவன் சந்திக்க முயற்சித்த முதல் கமிஷனர், ஜார்ஜ். அவர் இரண்டுமுறை சென்னை நகரக் காவல் ஆணையாளராக இருந்தார். ரங்கநாதன் இரண்டுமுறை அவரது அலுவலகத்தில் மனுக்கள் கொடுத்தான். அங்கு பொது மக்களின் மனுக்களை ஆய்வு செய்வதற்கென்றே பல சப்–இன்ஸ்பெக்டர்கள் இருந்தனர். அவனது மனுக்கள் நிராகரிக்கப்பட்டன. இது சிவில் பிரச்சினை, நீதிமன்றத்திற்குப் போங்கள் என்றார்கள். 2010இல் ஒருமுறை ரங்கநாதன் தனது புகார் மனுவுடன் ஆணையாளர் ஜார்ஜ் அவர்களை நேரில் சந்தித்தார். ஆனால் ஒன்றும் நடக்கவில்லை. பத்திரிக்கைச் செய்திகளின்படி, அந்தக் கால கட்டத்தில்தான் தடை செய்யப்பட்ட குட்கா விற்பனைக்கு உதவியதாகச் சில காவல்துறை அதிகாரிகள், அமைச்சர்கள் மற்றும் சிலர் மீது புகார்கள் எழுந்து அது குறித்து சி.பி.ஐ. விசாரணையும் நடந்தது.

டி.கே.ராஜேந்திரன், சட்டம் ஒழுங்கு கூடுதல் இயக்குநராக இருந்தார். ரங்கநாதனும் அவரது நண்பர் டாக்டர் வி. ஜோசப் என்பவரும் அவரை அணுகினார்கள். அவர், அவர்களை, மத்திய குற்றப்பிரிவு துணை ஆணையர் டாக்டர் சிவகுமாரிடம் அனுப்பினார். அவரது அலுவலகம் ஆணையாளர் அலுவலகத்திலேயே இருந்தது. ரங்கநாதன் முதலில் பட்டா வாங்கிப் பத்தாண்டுகள் கடந்தபின், 2013ஆம் ஆண்டில் ஒரு புதன் கிழமை மாலை 04.00 மணி. சிவகுமார், இன்ஸ்பெக்டர் பூமாறனிடம் சொன்னார். அவர் மூன்று நாட்கள் அவகாசம் வேண்டும் என்றார்.

"எனக்கு மூன்று நாள் கொடுங்கள். நான் சரி செய்கிறேன்" பூமாறன், ரங்கநாதனிடம் சொன்னார். பூமாறன், அரசு வழக்கறிஞரின் கருத்தைக் கேட்டார். அது ரங்கநாதனுக்குச் சாதகமாக வந்தது. பின்னர் பூமாறன், பன்னீர் செல்வத்தைக் கைது செய்ய டாக்டர் சிவகுமாரின் அனுமதியைப் பெற்றார். கைது செய்வதற்கு முன், பூமாறன் சம்பந்தப்பட்ட துறைகளிலிருந்து விற்பனைப் பத்திரம், பட்டா உட்பட எல்லா ஆவணங்களின் சான்றொப்பம் பெற்ற நகல்கள் பெற்றார். பின்னர் அவர்கள் இடத்தை ஆய்வு செய்ய வந்தனர்.

சனிக்கிழமை காலை, பன்னீர் செல்வம், அவன் மனைவி, மகன், யசோதா ஆகியோர் கைது செய்யப்பட இருந்தார்கள். இடைப்பட்ட மூன்று நாட்கள் ரங்கநாதன் காலை 10 மணிக்கு

ஆணையாளர் அலுவலகம் போய் இரவு 09.00 மணிவரை அங்கேயே இருந்தார். பூமாறன், ரங்கநாதனிடம் சொன்னார், "யாரிடமும் எதுவும் சொல்லாதீர்கள். உங்கள் குடும்பத்தினரிடமும் சொல்ல வேண்டாம்."

அது கோடை விடுமுறைக் காலம். ரங்கநாதனுக்குத் திருமணமாகியிருந்தது. அவர் தன் மனைவி, பிள்ளைகளிடம் கூடச் சொல்லவில்லை. அவர்கள் கிராமத்திற்குப் போயிருந்தனர். அதிகாலை 03.00 மணிக்கு பூமாறன், ரங்கநாதனுக்கு போன் செய்தார். அதற்குள் ரங்கநாதன் தயாராகிவிட்டார். "பொறுமையாவே வாங்க. மத்த போலீஸ் எல்லாம் வர்றதுக்கு 04.00 மணி ஆயிடும்" என்றார் பூமாறன். 2013ஆம் ஆண்டு மே மாதம் 4ஆம் நாள். பன்னீர் செல்வம், அவன் மனைவி சுசீலா, மகன் பப்பு என்கிற செல்வநாயகம், யசோதா ஆகியோர் கைது செய்யப்பட இருந்தார்கள். பெண்கள் கைது செய்யப்பட இருப்பதால், பெண் போலீஸ் உடனிருக்க வேண்டும். இரண்டு சப்–இன்ஸ்பெக்டர்களும் சில போலீஸாரும். அவர்கள் இன்னும் வரவில்லை. காலை 05.00 மணிக்கு போலீஸ் படை நுழைந்தது. சுமார் 15 போலீசார் இருந்தனர். முதலில் இன்ஸ்பெக்டர் சென்று கதவைத் தட்டினார். சுசீலா கதவைத் திறந்தாள். பின்னாலேயே பன்னீர்செல்வம் எட்டிப் பார்த்தான். கூடவே அவன் மகன். அவனுக்கு இப்போது சுமார் 40 வயதிருக்கலாம்; அவனுக்கு ஒழுங்கான வேலை எதுவும்இல்லை. சில நேரம் தடைசெய்யப்பட்ட லாட்டரி சீட்டு விற்பான். உக்கிரபாண்டி என்கிற இன்ஸ்பெக்டர் அவனைக் கைது செய்தார். கொஞ்ச நாள் சிறையில் இருந்தான். போலீசைப் பார்த்ததும் பன்னீர்செல்வம் வெறிகொண்டு கத்தினான். எம்.எல்.ஏ. நீலகண்டனைக் கூப்பிட்டான். "நம்மள புடிக்க போலீஸ் வந்திருக்கு" என்று போனில் கூச்சலிட்டான். இன்ஸ்பெக்டர் உறுதியாகச் சொன்னார்,

"ஏய் போன கீழ வை. நாங்க என்ன பொம்ம போலீஸ்னு நினைச்சியா?" அவர்கள் எல்லோருடைய கைப்பேசிகளையும் வாங்கி போலீஸ் வேனில் வைத்தார்கள். அதற்குள் அக்கம் பக்கத்தினர் கூடிவிட்டார்கள்.

இந்த வழக்கில் யசோதாதான் முதல் குற்றவாளி. அவர் மூலக்கடை அருகில், வியாசர்பாடியில், ம.பொ.சி. தெருவில் இருந்தார். ரங்கநாதனுக்கு அவள் வீடு தெரியும்.

"நா முன்னாடி போறேன் டூ வீலர்ல. நீங்க பின்னாடி வாங்க."

அப்போது அவரிடம் ஒரு ஹீரோ ஹோண்டா பைக் இருந்தது. அவளுடைய வீடு ஒரு குறுகலான சந்தில் இருந்தது. அதில் போலீஸ் வேன் போக முடியாது. எனவே தெரு முனையில் போலீஸாரை நிறுத்திவைத்துவிட்டு, ரங்கநாதனைப் பின்தொடர்ந்து இன்ஸ்பெக்டர் தன் மோட்டார் சைக்கிளில் சென்றார். அவர்கள் அவள் வீட்டருகே போனபோது காலை மணி 06.30, 07.00 இருக்கும். சூரியன் மேலெழுந்துவிட்டது. பெண் போலீஸ் அவள் வீட்டுக் கதவுகளைத் தட்டியபோது அவள் தூங்கிக்கொண்டிருந்தாள். போலீசைப் பார்த்து அவள் வியப்படையவில்லை.

"எவன் கம்ப்ளைண்ட் கொடுத்தான். அந்த ரங்கநாதன் தான. அவன் இப்படிதான் செய்வான். அவன் கம்ப்ளைண்ட் குடுப்பான். போலீஸ்ல போய் சொல்லுவான். அப்புறம் ஒத வாங்குவான். அப்புறம் ஓடிப் போயிடுவான். அப்புறம் ஆறு மாசம் கழிச்சி உடம்ப தேத்திகினு வந்து மறுபடியும் ஒரு கம்ப்ளைண்ட் கொடுப்பான். மறுபடியும் ஒத வாங்குவான். இப்படியேதான் பண்ணிட்டு இருக்கான்."

யசோதா பாத்ரூம் போக வேண்டும் என்றாள். அவளை அனுமதிக்குமுன், போலீஸார், அவள் தப்பிப்போக வழியில்லை என்பதை உறுதிப்படுத்திக்கொண்டு அனுமதித்தனர். பாத்ரூம் வாயிலில் ஒரு பெண் போலீஸ் பாதுகாப்பாக நின்றார். அவளுக்கு அப்போது சுமார் 55 வயதிருக்கலாம். அவள் வெளியே வந்தபோது அவளை போலீஸ் வேனுக்குக் கூட்டிப்போனார்கள். போலீஸ் வேனின் கதவைத் திறந்ததும் உள்ளே பன்னீர்செல்வம், அவன் மனைவி, மகன் இருப்பதைப் பார்த்தாள்.

"அண்ணா, நா அப்பவே சொன்னேன் இல்ல. அவன் சும்மா விட மாட்டான். அவன் நாட்டுபுறத்தானா இருந்தாகூட அவன் சும்மா விட மாட்டான். நா அப்பவே சொன்னேன். ஏதாவது காச வாங்கிக்கினு நாம வெளிய போயிடலாம்னு சொன்னேன். நீதான் அவன ஆளயே காலி பண்ணிடலாம். அவனுக்கு நாம ஏன் பயப்படணும், அப்படி இப்படின்னு சொன்னே. பாரு கடைசில ஜெயிலுக்கு போற அளவுக்கு வந்திரிச்சி."

"நீ சும்மா இரு. வா உள்ள ஏறி வா. இந்த கமிஷனர் யாரு? நம்ம லாயருங்க எல்லாம் அந்த ஆபீசுக்கு வந்து கலாட்டா பண்ணி, பத்து மணிக்கெல்லாம் வீட்டுக்கு வந்துடலாம் பாரு."

காலை 7 மணியளவில் அவர்கள் மத்திய குற்றப் பிரிவு அலுவலகத்துக்கு அழைத்துவரப்பட்டு, அலுவலகத்துக்கு

வெளியே தரையில் உட்கார வைக்கப்பட்டார்கள். அவர்களுக்குக் காலை உணவு தரப்பட்டது. "பிரியாணி வேணுமா சொல்லுங்க வாங்கித் தரேன்" என்றார் இன்ஸ்பெக்டர்.

பூமாறன் மத்திய குற்றப் பிரிவு இன்ஸ்பெக்டர் ஆன பிறகு பதியப்படும் முதல் வழக்கு இது. சுமார் ஒருமணிநேரத்தில் வழக்கறிஞர்கள் வரத் தொடங்கினார்கள். அவர்கள் அமளியில் ஈடுபட்டார்கள்.

பூமாறன் சொன்னார், "நாங்கள் இவர்களை இன்று நீதிமன்றத்தில் ஆஜர்படுத்திவிடுவோம். நீங்கள் அங்கு பார்த்துக்கொள்ளுங்கள்."

அவர்களை அங்கிருந்து விரட்டினார். யசோதாவின் மகனும் மகளும் ரங்கநாதனிடம் போனில் பேசினார்கள், "அம்மாவ மாத்திரம் விட்டுட சொல்லு" என்றார்கள்.

"நா சொன்னா போலீஸ் விட்டுட மாட்டாங்க. பத்து வருஷமா நா உங்கள கேட்டேன். இது உங்க வீடு இல்ல. சண்ட போடாதீங்கன்னு சொன்னேன். நீங்க என்ன பண்ணீங்க? ரௌடிகள எம்மேல ஏவுனீங்க. நா பல வருஷமா உங்க அம்மாகிட்ட சொன்னேன். ஆறு மாசத்துக்கு ஒருமுறை உங்க வாசல்ல வந்து நின்னு கெஞ்சினேன். நீங்க ரௌடிகள வெச்சி அடிச்சிங்க. உங்க வக்கீல்கிட்ட சொல்லி, உங்க அம்மாவ பெயில்ல எடுக்கச் சொல்லு."

அவர்கள் 15 நாட்கள் ரிமாண்ட் செய்யப்பட்டுப் பின்னர் பெயிலில் வந்தார்கள். அவர்கள் ஜெயிலில் இருந்தபோது ரங்கநாதன் வீட்டைக் கையகப் படுத்த முயன்றார். முடியவில்லை. கே 1 போலீஸ் அவரை அனுமதிக்கவில்லை. பூமாறன் சொன்னார், "ரங்கநாதன், நா சி.சி.பி.யில இருக்கேன். நீங்க லோக்கல் ஸ்டேஷன்ல சொல்லுங்க. நா ஒண்ணும் பண்ண முடியாது."

ரங்கநாதன் சந்தான கிருஷ்ணன் என்னும் வழக்கறிஞரை அணுகினார். அவர் சொன்னார், "நான் அவர்களின் பொருட்களைத் தூக்கியெறிந்துவிட்டு ஒரு காம்பவுண்ட் சுவர் எழுப்பி கேட் போட்டுப் பூட்டிவிடுவேன். அவ்வளவுதான். செக்யூரிடியும் போட்டுவிடுவேன்." இதற்குப் பத்து லட்ச ரூபாய் ஆகும் என்றார். ரங்கநாதன், உறவினர்கள், நண்பர்களிடமிருந் தெல்லாம் திரட்டி ஒரு தொகையைக் கொடுத்தார். சந்தானகிருஷ்ணன், தான் சொன்னபடியே செய்து சாவியை ரங்கநாதனிடம் கொடுத்தார். இந்த நேரத்தில்தான் ஏ.சி.பி பாஸ்கரன் ரங்கநாதனை அழைத்து மிரட்டினார். "அந்த ஆளுங்க

ஜெயில்ல இருக்கும்போது நீங்க எப்படி பொருட்கள எடுப்பீங்க? உங்களுக்கு என்ன அதிகாரம் இருக்கு? நா உங்கள அரெஸ்ட் பண்ணிடுவேன்" என்று சொல்லி சாவியை வாங்கிக்கொண்டார். அன்று இரவே 08.00 மணியளவில் சந்தானகிருஷ்ணன் தனது விசுவாசத்தை ரவுடிகள் பக்கம் மாற்றிக்கொண்டார். பாஸ்கரன் சாவியை ரௌடிகளிடமே கொடுத்து, பன்னீர் செல்வத்தின் உறவினர்களை, அவரது இரு மகள்களை, தங்கள் பொருட்களை எடுத்து மீண்டும் வீட்டிற்குள் வைக்குமாறு சொன்னார்.

ரங்கநாதன் அவர்களிடம் பேசிப் புரிய வைக்க முயன்றார். அவர்கள் ஏழெட்டுப் பேர்கள் இருந்தனர். அவர்கள் அவரைக் கீழே தள்ளிக் காலால் உதைத்தனர். அவர்கள் ஷூ அணிந்திருந்ததால் ரங்கநாதன் கடுமையான வலியை உணர்ந்தார். ஏதோ முறிந்திருக்க வேண்டும். அவர் கவிழ்ந்து விழுந்தார். முகம் மண்ணில் புதைய வாய்க்குள் மண் புகுந்தது. அவர்கள் அவர் தலையை அப்படியே மண்ணில் வைத்து அழுத்தினர். அவர் வலியால் கத்தினார். கால் விறுவிறுவென வீங்கிக்கொண்டிருந்தது. எப்படியோ ஒரு ஆட்டோ பிடித்து ஸ்டான்லி மருத்துவமனையில் சேர்ந்தார். பத்து நாட்கள் உள்நோயாளியாக இருந்தார். இது அவரது குடும்பத்தினரை அச்சத்தில் ஆழ்த்தியது. போலீஸ் அவரது புகாரை ஏற்கவில்லை. இன்றும் சில நேரங்களில் ரங்கநாதன் நடக்கும்போது அல்லது படியில் ஏறும்போது அவரது கால் ஒருபக்கமாக முறுக்கிக் கொள்கிறது. அதற்கென்று ஒரு தனி அறிவாற்றல் அல்லது விருப்பம் இருப்பதாகத் தோன்றியது. வலிகுறையும்வரை அவர் சற்று நேரம் உட்கார்ந்துவிட்டுப் பின் புறப்படுவார்.

சிறைவாசத்திற்குப் பிறகு யசோதாவிற்கு மீண்டும் அந்த முயற்சியில் ஈடுபடத் தைரியம் இருக்கவில்லை. 2005இல் அவள் சுசீலாவுக்கு எழுதித் தந்த அதிகாரப் பத்திரத்தை ரத்து செய்தாள். இதைச் செய்ய ரங்கநாதனே ஒரு வழக்கறிஞரை ஏற்பாடு செய்தார். 2013, டிசம்பர் 12 அன்று ரத்து செய்யப்பட்டது. அதன் நகல் சுசீலாவுக்குத் தரப்பட்டது. சட்டப்படி இதற்குப் பதிலளிக்க அவருக்கு மூன்று ஆண்டு கால அவகாசம் இருந்தது. மூன்று ஆண்டுகள் முடிய இரண்டு நாட்கள் இருந்தபோது, ரங்கநாதனுக்கும் யசோதாவுக்கும் ஒரு நோட்டீஸ் வந்தது. அதிகாரப் பத்திரம் தர யசோதா ரூ.16 லட்சம் வாங்கியிருப்பதாகவும் அதற்கான ரசீது தன்னிடம் இருப்பதாகவும் பன்னீர்செல்வம் கூறியிருந்தார். எண்.35, சுப்பிரமணிய முதலியார் தெரு, பெரம்பூர் என்னும் முகவரியில் உள்ள சொத்து அவருடையது என்றும், ரங்கநாதனுக்கு அதில் எந்தப் பாத்தியதையும் இல்லையென்றும் நோட்டீஸ் கூறியது.

2016இல் ரங்கநாதன், கே 1 காவல் நிலையத்தில் பன்னீர்செல்வம் மீது புகார்தர முயன்றபோது பன்னீர்செல்வம், ரங்கநாதன் மீது வழக்குப் பதிவு செய்திருப்பது தெரிய வந்தது. ரங்கநாதன், போலீஸ் மூலமாகத் தன்னை மிரட்டுவதாகத் தெரிவித்து அதைத் தடை செய்யும் ஆணையையும் நீதிமன்றத்தில் பெற்றிருந்தார் பன்னீர்செல்வம். அதன் பின் கே 1 காவல் நிலையம் தடை ஆணையைக் காட்டி விலகிக்கொண்டது.

ரங்கநாதன், அனூப் ஜெய்ஸ்வாலை, 2008ஆம் ஆண்டு லயோலா கல்லூரியில் நடைபெற்ற ஒரு விழாவில் சந்தித்தார். அது ஒரு கருத்தரங்கு. அதற்கான அழைப்பிதழ் ரங்கநாதனின் அச்சகத்தில் அச்சிடப்பட்டது. இயற்பியல் துறைப் பேராசிரியர் டாக்டர் வி. ஜோசப் ரங்கநாதனின் நண்பர். அவர், ரங்கநாதனை கருத்தரங்குக்கு வரச் சொல்லியிருந்தார். ஜெய்ஸ்வால் அப்போது ஏ.டி.ஜி.பி. அவரும் கருத்தரங்கில் பங்கேற்றார். பின்னர் ஒரு நாள், ஜெய்ஸ்வாலின் அனுமதிபெற்று, ரங்கநாதன் அவரைச் சந்தித்துத் தன் பிரச்சினையை விளக்கினார். 2017இல் ஏ.கே. விஸ்வநாதன் நகர ஆணையாளராக ஆன போது ஜெய்ஸ்வால் ரங்கநாதனை அவரிடம் அழைத்துப்போனார். ஜெய்ஸ்வாலும், ஏ.கே.விஸ்வநாதனும் இணைந்து வகுத்த நெறிமுறைகளின்படி ரங்கநாதனின் பிரச்சினையில் நடவடிக்கை எடுக்கலாம் என்றார் ஜெய்ஸ்வால். விஸ்வநாதன் அதை ஏற்றுக்கொண்டார். அவர் ஆக்கிரமிப்பாளர்களை ஐந்து நாட்கள் சிறையில் வைக்க ஏற்பாடு செய்தார். சொத்தைக் கையகப்படுத்த ரங்கநாதன் ஐம்பது நபர்களைத் திரட்டினார். ஆனால் பன்னீர்செல்வம் 200 ரவுடிகளைத் திரட்டியிருந்தார். அவர்கள் வட சென்னை, பர்மா நகர், வியாசர்பாடி, எருக்கஞ்சேரி ஆகிய இடங்களிலிருந்து வந்தார்கள். ரங்கநாதனின் ஆட்கள் வீட்டின் அருகிலேயே போக முடியவில்லை. “ஏதாவது பிரச்சினை இருந்தா எங்ககிட்ட சொல்லுங்க நாங்க பாத்துக்கறோம்” என்று கே 1 போலீஸ் சொல்லியிருந்தார்கள். ரங்கநாதன் அங்கே ரவுடிகள் திரண்டிருப்பதைச் சொன்னபோது, அப்போது இன்ஸ்பெக்டராக இருந்த ஜெகந்நாதன் சொன்னார், “ரவுடிங்க தண்ணி போட்டிருப்பாங்க. அவங்க என்னைய கத்தியால குத்தி எனக்கேதாவது ஆயிட்டா என்ன பண்றது? நீங்க உள்ள போங்க. ஆனா ஏதாவது நடந்தா நாங்க பொறுப்பில்ல.”

சாய்ராசன் என்பவர் அப்போது துணை கமிஷனர். அவர் சொன்னார் – “கமிஷனர் எழுத்து மூலமா உத்தரவிட்டா. செய்யலாம் சார்.” ஒருவர் ஏதேனும் பிரச்சினைபற்றி கமிஷனரைப் பார்க்கப்போனால் முதலில் கேட்கப்படும் கேள்வி, காவல் நிலையத்தில் புகார் கொடுத்தீர்களா என்பதுதான்.

அங்கிருந்து படிப்படியாக மேலே போக வேண்டும். நிலையப் பொறுப்பு அதிகாரி உங்கள் புகாரை ஏற்கவில்லையென்றால், நீங்கள் உதவி கமிஷனரைப் பார்க்க வேண்டும். அவரும் கவனிக்கவில்லையென்றால், துணைக் கமிஷனரிடம் போக வேண்டும். ஒரு சாதாரண மனிதனால், இந்தத் தடை செய்யப் பட்ட கதவுகளையெல்லாம் தட்டிக்கொண்டிருக்க முடியாது.

கமிஷனர் திரு ஏ.கே. விஸ்வநாதனை மீண்டும் அணுகிய போது, அவர் அதைத் துணை கமிஷனரிடம் ஒப்படைத்தார். தொடர்ந்து முயற்சித்தபின் 2019 டிசம்பரில் பன்னீர்செல்வம் கைது செய்து சிறையிலடைக்கப்பட்டார். அவரது உறவினர்கள் அந்த வீட்டில் குடியிருந்தனர். சொத்தைக் கைப்பற்ற ரங்கநாதன் அழைத்துப் போன நபர்களைவிட அவர்கள் அதிகம்பேர் இருந்தனர். அவர்கள் அடிதடிக்கும் தயாராக இருந்தார்கள். இன்ஸ்பெக்டர் சொன்னார், "நீங்க ரெண்டு பேரும் அடிச்சிக்கிட்டு ரத்தம் சொட்டச் சொட்ட என்கிட்ட வந்தா நா ரெண்டுபேர் மேலயும் கேஸ் போட்டுவிடுவேன். கோர்ட்டுக்குப் போய்த் தீத்துக்கறது நல்லது."

ஏ.கே.விஸ்வநாதனுக்குப் பிறகு மகேஷ் குமார் அகர்வால் ஆணையாளராக வந்தார். ஜெய்ஸ்வால், ரங்கநாதனை அவரிடம் அழைத்துப்போனார். அவர், இதுவரை நடந்தது என்னவென்று கேட்டார். அங்கேயே, ஜெய்ஸ்வால் முன்னிலை யிலேயே, அகர்வால், டி.சி.பி டாக்டர் ராஜேஷ் கண்ணன் ஐ.பி.எஸ்.க்கு எழுத்துமூலம் உத்தரவிட்டார். டி.சி.பி, நான்கு நாட்களில் ஒரு திட்டம் தயாரித்தார். ஒரு எஸ்.ஐ. அதைத் தட்டச்சு செய்ய, இணை ஆணையாளர் மஹேஸ்வரி ஐ.பி.எஸ் ஒப்புதலளித்தார். ஆனால் கூடுதல் ஆணையாளர் அலுவலகத்தில் கோப்பு நின்றுவிட்டது. நடவடிக்கை எடுக்கும்முன், கூடுதல் ஆணையாளர் மற்றும் ஆணையாளரின் ஒப்புதல் தேவை என்றார் டி.சி.பி.

"நான் இதை ஒரே நாளில், ஏன் மூன்றுமணி நேரத்தில் முடித்துவிடுவேன். ஆனால் எனக்கு உயர் அதிகாரிகளின் ஒப்புதல் வேண்டும்" என்றார், டாக்டர் ராஜேஷ் கண்ணன் ஐ.பி.எஸ். "ஆனால் ஆணையாளர் எழுத்து மூலம் உத்தர விட்டுள்ளார்" ரங்கநாதன் சுட்டிக்காட்டினார். "ஒப்புதல் வரவில்லை" என்று அதையே சொன்னார் டி.சி.பி டாக்டர் ராஜேஷ் கண்ணன். அடுத்த மூன்று நான்கு மாதங்களில் ரங்கநாதன், ஆணையாளர் அகர்வால் அவர்களை மூன்று அல்லது நான்கு முறை சந்தித்தார். ஒவ்வொரு முறையும் நான் டி.சி.பி.யிடம் சொல்லிவிட்டேனே என்றார் கமிஷனர்.

எனினும் ஒப்புதல் வரவில்லை. ஒவ்வொரு முறை ரங்கநாதன், டி.சி.பி.யைச் சந்திக்கும்போதும் அவர் சொன்ன ஒரே பதில், "இன்னும் உத்தரவு வரவில்லை." என்பதுதான். "நான் இங்கிருந்து மாறிப் போகுமுன் ஏதாவது செய்யுங்கள்" என்றார் டி.சி.பி. ஆணையாளர் கொடுத்த எழுத்துமூலமான உத்தரவு கூடப் பின்பற்றப்படவில்லை. ரங்கநாதன் சோர்ந்துபோனார்.

பின்னர் கொரோனா பெருந்தொற்று வந்தது. ரங்கநாதன் புத்தமங்கலத்தில் இருந்தார். அவரால் செய்யக்கூடியது ஒன்றும் இல்லை. ஒருநாள் பிற்பகல் தொலைக்காட்சி பார்த்துக்கொண்டிருந்தபோது சென்னை நகருக்கு ஒரு புதிய ஆணையாளர் வந்திருக்கிறார் என்று தலைப்புச் செய்தி வந்தது. சங்கர் ஜிவால். ரங்கநாதனுக்குத் தனது அதிர்ஷடத்தை மீண்டும் ஒருமுறை சோதித்துப் பார்க்கலாமா என்று தோன்றியது. ரங்கநாதன், ஜெய்ஸ்வாலுக்கு போன் செய்தார். ஜெய்ஸ்வால், தான் சற்று நேரத்தில் திரும்ப அழைப்பதாகக் கூறினார். அன்று மாலை ரங்கநாதனுக்கு ஆணையாளர் அலுவலகத்திலிருந்து அழைப்பு வந்தது. அவரது புகாரை விசாரித்த டி.சி.பி. யார் என்று கேட்டார்கள். ரங்கநாதன் புளியந்தோப்பு டி.சி.பி. ராஜேஷ் கண்ணன் பெயரைச் சொன்னார். அன்று மே 28, வியாழக் கிழமை. ஜூன் 1 அன்று டாக்டர் சைலேந்திர பாபு காவல்துறைத் தலைமை இயக்குநராக ஆக இருக்கிறார். அவருக்கு முன்னால் திரு ஜே.கே.திரிபாதி இயக்குநர். ரங்கநாதன், ஜெய்ஸ்வால் மூலமாக அவரையும் சந்தித்திருக்கிறார். திரிபாதி, தான் கமிஷனரிடம் பேசுவதாகக் கூறினார். பேசினாரா என்பது பற்றி ரங்கநாதனுக்குத் தெரியாது.

டி.சி.பி. ராஜேஷ் கண்ணன் அலுவலகத்திலிருந்து, ரங்கநாதனுக்கு தொலைபேசி அழைப்பு வந்தது. மறுநாள் காலை ரங்கநாதன் சென்னை வரவேண்டுமென்று சொன்னார்கள். ரங்கநாதன் மீண்டும் தன் ஆவணங்களின் நகல்களைத் தந்தார். கூடுதல் ஆணையாளர் வடக்கு செந்தில்நாதன் ஐ.பி.எஸ். அவர்களைச் சந்தித்தார். கையில் ஒரு கறுப்பு துணிப் பையில் எல்லா ஆவணங்களும் இருந்தன. அந்தப் பையை அவர் எப்போதும் கையில் வைத்திருந்தார். ரங்கநாதனின் மகள் கேட்டாள்,

"எவ்வளவு நாளக்கி நீங்க இந்த பைய சுமந்து திரிய போறீங்க? அது உங்க உடல் உறுப்பு மாதிரி ஆயிடிச்சி. அந்தப் பை இல்லாம என் அப்பாவ நா பாத்ததே இல்ல."

கூடுதல் ஆணையாளர் செந்தில்நாதன், டி.சி.பி. ராஜேஷ் கண்ணனிடம் சொன்னார், "உங்க ஆட்கள திரட்டுங்க. போதாது

என்றால் என்னிடம் கேளுங்கள். நா கொஞ்சம் ஆட்கள் தரேன். ரௌடிகளால ரங்கநாதனுக்கு ஆபத்தில்லாம பாத்துக்குங்க."

பிறகு அவர் ரங்கநாதனிடம், எதிரிகளின் பொருட்களை அகற்றிச் சொத்தைக் கைப்பற்ற வாகனங்கள் ஏற்பாடு செய்யுமாறு சொன்னார். ரங்கநாதன், கூடுதல் ஆணையாளர் அலுவலகத்திலிருந்து வெளியே வந்த அந்தக் கணத்தில் அவரது போன் ஒலித்தது. அவரது மகள் பேசினாள். அவளிடம் சொன்னார், "என் சொத்தை நான் திரும்ப எடுத்துக்கொள்ள ஆணையாளர் உத்தரவு வழங்கிவிட்டார்." சொல்லும்போதே விம்மி விம்மி அழத்துவங்கினார்.

ரங்கநாதன், அச்சுத் தொழிலில் தனக்குத் தெரிந்த நண்பர்கள், ஆட்டோ டிரைவர்கள் ஆகியோரைத் திரட்டினார். அவர்கள் ஒவ்வொருவரும் மூன்று அல்லது நான்கு நபர்களை அழைத்து வந்தார்கள். சிலர் அதிகமாகவும் கூட்டி வந்தார்கள். சுமார் 50 ஆட்கள் திரண்டிருந்தார்கள். கண்ணன் மே 30 அன்று ரங்கநாதனை கே 1 காவல் நிலையம் வருமாறு சொன்னார்.

மே 29 இரவு பன்னீர்செல்வமும் அவரது குடும்பத்தினரும் கைது செய்யப்பட்டார்கள். பன்னீர் தனது சம்பந்தி வீட்டார் நிகழ்ச்சி ஒன்றில் கலந்துகொள்ள ரெட்ஹில்ஸ் போயிருப்பதாகத் தகவல் கிடைத்தது. அவர்கள் அங்கிருந்து தங்கள் ஹீரோ ஹோண்டாவில் திரும்பிவரும்போது மடக்கப்பட்டார்கள். இதற்கிடையில் சுசீலா கொரோனாவில் இறந்துவிட்டார். எம்.எல்.ஏ. நீலகண்டனும் இப்போது உயிருடன் இல்லை. அப்பாவும் பிள்ளையும் எதிர்ப்புத் தெரிவிக்கவில்லை. இன்ஸ்பெக்டர் துளசிமணி, ரங்கநாதனை அழைத்துக் கைது பற்றிச் சொன்னார். காலை ஆறுமணிக்குக் காவல் நிலையம் வருமாறு சொன்னார். துளசிமணி, உதவி ஆணையாளருக்குத் தகவல் தந்தார். அவர் தானும் பின்னால் வருவதாகக் கூறினார். உதவி ஆணையாளர் அங்கே வந்தபோது, அங்கே ரவுடிகள் நிறைந்திருந்தனர். போலீஸ் வருவது அவர்களுக்குத் தெரிந்திருந்தது.

பன்னீர்செல்வம் அந்தச் சொத்தின் ஒரு பகுதியைத் தன் உறவினர்களுக்கு வாடகைக்கு விட்டிருந்தார். அவர்கள் ரௌடிகளோடும் வக்கீல்களோடும் போலீஸ் வருவதற்காகக் காத்திருந்தார்கள். சுமார் 100 பேர்கள் சாலையின் முகப்பிலேயே நின்றார்கள். துணைக் கமிஷனர் வந்தவுடனே தாக்குவதற்கான சமிக்ஞைக்காகக் காத்திருந்தார்கள். அவர்களது வக்கீல் கேட்டார், "இந்தப் பிரச்சினை நீதிமன்றத்தில் இருக்கும்போது போலீஸ் எப்படி தலையிடலாம்?"

“ரங்கநாதன் தன் சொத்தைத் திரும்ப எடுக்கிறார். அவர் போலீஸ் பாதுகாப்பு கேட்டுள்ளார். அவ்வளவுதான்.” என்றார் டி.சி.பி.

வக்கீல்கள், “நாங்கள் அனுமதிக்க மாட்டோம்” என்றனர்.

“இந்தச் சொத்து பன்னீர்செல்வத்துடையது என்று சட்டபூர்வ ஆவணத்தைக் காட்டினால், நாங்கள் ரங்கநாதனை வெளியே கூட்டிப்போகிறோம். இல்லையென்றால் நீங்கள் காலி செய்யத்தான் வேண்டும்” என்றார் டி.சி.பி.

கொஞ்ச நேரம் குழப்பம் நீடித்தது. பின்னர் வக்கீல்கள் அங்கிருந்து அகன்றனர். அதன்பிறகு ரௌடிகளிடையே குழப்பம்.

டி.சி.பி, ரங்கநாதனிடம், “நீங்கள் செய்ய வேண்டியதைச் செய்யுங்கள். விரைவாக” என்றார்.

ரங்கநாதன் காம்பவுண்டிற்குள் நிறுத்தப்பட்டிருந்த கார்களை அகற்ற இழுவை வாகனங்கள் கொண்டுவந்திருந்தார். ஆனால் அவர்கள் வக்கீல்கள் அச்சுறுத்தியதால் தயங்கினார்கள். இன்ஸ்பெக்டர் துளசிமணி தலையிட்டபிறகே அவர்கள் கார்களை அகற்றினார்கள். ரங்கநாதன் ஜேசிபி இயந்திரங்களைக் கூப்பிட்டிருந்தார். ஆனால் இடம் தாவாவுக்குரியது என்று அவர்களும் வர மறுத்தார்கள். மீண்டும் துளசிமணி தலையிட வேண்டியிருந்தது. ஆனாலும் அவர்கள் வர மாலை 06.00 மணி ஆகியது. அரை மணிநேரத்தில் அங்கிருந்த கட்டடங்கள் இடித்துத் தரைமட்டமாக ஆக்கப்பட்டன. இடிபாடுகளை அகற்றவும் ஏற்பாடு செய்யப்பட்டிருந்தது. தற்காலிக வேலி அமைக்க மூங்கில் கழிகளும் அலுமினியத் தகடுகளும் கொண்டுவரப்பட்டன. இந்தச் சொத்து தன்னுடையது என்று ரங்கநாதன் ஒரு அறிவிப்புப் பலகையும் நிறுவினார். அதைப் படமெடுத்து டி.சி.பி.க்கு வாட்ஸ்அப்பில் அனுப்பினார். இந்தப் பணிகள் முடியும்போது இரவு மணி எட்டு ஆகியிருந்தது. ஆக்கிரமிப்பாளர்களின் பொருட்கள் சாலையில் வீசப்பட்டிருந்தன. பன்னீர்செல்வத்தின் உறவினர்கள், டெம்போக்கள், சிறு ட்ரக்குகள் கொண்டுவந்து அவற்றை அள்ளிச் சென்றனர். அன்று இரவு 50க்கும் மேற்பட்ட காவலர்கள் அங்கு பாதுகாப்புக்காக நிறுத்தப்பட்டனர். நான்கு நாட்கள் கழித்து பன்னீர்செல்வம் பெயிலில் வந்தார். இத்தனை ஆண்டுகளாக அவர் வசித்த தெருவில் அவர் நுழையவே இல்லை. ரங்கநாதன் முப்பது ஆண்டுகள், ஏழு மாதங்கள், 26 நாட்களாக எதிர்கொண்ட சிரமங்கள், 2020 மே 30 அன்று 12 மணி நேரத்தில் முடிவுக்கு வந்தன. அவர் தன் வாழ்வில் மறக்க முடியாத மற்றுமொரு நாள்—மே 30, 2020.

18

கொலைப்பழி

1994 டிசம்பர் 12, வியாழக்கிழமை காலை, சீமான் உடையார், முந்தைய ஒருங்கிணைந்த திருச்சிராப்பள்ளி மாவட்டத்தில் உள்ள குன்னம் காவல் நிலையத்தில் புகார் ஒன்றைக்கொடுத்தார். நான்கு நாட்களாகத் தன் 16 வயது மகளைக் காணவில்லையென்று. வேப்பூரில் உள்ள தனது அரிசி ஆலையில் வேலை செய்யும் அந்தூர் கிராமத்தைச் சேர்ந்த மோகன்ராஜ் என்பவர் தன் மகளைக் கடத்தியுள்ளார் என்பது அவரது புகார். டிசம்பர் 9 அன்று இந்த வழக்கு குற்ற எண் 307/1994 ஆக இந்திய தண்டனைச் சட்டம் பிரிவு 366இன் கீழ் பதிவு செய்யப்பட்டது. மூன்று மாதங்கள் நடவடிக்கை ஏதும் எடுக்கப்படவில்லை. 1995, ஜனவரி 23 அன்று சீமான், சென்னை உயர்நீதிமன்றத்தில் ஆட் கொணர்வு மனு 117/1995-ஐ தாக்கல் செய்தார். தன் மகள் செல்வமணியை நீதிமன்றத்தில் ஆஜர் படுத்த வேண்டும் என்று கேட்டார். உயர்நீதிமன்றம் சுமார் ஆறு மாதங்களுக்குப் பிறகு, ஜூலை 26 அன்று, மாவட்ட காவல் கண்காணிப்பாளருக்கு, இதுபற்றி விசாரித்து, புலனாய்வு செய்து, ஆகஸ்ட் 3ஆம் தேதிக்குள் அறிக்கை தாக்கல் செய்யுமாறு உத்தரவிட்டது, அதாவது ஒருவார காலத்தில்.

ரமேஷ் குடாவ்லா அப்போது மாவட்ட எஸ்.பி. அவர் பெண்ணின் தந்தையையும் மாமா வையும் தன் அறைக்கு வரவழைத்துக் கண்டித்தார். அது கோபத்தில் செய்தது. அவர்கள் எப்படி காவல்துறையின் மீது நம்பிக்கை வைக்காமல்

உயர்நீதிமன்றம் போகலாம்? அவர் அந்தப் பெண்ணைத் தேட இரு உறுப்பினர் குழு ஒன்றை அமைத்தார். அந்த நேரத்தில் குன்னம் காவல் நிலைய இன்ஸ்பெக்டர் விடுப்பில் சென்றிருந்தார். அங்கிருந்து சுமார் 30 கிலோ மீட்டர் தொலைவில் இருந்த படலூர் காவல் நிலைய ஆய்வாளர் சி. கஸ்தூரி காந்தி, குன்னம் காவல் நிலையத்தின் கூடுதல் பொறுப்பு வகித்தார். எனவே குடாவ்லா அவரை அழைத்து இந்தப் பணியைக் கொடுத்தார். குழுவின் மற்றொரு உறுப்பினர், குன்னம் காவல் நிலைய முதல்நிலைக் காவலர் சின்னதுரை. ஒரு கால அளவுக்குள் இந்தப் பணியை முடிக்க வேண்டும் என்பதால் அவர்களுக்கு ஒரு வாகனம் தரப்பட்டது. ரவி ஸ்ரீநிவாசன் அந்த வாகனத்தின் ஓட்டுநர்.

ரவி ஸ்ரீநிவாசன் ஒரு முதல் நிலைக் காவலர் மற்றும் ஓட்டுநர். ரமேஷ் குடாவ்லாவுக்கு முன்னர் மாவட்ட எஸ்.பி.யாக இருந்த திரு டி.கே. ராஜேந்திரனின் முகாம் அலுவலகத்தில் ஓட்டுநராக இருந்தார். அவரது வாகனம் ட்ராக்ஸ் TN 45 G 0166. ஏழு நபர்கள் பயணம் செய்யக்கூடிய பெரிய ஜீப். ரவி ஸ்ரீநிவாசனை நீங்கள் ஏற்கெனவே சந்தித்திருக்கிறீர்கள். அவர் தில்லி பட்டாலியனில் வேலை பார்த்தபோது, அனூப் ஜெய்ஸ்வாலின் பியட் காரை தில்லியிலிருந்து கோரக்பூர் ஓட்டிச்சென்று விட்டு வந்தவர். ரவி 5–வது பட்டலியனில் 1984இல் பணியில் சேர்ந்தார். 1986இல் 9–வது பட்டலியனுக்கு மாறினார். அங்கும் அவர் ஓட்டுநராக இருந்தார். இந்தப் பெண் காணாமற்போன வழக்கில் அவர் ஓட்டுநர் மட்டுமே. விசாரணைக்குழுவை அவர்கள் சொல்லும் இடங்களுக்குக் கூட்டிப் போக வேண்டும்.

குழு அமைக்கப்பட்ட அன்றே அவர்கள் பெண்ணின் தந்தையைச் சந்தித்தார்கள். செல்வராணியின் அப்பாவும் மாமா சுப்பிரமணியும் தங்களிடம் வேலையாளாக இருந்த பாண்டியன் என்பவர் இப்போது சென்னையில் இருப்பதாகவும், அவர் தனக்கு செல்வராணி இருக்கும் இடம் தெரியும் என்று சொன்னதாகவும் தெரிவித்தார்கள். ஊரில் யாருக்கும் பாண்டியனைப் பிடிக்காது. எப்போதும் போதையில் இருப்பார். கோழிகளையும் ஆடு மாடுகளையும் திருடி சந்தையில் விற்பார். சென்னையில் சுமை தூக்குபவராகக் கொத்தவால் சாவடி, மூர்மார்க்கெட் பகுதிகளில் வேலை செய்வார். அவ்வப்போது ஓரிரு நாட்கள் கீழாமத்தூர் வருவார். அந்த நேரங்களில் மூச்சு முட்டக் குடித்துவிட்டு மயங்கிக் கிடப்பார்.

ஆகஸ்ட் 1 திங்கள் அன்று ரவி, காந்தி, சின்னதுரை, சீமான், சுப்பிரமணி ஆகியோரைத் தன் ட்ராக்ஸ் வண்டியில் ஏற்றி

சென்னை புறப்பட்டார். சுமார் 300 கிலோ மீட்டர் தொலைவு, ஏழு மணி நேரப் பயணம். இடையில் மதிய உணவு அருந்திவிட்டு அவர்கள் சென்னையை நெருங்கியபோது மாலை மணி 06.00.

நேராக எழும்பூர் ரயில் நிலையம் போனார்கள். ரெயில்வே ஓய்வறைகளில் அவர்கள் தங்க ஏற்பாடு செய்யப்பட்டிருந்தது. அதன்பின் அவர்கள் பாண்டியனைத் தேடி மூர் மார்க்கெட் போனார்கள். ரவி, மூர் மார்க்கெட் அருகில் வண்டியை நிறுத்தி வைக்க மற்றவர்கள் பாண்டியனைத் தேடிப் போனார்கள். சற்று நேரத்தில் அவர்கள் பாண்டியனை ஜீப் இருந்த இடத்திற்கு அழைத்துவந்தார்கள். அவனுடன் அவனுடைய சக தொழிலாளர்கள் சிலரும் வந்தார்கள். காந்தி கேட்டதற்கு முதலில் அவன் அந்தப் பெண் எங்கிருக்கிறாள் என்று தெரியாது என்றான். தகவல் பெறுவதற்காக அவனுக்கு ஒரு பாட்டில் பிராந்தி தரப்பட்டது. அதன்பின் அவன், அந்தப் பெண் இருக்குமிடம் தன் மைத்துனன் செல்லமுத்துவுக்குத் தெரியும் என்றான். பாண்டியன் ஜீப்பில் ஏறிக்கொண்டு அவர்களைச் சிந்தாதிரிப்பேட்டைக்குக் கூட்டிப்போனான். அங்கு செல்லமுத்து இல்லை. அவர்கள் அங்கிருந்து அருகிலுள்ள ராயப்பேட்டைக்குப் போனார்கள். செல்லமுத்து ஆட்டோ ஓட்டுபவர். ராயப்பேட்டையிலும் அவர் இல்லை. அவர் ஆடிப்பெருக்குப் பண்டிகைக்காகத் தன் கிராமத்திற்குப் போயிருப்பதாகத் தெரிந்தது. ஆடிப்பெருக்கு, பருவ மழையின் தொடக்கத்தைக்கொண்டாடும் பண்டிகை. பாண்டியனும் போகத் திட்டமிட்டிருந்தார். காந்தி, பாண்டியனை அந்தப் பெண்ணைப் பற்றி அந்தப்பகுதிகளில் விசாரிக்குமாறு சொன்னார். அதன்பின் பாண்டியனை ஊருக்கு அனுப்ப பஸ் நிலையத்திற்குக் கூட்டிப்போனார்கள். மறுநாள் ஆகஸ்ட் 2 அன்று அவனை ஊரில் சந்திப்பதாக ஏற்பாடு. காந்தி பாண்டியனுக்கு பஸ் கட்டணத்திற்காக 200 ரூபாய் கொடுத்தார். வரும் வழியில் வாங்கிக்கொடுத்த மிக்ஸரை பாண்டியன் சாப்பிட்டுக்கொண்டிருந்தான். பின் டிக்கெட் வாங்கப் போனான். அவன் திரும்பி வந்து, டிக்கெட் வாங்கிவிட்ட தாகவும், இரவு நேர பஸ் என்றும் சொன்னான். அவன் மூச்சுக்காற்றில் ஆல்கஹால் மணம் நிரம்பியிருந்தது. பின்னர் அந்தப் பெண் எங்கிருக்கிறாள் என்று தெரிந்துகொண்டு அவர்களை ஊரில் சந்திப்பதாகச் சொல்லிவிட்டு அவன் அங்கிருந்து சென்றான்.

ரவி அவர்கள் மூவரையும் எழும்பூர் ரெயில் நிலையத்தில் இறக்கிவிட்டு ஜீப்பை கமிஷனர் அலுவலக வளாகத்தில் நிறுத்தினார். சாலையோர வண்டிக் கடையொன்றில் இரவு

உணவை வாங்கிக்கொண்டு கட்டுப்பாட்டு அறை பேரக்ஸில் தங்கினார்.

மறுநாள் ஆகஸ்ட் 2, செவ்வாய்க்கிழமை. கஸ்தூரி காந்திக்குத் தலைமைச் செயலகத்தில் கொஞ்சம் வேலை இருந்தது. தனக்கென அனுப்பப்பட்ட காரில் புறப்பட்டார். மற்றவர்கள் சும்மா பொழுதைக் கழித்தனர், மதிய உணவு சாப்பிட்டனர். காந்திக்காகக் காத்திருக்கவும், அப்படியே அந்த வழக்கில் மற்றொரு வாய்தா வாங்கவும் சென்னை உயர் நீதிமன்ற வளாகத்திற்குப் போயினர். மாலை 04.00 மணிக்கு அவர்கள் ஊர் திரும்பும் பயணம் தொடங்கியது. திண்டிவனம் தாண்டியதும் ஜீப்பின் ஹெட் லைட் பழுதானது. பக்கத்தில் இருந்த ஒரு மெக்கானிக்கல் கடையில் அதைச் சரிசெய்துகொண்டு, இரவு உணவை முடித்துத் தங்கள் பயணத்தை மீண்டும் தொடங்கியபோது மணி 08.00. கீழாமத்தூர் வந்து சேர்ந்த போது நள்ளிரவைத் தாண்டியிருந்தது.

பாண்டியனின் வீட்டிற்குப்போனார்கள். மோகன்ராஜும் செல்வராணியும் இருக்குமிடம் தன் மைத்துனன் செல்லமுத்துவுக்குத் தெரியும் என்று போலீஸிடம் சொன்னதற்காக செல்லமுத்து தன்னைத் திட்டியதாகப் பாண்டியன் சொன்னான். சற்றுத் தொலைவில் தான் நின்றுகொண்டு செல்லமுத்துவின் வீட்டைக் காட்டினான். பாண்டியன், செல்லமுத்துவின் வீட்டிற்கு வர விரும்பவில்லை. வந்தால் அங்கு இருக்கும் தன் மாமனாரும் தன்னைத் திட்டுவார் என்றான். போலீஸ் ஜீப் பாண்டியனின் மாமனார் வீட்டிற்குப்போனது. அங்கு செல்லமுத்துவின் தந்தை – பாண்டியனின் மாமனார்– செல்லமுத்து தன் தங்கையைப் பார்க்க வேப்பூர் கிராமத்திற்குப் போயிருப்பதாகச் சொன்னார். வேப்பூர் அங்கிருந்து ஐந்து கிலோ மீட்டர் தொலைவில் இருந்தது. செல்லமுத்துவை அடையாளம் காட்ட போலீசார் பாண்டியனையும் அழைத்துப் போக விரும்பினார். ஆனால் அவர்கள் பாண்டியனின் வீட்டிற்குத் திரும்பி வந்தபோது அவன் வீட்டில் இல்லை. அவன் மனைவி, அஞ்சாலம் அவன் வெளியே போயிருப்பதாகச் சொன்னாள். பின்னர் அவர்கள் வேப்பூர்போனபோது நேரம் நள்ளிரவைத் தாண்டியிருந்தது. ஆகஸ்ட் 3. அங்கும் செல்லமுத்துவைக் காணவில்லை. அவர்கள் அஞ்சாலத்தின் தம்பி ராமலிங்கத்தைக் கூட்டிக்கொண்டு மீண்டும் பாண்டியனின் வீட்டிற்கு வந்தார்கள். வரும் வழியில் சீமானையும் சுப்பிரமணியையும் அவரவர் வீடுகளில் இறக்கிவிட்டார்கள். மீண்டும் பாண்டியனின் வீட்டிற்கு வந்தபோது அங்கு பாண்டியனோ செல்லமுத்துவோ இல்லை. அவர்கள்

எங்கே போனார்கள் என்று பாண்டியனின் மனைவிக்குத் தெரியவில்லை. பாண்டியன் ஜீப்பில் விட்டுவிட்ட மிக்ஸர் பாக்கெட்டை பாண்டியனின் மனைவியிடம் கொடுத்து விட்டு, ராமலிங்கத்தை அங்கே விட்டுவிட்டு ரவி ஜீப்பை படலூர் நோக்கிச் செலுத்தினார்.

இந்த நிகழ்வுகளுக்கிடையேதான், கீழாமத்தூர் கிராம நிர்வாக அலுவலர் பன்னீர்செல்வம், ஆகஸ்ட் 4, இரவு 10.00 மணிக்கு குன்னம் காவல் நிலையத்தில் புகார் ஒன்றை அளித்தார். பாண்டியன் கீழாமத்தூர் கிராமத்திலுள்ள ஒரு மரத்தில் தூக்கில் தொங்கிக்கொண்டிருக்கிறார் என்று. எனவே கீழாமத்தூர் காவல் நிலைய குற்ற எண் 171/95, சி ஆர் பி சி 174 பிரிவின் கீழ் வழக்கு பதிவு செய்யப்பட்டது.

கிராம எல்லையிலிருந்து 4 கிலோமீட்டர் தொலைவில் ஒரு வாய்க்காலின் அருகிலிருந்த ஒரு பெரிய வேப்ப மரத்தில் பாண்டியன் பிணமாகத் தொங்கிக்கொண்டிருந்தார். அந்த இடம் குன்னம் காவல் நிலையத்திலிருந்து எட்டு கிலோ மீட்டர் தொலைவில் இருந்தது. பாண்டியனின் உடல் ஏறக்குறைய உட்கார்ந்த நிலையில் இருந்தது. இடது கால் மற்றொரு கிளையின் மீது படிந்திருக்க,வலது கால் தொங்கிக்கொண்டிருந்தது. வெயில் காலம் என்பதால் உடல் ஊதிப்போய், அழுகத் தொடங்கியிருந்தது. லுங்கியால் கழுத்தில் சுருக்கு மாட்டப்பட்டிருந்தது. திறந்திருந்த வாயில் நாக்கு வெளித்தள்ளி, உடல் துர்நாற்றம் வெகுதொலைவு பரவியிருந்தது. உடலிலிருந்து திரவங்கள் கசிந்துகொண்டிருந்தன. துர்நாற்றம்தான் அவனது மரணத்தைக் காட்டிக் கொடுத்தது. உடலை ஏராளமான ஈக்கள் மொய்த்துக்கொண்டிருந்தன.

பாண்டியன் கொலை செய்யப்பட்டுவிட்டான் என்று ஊரில் சலசலப்பு. பாண்டியனின் மனைவி அரற்றிக் கொண்டிருந்தாள். கீழாமத்தூர் கிராமத்தில் இரண்டு பிரதான இனத்தவர் இருந்தனர். ஒன்று உடையார்கள் மற்றொன்று பட்டியல் இனத்தவர். ஊரில் சரிபாதி பட்டியல் இனத்தவர். அவர்களில் பாண்டியனும் ஒருவன். மீதி உடையார்கள். அவர்களே பணம், செல்வம், பாரம்பரியப் பழக்கவழக்கங்கள் என ஆதிக்கச் சக்தியாக இருந்தார்கள். சாதிய ஒடுக்குமுறைக்கு எதிரான உணர்வுகளை முன்னிறுத்தும் விடுதலைச் சிறுத்தைகள் கட்சி, தன்னுடைய அணிதிரட்டலுக்கு பாண்டியனின் மரணத்தைப் பயன்படுத்திக்கொண்டது. அவர்கள், பாண்டியன் போலீஸ் காவலில் இறந்துள்ளார், திசை திருப்புவதற்காக அவரது உடலை மரத்தில் தொங்கவிட்டுள்ளார்கள், இது இன்னுமொரு சாதிய ஒடுக்குமுறைச் சம்பவம் என்று சாலை

மறியலில் ஈடுபட்டனர். அவர்களின் கோபம் உடையார்கள் மீதுதான். போலீஸ் காவலில் மரணம் என்பது அனுமானம். காவல் நிலையத்தில் அதைச் சந்தேக மரணம் என்று பதிவுசெய்து, காந்தி, சின்னதுரை பெயர்களையும் சேர்த்திருந்தனர். காவல் நிலைய எழுத்தர் தவறுதலாக அதில் அன்பரசு என்ற பெயரையும் சேர்த்துவிட்டார். அன்பரசு, குன்னம் காவல் நிலையத்தில் ஒரு கான்ஸ்டபிள் என்று கிராமத்தினர் சொன்னார்கள்.

ஆகஸ்ட் 6 அன்று, பெரம்பலூர் துணைக் கண்காணிப் பாளர், பாண்டியனின் மரணத்தில் போலீஸார் சம்பந்தப் பட்டுள்ளார்கள் என்பது பற்றி விசாரிக்கப் பரிந்துரைத்தார்.

அதே நாளில் பிற்பகல் 2 மணியளவில், பிணம் கண்டெடுக்கப்பட்ட அதே இடத்தில் பிணக்கூராய்வு நடந்தது. அதைக் கிராமத்தினர் வலியுறுத்தினர். டாக்டர் பொன்னுசாமி, எம்.எஸ் தனது செப்டம்பர் 1 நாளைய அறிக்கையில் எழுதினார்: "இந்த உடலை நான் முதலில் 06.08.95 அன்று பிற்பகல் 02.00 மணிக்குப் பார்வையிட்டேன். அப்போது உடல் அழுகியிருந்தது. மல்லாக்காகக் கிடத்திவைக்கப்பட்ட ஆண் உடலைக் கூராய்வு செய்ததில், இரண்டு கால் எலும்புகளும் முட்டிக்குக் கீழே நெகிழ்ந்து விலகியிருந்தன. கை எலும்புகளும் முழங்கைக்கு மேலே அவ்வாறே இருந்தன. தோல் உரிந்து உடல் முழுவதும் புழுக்கள் நெளிந்தன. திறந்த வாயில் நாக்கு வெளித்தள்ளி இருந்தது. கண் இமைகளும் கண் விழிகளும் உலர்ந்து கருத்திருந்தன. பற்கள் ஒழுங்காக இருந்தன. ஆசன வழியில் மலம் வடிந்திருந்தது. உடலில் துளைகள் விழுந்து புழுக்கள் நெளிந்தன. தோல் உரிந்து, தலைமுடியும் உரிந்து வந்தது.

இடது மார்பகப் பகுதியில் ரத்தக் கட்டு 7.5 x 5 cm அளவில் இருந்ததை மருத்துவர் பார்த்தார். விதைப் பையின் அடியில் சிராய்ப்புக் காயம் 10 x 4 cm அளவில் இருபுறங்களிலும் குறுக்கு வாட்டில் இருந்தது. 2.5 cm அகலத்தில் கழுத்தில் கயிறு பதிந்த அடையாளம் தெளிவாகத் தெரிந்தது. இரு காதுகளுக்கும் இடையே அது பூரானைப் போல ஓடியது. கழுத்தின் மேற் பகுதியில், கூம்புப் பகுதியின் இடதுபுறம் 2.5 cm அளவில் தொடங்கி மையப்பகுதியைக் கடந்து வலதுபுறத்தில் கீழாக முடிந்தது. குடற்பகுதிகள் தஞ்சாவூருக்கு வேதியியல் ஆய்வுக்காக அனுப்பப்பட்டன .

பாண்டியன் பிணக்கூராய்வு நடந்த நேரத்திற்கு 72 முதல் 84 மணிநேரம்வரை முன்னதாக இறந்திருக்கலாம் என டாக்டர் பொன்னுசாமி கருதினார். அதன்படி மரணம் ஆகஸ்ட் 2 புதன்

கிழமை அதிகாலை 2 மணிக்கும் ஆகஸ்ட் 3 வியாழக்கிழமை பிற்பகல் 2 மணிக்கும் இடையே நிகழ்ந்திருக்கலாம்.

பிணக்கூராய்வு செய்த டாக்டர், பாண்டியனின் தாய்வழி மாமன் ஆவார். "இறப்பதற்கு முன் ஏற்பட்ட காயம் அல்லது தாடை எலும்பு முறிவு எதுவும் இல்லை என்பது என் கருத்து. இறந்த பிறகு எலும்புப் பிசகல்கள் ஏற்பட்டுள்ளன. இறந்தவர் அடித்துக் கொல்லப்பட்டுப் பிறகு தொங்க விடப்பட்டிருக்கிறார் என்பது என் கருத்து" என்றார் அவர்.

குடற்பகுதிகள் வேதியியல் ஆய்வில் பாண்டியனின் வயிறு, உணவுக்குழாய் மற்றும் ரத்தத்தில் ஆல்கஹால் அளவு மிக அதிகமாக இருந்தது என்று தெரிந்தது.

மாவட்ட ஆட்சியர் இந்த மரணம் தற்கொலையா, கொலையா, போலீஸார் சம்பந்தப்பட்டுள்ளார்களா, அப்படியானால் எந்த அளவுக்கு என்பதை விசாரிக்குமாறு உத்தரவிட்டார். வருவாய் கோட்ட அலுவலர் மற்றும் உட்கோட்ட மாஜிஸ்டிரேட் கே நாகசுப்பிரமணியம் 1995 செப்டம்பர் 1, 8, 19 மற்றும் 28 ஆகிய தேதிகளில் விசாரணையை நடத்தினார். குற்றம் சாட்டப்பட்ட காந்தி, சின்னதுரை இருவரைத் தவிர 14 சாட்சிகள் அவரால் விசாரிக்கப்பட்டனர்.

1995 செப்டம்பர் 30 அன்று திருச்சிராப்பள்ளி மாவட்டத்திலிருந்து கரூர் மற்றும் பெரம்பலூர் மாவட்டங்கள் பிரிக்கப்பட்டன. கரூர், குளித்தலை, மணப்பாறை தாலுக்காக்கள் கரூர் மாவட்டத்திலும் பெரம்பலூர், குன்னம் தாலுக்காக்கள் பெரம்பலூர் மாவட்டத்திலும் வந்தன.

தொடர்ந்து நடந்த ஆர்.டி.ஓ. விசாரணையில் காந்தியும் சின்னதுரையும் சாட்சியமளித்தனர். அன்பரசு என்று ஒருவர் அந்த விசாரணையிலோ அல்லது குன்னம் காவல் நிலையத்திலோ இல்லை என்று சொன்னார்கள். அந்தக் குழுவில் காந்தி, சின்னதுரை இருவர் மட்டுமே இருந்தார்கள் என்று மாவட்ட எஸ்.பி.யும் சான்றளித்திருந்தார். ரவி ஓட்டுநர் மட்டுமே என்பதால் அவர் பெயர் குறிப்பிடப்படவில்லை. ஆர்.டி.ஓ அறிக்கையில் இறந்தவரின் குடலில் ஆல்கஹால் அளவு 40 மில்லிகிராம் அளவு இருந்திருக்கிறது. 35 மில்லிகிராம் இருந்தாலே தசைகளின் சக்தி குறைந்துவிடும். எனவே அவர் தானாகவே மரத்தின் மீது ஏறியிருக்க வாய்ப்பில்லை. மேலும், ஒரு சராசரி குடிகாரனின் ரத்தத்தில் 20–30 மி.கி. ஆல்கஹால் அடர்வு இருந்தாலே கண்பார்வை மங்கிவிடும். அவரால் மரம் ஏற

முடியாது. எனவே அவர் அடித்துக் கொல்லப்பட்டுப் பிறகு தொங்கவிடப்பட்டிருக்கிறார் என்று சொல்லப்பட்டது.

ஆர்.டி.ஓ, குன்னம் காவல் நிலைய பொது நாட்குறிப்பையும் காந்தி, சின்னதுரையின் குறிப்பேடுகளையும், ரவியின் வாகன நாட்குறிப்பையும் பார்வையிட்டார். விசாரணையில் பாண்டியன் குற்றவாளியல்ல, இன்பார்மர் மட்டுமே என்று தெரிந்தது. "சந்தேகத்திற்கிடமின்றி, பாண்டியனின் மரணம் ஒரு கொலை என்று நிரூபணமாகிறது." என்று ஆர்.டி.ஓ அறிக்கை கூறியது. செல்வராணியின் தந்தை சீமானும் மாமா சுப்பிரமணியும் இந்தக் கொலையின் பின்னணியில் இருக்கலாம் என்பது குற்றச்சாட்டு. பாண்டியனின் மனைவியும் அவனது மைத்துனர் செல்லமுத்துவும் தொடக்கத்திலேயே சீமானையும் சுப்பிரமணியையும்தான் குற்றம் சொன்னார்கள். போலீஸையல்ல.

ஆனால் ஆர்.டி.ஓ. விசாரணையில் அந்தக் குற்றச்சாட்டுக்கு ஆதரவாக சாட்சி சொல்ல ஒருவரும் முன்வரவில்லை. குற்ற நிகழ்வைக் கண்ணால் பார்த்த சாட்சியோ, பொருண்மைச் சான்றோ இல்லை. போலீஸ் சொல்லியதும் சீமானும் சுப்பிரமணியும் சொல்லியதும் ஒன்றாக இருந்தது. போலீஸ் ஜீப் சென்னையிலிருந்து வரும்போது அதில் பாண்டியன் பயணம் செய்ததாக ஒருவரும் சொல்லவில்லை. துங்காபுரம், வேப்பூர் கிராமங்களைச் சேர்ந்த பாலசுப்பிரமணியும் செல்லமுத்துவும் தாங்கள் பாண்டியனை, ஆகஸ்ட் 2 புதன்கிழமை மாலை 4 மணிக்குக் கீழாமத்தூர் கிராமத்தில் பார்த்ததாகச் சொல்லியிருந்தார்கள். அந்த நேரத்தில் போலீஸ் குழு சென்னையில் இருந்தது. பாலசுப்பிரமணி, மலேசியாவிலிருந்து வந்த தையற்காரர். அவர் அன்று பிற்பகல் பாண்டியனுடன் தான் பேசியதாகச் சொன்னார். இதன் மூலம், பாண்டியன் போலீஸ் குழுவுடன் சென்னையிலிருந்து ஜீப்பில் வருவதைச் சாத்தியமற்றதாக்கியது.

பாண்டியனின் மரணத்தில் போலீஸாரின் பங்கு அல்லது பங்கின்மை, பங்கிருப்பின் எந்த அளவுக்கு என்பது ஆராயப்பட வேண்டும் என்று ஆர்.டி.ஓ. அறிக்கை கூறியது. இன்னொரு விரைவான விசாரணை நடத்தி உண்மைக் குற்றவாளிகளைக் கைது செய்ய வேண்டும்.

வழக்கு சி.பி. சி.ஐ.டி. விசாரணைக்கு மாற்றப்பட்டது. மீண்டும் பிணக்கூராய்வு நடத்த உத்தரவாகியது. மருத்துவர், முந்தைய கருத்துக்களைப் பார்த்துவிட்டுத் தன் கருத்தைக் கூறினார். டாக்டர் காந்தி கூறியது:

"சம்பந்தப்பட்ட ஆவணங்களை, அதாவது, பிணக்கூராய்வுச் சான்று, பிணக்கூராய்வுக் குறிப்புக்கள், தடயவியல் ஆய்வக அறிக்கை, டாக்டர் விஜயலஷ்மியின் எலும்பு ஆய்வறிக்கை (14.08.1995) ஆகியவற்றைப் பார்த்த பிறகு என் ஆய்ந்த கருத்து,

விதைப்பையில் காயம் இருந்தது. ஆனால் அதன் விளைவாக விதைகளில் காயம் ஏற்படவில்லை. அழுகிய உடலில் இத்தகு காயங்களை, தடயவியல் நிபுணர் அல்லாதார் கண்டுபிடிப்பது சிரமம். விதைகளை நசுக்குவதன் மூலம் ஒருவரைக் கொன்றுவிடலாம். இது எதிர்வினை மரணம் என்றும், அதீத அதிர்ச்சியால் ஏற்படும் மரணம் என்றும் சொல்லப்படும். சில நேரங்களில் மார்பில் அல்லது விதையில் திடீரென பலமாகத் தாக்கப்படுவதால் மரணம் ஏற்படும். அந்நிகழ்வில் காயங்கள் இல்லாமலிருக்கலாம். இந்த வழக்கிலும் அவ்வாறு நேர்ந்திருக்கும் சாத்தியக்கூறு இல்லையென்று சொல்லிவிட முடியாது.

விதைப்பையில் இருந்த காயத்திற்கேற்ப விதைகளில் காயம் இல்லாத நிலையில், கழுத்தில் இருந்த கயிற்றுப் பதிவுகளைக் கருத்தில் கொண்டால், பாண்டியனின் மரணம் தற்கொலை என்று கற்பனைகூடச் செய்ய முடியாது என்று நான் சி.பி.சி.ஐ.டி.க்கு நிபுணர் கருத்தாகச் சொல்லியிருந்தேன். மார்பிலும் விதைப்பையிலும் இருந்த காயங்கள், ஒருவர் தாமாகவே ஏற்படுத்திக் கொள்ளக் கூடியவையல்ல. அந்தக் காயங்கள் மரணம் சம்பவிக்கப் போதுமானவை. அதீத அதிர்ச்சியால் ஏற்படும் எதிர்வினை மரணம்.

எனவே, இதுபோன்ற வழக்குகளில், விசாரணை அலுவலர், வழக்கின் பின்னணியைப் பார்க்க வேண்டும். மருத்துவரின் வார்த்தைகளை மட்டுமே நம்பிவிடக் கூடாது. நான் சி.பி.சி.ஐ.டி.க்கு இது தற்கொலை என்று அறுதியிட்டுச் சொல்லவில்லை. ஒரு குறித்தவகைக் கேள்விக்கு, அதாவது, உள்ளுறுப்புக்களில் காயம் இல்லாத நிலையில், தற்கொலை சாத்தியம்தானா என்றால், நான் ஆம் என்று பதில் சொன்னேன். இந்த வழக்கில் தற்கொலை சாத்தியம்தான்; ஆனால் நடந்திருக்கலாம் என்பதல்ல. உடல் அழுகிவிட்டது, உள் காயங ்களைப் பார்க்க முடியாது என்ற நிலையில், விசாரணை அலுவலர், வழக்கின் சூழல், காயங்களின் தன்மை, காயம் பட்ட பகுதி, வழக்கின் பின்னணி ஆகியவற்றைப் பார்க்க வேண்டும்."

டாக்டர் காந்தி, இருவகைக் கருத்துக்களைச் சொல்லி யிருந்தார். தாக்குதல் மற்றும் உடல் காயங்கள்தான் மரணத்திற்குக் காரணம் என்ற கருத்தைச் சார்ந்திருந்த போதிலும், முடிவை விசாரணை அலுவலரிடம் விட்டுவிட்டார். சி.பி.சி.ஐ.டி. அது

தற்கொலை என்று முடிவு செய்தது. அப்போதைய உள் துறைச் செயலாளர் எம்.எஃப் பரூக்கி, குற்றம் சாட்டப்பட்டவர்கள், குற்றமற்றவர்கள் என்று அறிவித்தார்.

பாண்டியனின் மனைவி உயர்நீதிமன்றத்தில் வழக்குத் தொடுத்தார். அது இரு நீதிபதிகள் அமர்வின் முன் விசாரணைக்கு வந்தது. அவர்கள் மாறுபட்ட தீர்ப்பைக் கொடுத்ததால், வழக்கு மூன்றாவது நீதிபதிக்குப்போனது. பாண்டியனின் மனைவி அஞ்சாலம், தன் கணவரை போலீஸ் சித்திரவதை செய்து கொன்றுவிட்டது. குறிப்பாக காந்தி, சின்னதுரை, அன்பரசு மற்றும் ரவி ஆகியோர் சில தனி நபர்களோடு சேர்ந்து கொன்று விட்டனர் என்று வழக்குத் தொடுத்தார். தனி நீதிபதி 2003, ஜூன் 16 அன்று, மனுவைத் தள்ளுபடி செய்தார். அதை எதிர்த்து அஞ்சாலம், மேல்முறையீடு செய்தார்.

ஜீப்பில் பயணித்த போலீஸாரைவிட பஸ்ஸில் பயணித்த பாண்டியன் முன்னதாக கீழாமத்தூர் வந்துவிட்டார் என்பதை ந்திமன்றம் ஏற்க மறுத்தது. பாண்டியன் போலீஸாருடன் ஜீப்பில்தான் வந்திருக்க வேண்டும் என்று நீதிமன்றம் கருதியது. போலீஸார் 02.08.1995க்குப் பிறகு பாண்டியனைப் பார்க்க வில்லை என்பது கட்டுக்கதை. ஆனால் அவனது பிணம் 04.08.1995 அன்று திடீரெனக் கண்டுபிடிக்கப்படுகிறது. கடைசியாகப் பார்த்தது யார் என்று எடுத்துக்கொண்டாலும், பாண்டியனின் மரணத்திற்கு போலீஸாரே பதில் சொல்ல வேண்டும்.

பாண்டியன், சென்னையில் இருக்கும் இஞ்சி மண்டியின் சாவியைத் தன்னிடம் வைத்திருந்தார் என்று அஞ்சாலம் சொன்னார். அந்த சாவி போலீசாரிடம் இருந்தது. என் கணவரின் உடல் கண்டெடுக்கப்பட்ட பிறகு, இந்த சாவி பற்றிக் கேட்டபோது, குன்னம் காவல்நிலைய சப் இன்ஸ்பெக்டர் வீரமணி, படலூர் இன்ஸ்பெக்டரிடமிருந்து வாங்கித் தருவதாக எழுதிக் கொடுத்துள்ளார் என்றார் அஞ்சாலம்.

அவள் தன் கணவரின் உடலைப் பார்த்தபோது, அது வேப்ப மரத்தின் கிளைகளில் தொங்கிக்கொண்டிருந்தது. அந்த மரத்தில் கீழிருந்து பத்தடிவரை கிளைகள் இல்லை. அவள் கணவரின் கைகள் கிளைகளில் நைலான் கயிற்றால் கட்டப்பட்டிருந்ததை அவள் பார்த்தாள். முதுகிலும் வயிற்றிலும் காயங்கள் இருந்தன. அவற்றில் சில கத்தியால் கீறியவை. தன் கணவரின் மீசை வலது புறம் பிய்த்து எடுக்கப்பட்டு உதடுகள் வீங்கியிருந்ததை அவள் பார்த்தாள்.

கைகள் நைலான் கயிற்றால் கட்டப்பட்டிருந்த நிலையில், ஒரு கால் மரக் கிளையில் கிடக்க ஒருவர் தனக்குத் தானே சுருக்கு மாட்டிக்கொண்டார் என்பதை, அறிவுள்ள எவரும் ஏற்க முடியுமா என நீதிமன்றம் கேட்டது. விதைப்பையின் அடியில் காயம் இருந்ததையும் இடது மார்பகப் பகுதியில் ரத்தக் கட்டு இருந்ததையும் பிணக் கூராய்வு அறிக்கை கூறுவதை நீதிமன்றம் சுட்டிக்காட்டியது. இவையெல்லாம் இறந்துபோனவர் தாக்கப்பட்டு, இறந்தபின் தொங்கவிடப்பட்டிருப்பதைச் சந்தேகத்திற்கிடமின்றித் தெளிவுபடுத்துகின்றன என்றது நீதிமன்றம். மேலும் உண்மையிலேயே அது தற்கொலை என்றால், அதற்கான காரணமும் கூறப்படவில்லை. "எனவே ஒரு கொலை வழக்கிற்கு, தற்கொலைச் சாயம் பூசியிருக்கிறார்கள் அதிகாரத்தில் உள்ளவர்கள் என்னும் எங்கள் கருத்து வலுப்பெறுகிறது. அதற்கான காரணம் அவர்களுக்கே வெளிச்சம். குற்றவாளிகளைக் காப்பாற்றுவதற்காக இருக்கலாம். ஆனால் சட்டத்தின் கைகள் நீளமானவை, அவற்றிலிருந்து குற்றவாளிகள் யாரும் தப்பித்துவிட முடியாது என்பதையும் கருத்தில் கொள்ள வேண்டும்."

நீதிமன்றம் அஞ்சாலையின் தரப்பை முழுமையாக ஏற்றுக்கொண்டு ஆர்.டி.ஓ. விசாரணை ஒரு கண்துடைப்பு என்றது.

நீதிமன்றம் சொன்னது: "இறந்துபோன பாண்டியனின் மரணத்தில் போலீஸ் குழு சம்பந்தப்பட்டிருப்பதாலும், முந்தைய விசாரணை, கள நிலவரங்களையும், சான்றாவணங்களையும் புறக்கணித்து, தவறான ஊகத்தில் நடந்துள்ளதால், இவ்வழக்கு சி.பி.ஐ. விசாரணைக்கு மாற்றப்பட உகந்தது என்று நாங்கள் கருதுகிறோம். பாண்டியன் இறந்து பல ஆண்டுகள் ஆகிவிட்டது என்றபோதிலும், விசாரணைக் குழு பிற சான்றுகளைச் சேகரிக்க லாம். ஏனெனில் இதுபோன்ற அசாதாரண சூழ்நிலைகளில் (ஒரு அப்பாவி ஆதிதிராவிடரை, உயர் சாதி புகார்தாரர்களோடு சேர்ந்துகொண்டு போலீஸாரே கொன்றுள்ளனர்) அசாதாரணத் தீர்வுகளும் தேவைப்படுகின்றன.

மேலும் நீதிமன்றம், தமிழ்நாடு அரசு, மேல்முறை யீட்டாளருக்கு இழப்பீடாக ரூபாய் 5 லட்சம் தர வேண்டும் என்றும் அத்தொகையை, ரூ.2 லட்சம் எதிர்மனுதாரர் 3 விடமிருந்து எதிர்மனுதாரர்கள் 4, 6 ஆகியோரிடமிருந்து தலா 1 லட்சம் அரசு பிடித்தம் செய்யலாம் என்றும், எதிர்மனுதாரர் 5 தற்போது பணியில் இல்லையென்பதால், அவரிடமிருந்து ரூ.1 லட்சம் அரசு (எதிர்மனுதாரர் 2) உரிய சட்ட முறைப்படி

பிடித்தம் செய்யலாம் என்றும் உத்தரவிட்டது. சி.பி.சி.ஐ.டி. விசாரணை அறிக்கையையும் ஆர்.டி.ஓ விசாரணை அறிக்கையை யும் ரத்து செய்தும் உத்தரவிட்டது.

சி.பி.ஐ. இந்த விசாரணையை 12 வாரங்களில் முடிக்க வேண்டும்.

இதற்கிடையில், கஸ்தூரி காந்தி உதவி கமிஷனராகப் பதவி உயர்வு பெற்று மதுரை கட்டுப்பாட்டறையில் இருந்தார். ரவி இன்டெலிஜன்ஸ் பீரோவுக்கு மாறிச் சென்று, திருச்சி விமான நிலைய குடியேற்றப் பிரிவில் இருந்தார். அவர்கள் உச்ச நீதிமன்றத்தில் மேல் முறையீடு செய்தார்கள். உச்ச நீதிமன்றம் காலங்கடந்த மேல் முறையீடு என்றது. துறைக்குள்ளேயே, ஒரு மனுவை முறைவழியாக எஸ்.பி, டி.ஐ.ஜி., ஐ.ஜி., டி.ஜி.பி. என்று அனுப்பி உத்தரவு பெற ஓராண்டுக்கு மேல் ஆகிறது. பாண்டியன் 1995இல் இறந்தார். வழக்கு, 2014ஆம் ஆண்டு, சி.பி.ஐ. விசாரணைக்கு ஒப்படைக்கப்பட்டது. அதாவது 19 ஆண்டுகளுக்குப் பிறகு. சி.பி.ஐ. சிறப்புப் புலனாய்வுப் பிரிவின் டி.ஐ.ஜி. செங்கதிர் தானே இந்த விசாரணையை மேற்கொண்டார். அவர் தர்மபுரி மாவட்டத்துக்காரர். ராஜஸ்தான் கேடர் ஐ.பி.எஸ். அதிகாரி. அந்த நேரத்தில் சி.பி.ஐ. தமிழ்நாடு பிரிவில் எஸ்.பி. நிலை அதிகாரி யாரும் இல்லை.

சி.பி.ஐ. டெய்லர் பாலசுப்பிரமணியத்திற்கு, அவர் பாண்டியனை இறப்பதற்கு முன்னதாகப் பார்த்தார் என்பதை மறுக்குமாறு சொல்லிக் கொடுத்தது. ஆனால் அவர் சொன்னார், “நான்தான் அவர பாத்தனே . எப்படி பாக்கலன்னு சொல்ல முடியும்?” சி.பி.ஐ. அவரையும் குற்றவாளியாகச் சேர்த்தது. அதன்பின் அவர், தன் மனைவி, பிள்ளைகள் இருந்த மலேசியாவுக்குப் போக முடியவில்லை. சி.பி.ஐ. காந்திக்கும் ரவிக்கும் அழைப்பாணை அனுப்பியது. விசாரணை 2014 ஏப்ரல் 14 அன்று.

இன்ஸ்பெக்டர் ரமேஷ் மற்றொரு இன்ஸ்பெக்டர் இருவரும் ரவியை விசாரித்தனர். சி.பி.ஐ. ரவியை அப்ரூவர் ஆகுமாறு ஆலோசனை சொன்னது. மன்னிப்பு கிடைக்கும். அவர் மற்றவர்கள் செய்ததைச் சொல்ல வேண்டும். ரவி மறுத்தார். சி.பி.ஐ. அவரையும் குற்றவாளியாகச் சேர்த்துக் கேள்விகள் கேட்டது. அப்போது அவர் இன்டெலிஜன்ஸ் பீரோவில் இருந்தார். குற்றவாளியாகச் சேர்க்கப்பட்டதால், ஐ.பி. அவரை உள்ளூர்க் காவலுக்குத் திருப்பி அனுப்பியது.

செல்வராணியின் தந்தை சீமானும், மாமா சின்னதுரை யும் ஒரு சில மாதங்களுக்கு முனனரே விசாரிக்கப்பட்டு

விட்டனர். சி.பி.ஐ. அவர்களைச் சித்திரவதை செய்தது. ரவி, ஜீப்பை அந்த வேப்ப மரம்வரை கொண்டு சென்றார் என்றும், பாண்டியனை ஜீப்பின் பானட்டின் மீது நிற்கவைத்து, அவரது லுங்கியைக் கழுத்தில் சுற்றித் தொங்கவிட்டார் என்றும் சொல்லவைத்தது. ரவியையும் காந்தியையும் ஒருநாள் முழுவதும் விசாரித்தனர். இரவு 08.00 மணியளவில், ஆறு அல்லது ஏழு போலீசார் அவர்கள் வைக்கப்பட்டிருந்த அறைக்குள் வந்து நின்றனர். அப்போதுதான் அவர்களைச் சிறையிலடைக்கப் போகிறார்கள் என்பது தெரிந்தது. அன்று இரவு அவர்கள் சி.பி.ஐ. அலுவலக அறையிலேயே தரையில் படுத்து உறங்கினார்கள். ரவி 78 நாட்கள் திருச்சி மத்திய சிறையில் இருந்தார். காந்திக்குக் கொஞ்சம் செல்வாக்கு இருந்ததால் அவர் சுமார் 40 நாட்கள் தன்னை ஒரு தனியார் மருத்துவமனையில் உள் நோயாளியாக இருத்திக்கொண்டார். அவர் சிறையிலடைக்கப்படும் நாளிலிருந்தே அவரது தண்டனைக்காலம் தொடங்கும் என்று சி.பி.ஐ. சொன்னது. காந்தி 28 நாட்கள் சிறையிலிருந்தார். ரவி சிறைவாசத்தின்போது சில நாட்கள் சிறை மருத்துவமனையில் தனிமைப்படுத்தப்பட்டிருந்தார்.

ரவியின் ஜாமீன் மனு, உயர் நீதிமன்றத்தால் இரண்டுமுறை நிராகரிக்கப்பட்டது. மூன்றாவது முறை ஜாமீன் கிடைத்தது. சி.பி.ஐ. வழக்கில் சேர்த்தவுடன் காந்தியும் ரவியும் சஸ்பெண்ட் செய்யப்பட்டனர். அவர்கள் இருவரும் தினமும் காலை 10 மணிக்கு சென்னை பெசன்ட் நகர் ராஜாஜி பவனில் உள்ள சி.பி.ஐ. அலுவலகத்தில் கையொப்பமிட வேண்டும். அவர்கள் அங்கிருந்து அனுமதிபெற்று வெளியே வர பிற்பகல் கடந்துவிடும். அதுவரை அவர்கள் சி.பி.ஐ. அலுவலகத்தில் காத்திருக்க வேண்டும். ரவி மடிப்பாக்கத்தில் இருக்கும் தன் சகோதரர் வீட்டிலிருந்து தினமும் சி.பி.ஐ. அலுவலகத்திற்கு வந்தார். 2014 முதல் 2019 வரை ஐந்தாண்டுகள் ரவி சஸ்பெண்ஷனில் இருந்தார். 2019 அக்டோபரில் சஸ்பெண்ஷன் விலக்கப்பட்டது. திருச்சி கூடுதல் செஷன்ஸ் (சி.பி.ஐ. சிறப்பு) நீதிமன்றம், சி.பி.ஐ.யின் வழக்கைத் தூக்கியெறிந்தது. கேவலமான விசாரண, சாட்சிகள் கலைப்பு, அழுத்தம் தருதல் இவையே சி.பி.ஐ. வழக்கின் அம்சங்கள் என்றது சிறப்பு நீதிமன்றம். செல்வராணி வந்து சாட்சியம் சொன்னாள். தான் வீட்டைவிட்டுப் போனது தன் தந்தை தன்னிடம் அரக்கத்தனமாக நடந்து கொண்டதால்தான் என்றும் தன்னைக் கொன்றுவிடுவதாக அச்சுறுத்திக்கொண்டே இருந்தார் என்றும் சாட்சிய மளித்தாள். அவள் மோகன்ராஜோடு மகிழ்ச்சியாக வாழ்ந்து கொண்டிருக்கிறாள், மோகன்ராஜ் தன்னை நன்றாக வைத்திருக்கிறார் என்றாள். செல்வராணி சாட்சியமளித்தபோது,

அவளது பேத்திக்குத் திருமணமாகியிருந்தது. சி.பி.ஐ. ஆதாரங்களே இல்லாமல் குற்றப்பத்திரிக்கை தாக்கல் செய்திருப்பதாக நீதிபதி சொன்னார். ஐ.ஜி. தனக்கு எதுவும் தெரியாது என்றார். அதனால் நீதிபதி டி.ஐ.ஜி.யை கண்டிக்க நேர்ந்தது. சி.பி.ஐ. கொண்டுவந்து நிறுத்திய சாட்சிகள் எல்லோருமே பின்வாங்கிவிட்டனர்.

இந்த நிலையில்தான் ரவியின் சஸ்பெண்ஷன் விலக்கப் பட்டது, தாமாக அல்ல.

இந்த விஷயத்தில் அனூப், டி.ஜி.பி. அசோக் குமாரிடமும், அவருக்குப் பின்வந்த டி.கே.ராஜேந்திரனிடமும் பேசினார். அசோக் குமாரிடம் அவர், "சி.பி.ஐ. ரவியை இதில் சம்பந்தப் படுத்தவில்லை. அவர் நிரபராதி என விடுவிக்கப்பட்டவர்" என்றார். ஆனால் அசோக் குமார், "சஸ்பெண்ஷன் விலக்க ரவி நீதிமன்றம் போக வேண்டும்" என்றார்.

"அவரை சஸ்பெண்ட் செய்ய அனுமதி கேட்டு நீங்கள் நீதிமன்றம் போனீர்களா சார்" என்றார் அனூப்.

"அப்போது நான் டி.ஜி.பி. இல்லையே."

"நீங்கள் ஆவணங்களைப் பாருங்கள். இந்த அலுவலகம் அவரை சஸ்பெண்ட் செய்தது. நீதிமன்ற அனுமதி பெறவில்லை. உங்கள் அலுவலகம் அவரை நீதிமன்ற அனுமதி இல்லாமலே சஸ்பெண்ட் செய்தது என்றால், உங்கள் அலுவலகமே சஸ்பெண்ஷனை விலக்கலாம் அல்லவா?"

"இது ஒரு சீரியஸான விஷயம்."

"சகோதரரே, நீதிமன்றம் போக காசு வேண்டும் அல்லவா?"

"நீதிமன்றம் போக வேண்டும் என்று அவருக்குச் சொல்லுங்கள்."

"ஒரு அப்பாயின்ட்மென்ட் கொடுங்கள். இரண்டு நிமிடம் பேசுவதில் என்ன சிரமம்?"

அனூப் அந்த வழக்கு பற்றிய குறிப்பு ஒன்றை இரண்டு பத்திகளில் தயாரித்தார். அதைத் தட்டச்சு செய்து ரவியிடம் கொடுத்தார். "இதை டி.ஜி.பி.யிடம் கொடுங்கள். எதுவும் பேச வேண்டாம்."

ரவி டி.ஜி.பி.யின் அறைக்குள் நுழைந்ததுமே, அசோக் குமார் அந்தச் சந்திப்பைத் தவிர்த்தார். "நீங்க போய் சட்டம் ஒழுங்கு ஏ.டி.ஜி.பி.யை பாருங்க" என்றார்.

அனூப், டி.ஜி.பி.க்கு போன் செய்து கேட்டபோது, "ரவி நீதிமன்றம்தான் போக வேண்டும். நீதிமன்றம் முடிவு செய்யட்டும். நான் முடிவெடுக்க முடியாது"

சி.பி.ஐ. சிறப்பு நீதிமன்றத் தீர்ப்பின் மீது தாங்கள் மேல்முறையீடு செய்யப்போவதில்லை என்று தமிழ்நாடு காவல்துறைக்கு எழுதியது. அதன் பின்னரே ரவியின் சஸ்பெண்ஷன் விலக்கப்பட்டது.

நீதிமன்றத்தால் விடுவிக்கப்பட்டுவிட்ட போதும் ரவிக்குச் சுமார் ஏழு ஆண்டுக்கால ஊதியம் தரப்படவில்லை. அவரது மகள் படித்துக்கொண்டிருந்தாள். வக்கீல்களுக்குச் சுமார் 5 லட்சம் செலவு செய்திருந்தார். கடும் மன உளைச்சலுக்கு உள்ளாகி இதயம் பாதிக்கப்பட்டு ஸ்டண்ட் வைக்கப்பட்டது. புகை பிடிக்கவும் மதுப் பழக்கத்திற்கும் அடிமையாகி இருந்தார்.

சஸ்பெண்ஷன் விலக்கப்பட்டதும் அனூப் டி.ஜி.பி. அலுவலகம் சென்று ரவி நிரபராதி என விடுவிக்கப் பட்டிருப்பதால் அவர் சஸ்பெண்ஷனில் இருந்த காலம் பணிக்காலமாகக் கருதப்பட வேண்டும் என்று விளக்கிக் கொண்டிருந்தார்.

அனூப், ஐ.பி. சிறப்பு இயக்குநர் எஸ்.ஏ. ராஜனைச் சந்தித்து ரவியை மீண்டும் ஐ.பி.யில் சேர்த்துக்கொள்ள வேண்டும் என்று கேட்டுக்கொண்டார். ரவிக்கு இன்னும் 4 ஆண்டுகள் தான் பணிக்காலம் இருக்கிறது. ஐ.பி.யில் எடுக்க வேண்டு மென்றால் ஐந்து ஆண்டுகள் பணிக்காலம் தேவை என்றார் ராஜன். அந்த சமயத்தில், கோவிட் பெருந்தொற்று காரணமாக தமிழ்நாடு அரசு, பணியாளர்களின் ஓய்வு பெறும் வயதை ஓராண்டு உயர்த்தியது. மார்ச் 23 அன்று ராஜன் அனூப்பிற்கு போன் செய்து தான் ரவியை ஐ.பி.யில் எடுத்துக்கொள்வ தாகவும் ஆனால் மாநில அரசு அவரை மார்ச் 31க்குள் விடுவிக்க வேண்டும் என்றும், இல்லையென்றால், ஐந்தாண்டுப் பணிக்காலம் குறைவுபடும் என்றும் ஐ.பி.யில் சேரும் தகுதியை அவர் இழந்துவிடுவார் என்றும் சொன்னார். அனூப் மார்ச் 27 அன்று டி.ஜி.பி. திரு ஜே.கே.திரிபாதியிடம் பேசினார். அரை மணிநேரத்தில் ரவி விடுவிக்கப்பட்டார்.

பின்னுரை

கருத்துக்கும் யதார்த்தத்துக்கும் இடையே,
கருத்துக்கும் செயலுக்கும் இடையே
நிழல் விழுகிறது.
ஏனெனில் இது உனது ராஜ்ஜியம்.

டி.எஸ். எலியட்

இது, 'வெற்று மனிதர்கள்' குறித்த டி.எஸ்.எலியட்டின் கூற்று. சட்டத்தைப் பொறுத்த வரை அனைவரும் சமம் என்றே நமக்குச் சொல்லப் பட்டிருக்கிறது. இக்கோட்பாட்டை நிலைநிறுத்துவது என்பது வேறு விஷயம். சட்டத்திற்கும் அதன் அமலாக்கத்திற்கும் இடையே நிழல் விழுகிறது. அத்தகு நிழல் உலகங்களை இத்தொகுப்பில் உள்ள கதைகள் படம்பிடித்துக் காட்டுகின்றன. சட்டத்தின் ஆட்சியை நிலைநிறுத்துவதற்காகவே காவல்துறைக்குச் சம்பளம் தரப்படுகிறது. அவர்கள் உறுதிமொழியும் ஏற்கின்றனர். ஹைதராபாத்தில் உள்ள உயர்பயிற்சியகத்தில் புகழ்பெற்ற பேச்சாளர்கள் ஒவ்வொருவராக வந்து இளம் அதிகாரிகளுக்குக் காவல்துறை அதிகாரியின் கடமைகள், நெறிகள் என்னவாக இருக்க வேண்டும் என்று விளக்குகிறார்கள். கருத்தியலாலும், அவன் அல்லது அவளது தேவைகளாலும் உந்தப்பட்டு, சட்டத்தையும் அரசியலமைப்பையும் காப்பதே சரியான தர்மம் என்று கற்றுத்தரப்படுகிறது. பாதுகாப்பளிப்பதும் அமைதியைப் பராமரிப்பதும் அந்தத் தர்மத்தின் ஒரு பகுதியே.

சீருடை அணிந்து களத்தில் சென்று நிற்கும் ஒரு அதிகாரிக்குக் குழப்பம் நேருகிறது. என்ன செய்ய வேண்டும் என்று சொல்லித்தரப்பட்டதோ, என்ன செய்ய வேண்டும் என்று கற்றுத்தரப்பட்டதோ அதுவும், களத்தில் எவ்வாறு செயல்பட வேண்டும் என்று எதிர்பார்க்கப்படுகிறதோ அதுவும் ஒன்றுக் கொன்று மாறுபட்டதாக, ஏன் முரண்பட்டதாகவே இருக்கின்றன. சில நேரங்களில் அந்த அதிகாரி தான் குற்றங்களைக் கண்டறிந்ததை விடவும், குற்றங்கள் நிகழாமல் தடுத்ததை விடவும், குற்றங்கள் செய்ததே அதிகம் என்று உணர்கிறார். வினோத உலகத்தில் அலைஸ் இருந்ததைப் போன்றே தானும் இருப்பதாக உணர்கிறார். ஒரே வேறுபாடு, அவரைச் சுற்றி இருள் சூழ்ந்திருக்கிறது. உணர்வுக்கும் எதிர்வினைக்கும் இடையே இங்கு நிழல் விழுகிறது.

யதார்த்தத்தை எதிர்கொள்ளும்போது, அவர்கள் கற்றுக் கொண்ட உள்ளுணர்வு, வெகு விரைவாக மங்கி மறையும் மனக் குரலாக மாறுகிறது. எனினும் காவல்துறை இயன்றவரை சட்டத்தை நிலைநிறுத்துகிறது என்பதை மறுக்க முடியாது. யதார்த்தம் உருவாக்கும் மனக்குழப்பத்திற்கு அதிகாரிகள் ஒவ்வொருவரும் ஒவ்வொரு விதமாக எதிர்வினையாற்றுகிறார்கள். அவர்களது கடந்தகால அனுபவம், சுய ஆளுமை, தன்னிச்சையான செயல்பாடு, குடும்பச் சூழல் ஆகியவற்றைப் பொறுத்து. ஒரு அதிகாரமிக்க நபரை எதிர்கொள்ள நேரும்போது, அவர்கள் குறுகுறுக்கும் மனதுடன் முகத்தைத் திருப்பிக்கொள்கிறார்கள். குற்றவுணர்வு இருந்தாலும், மனசாட்சியின் உறுத்தலில்லாமல் விலகிவிடுகிறார்கள். தங்கள் தலையைப் பலிபீடத்தில் வைக்க அவர்கள் விரும்பவில்லை. இங்கு மன இறுக்கத்திற்கும் செயலுக்கும் இடையே நிழல் விழுகிறது. சிலர் தங்களைப் பலியிடவும் முன்வருகிறார்கள். அவர்கள் ஒதுக்கப்பட்டுவிடுவது நிச்சயம். எங்கோ ஒரு 'தண்ணியில்லாத காட்டில்' சிலர் ஆள்வோருக்கு ஏற்பத் தங்களைச் சரிசெய்துகொள்ளலாம். ஆனால் அதுவும் ஆபத்தாகவே முடியலாம். ஏனெனில் ஆட்சியதிகாரம் மாறிக்கொண்டே இருக்கிறது. சிலர் தங்களை ஒரு அரசியல் அமைப்போடு அடையாளப்படுத்திக்கொண்டதற்காகப் பெரும் விலை கொடுக்க நேர்ந்திருக்கிறது. ஒரு காவல்துறை அதிகாரியாக இருப்பது எளிதானதல்ல.

இந்தக் கதைகளில் வரும் நாயகனைப் போலச் சிலருக்கு அதிர்ஷ்டம் உதவியிருக்கிறது.

சட்ட நடைமுறையின் வக்கிரங்களைக் காண நாம் ஆழ்ந்து செல்ல வேண்டிய அவசியமில்லை. உதாரணமாக,

மல்யுத்த வீராங்கனைகள் பிரிஜ் பூஷண் சரண் சிங்மீது கொடுத்த பாலியல் புகார்கள். உள்துறை அமைச்சரின் நேரடிக் கட்டுப்பாட்டில் வரும் தில்லி காவல்துறை, உச்ச நீதிமன்றம் அறிவுறுத்திய பின்னரே, வீராங்கனைகளின் போராட்டம் தொடங்கி நான்கு மாதங்களுக்குப் பின்னரே முதல் தகவல் அறிக்கை பதிவுசெய்ய முன்வந்தது என்பதை நாம் நினைவில் கொள்ள வேண்டும். அதன் பின் ஒரு மாதம் கழித்து குற்றப் பத்திரிக்கை தாக்கல் செய்யப்பட்டது. இந்தியாவுக்காக ஒலிம்பிக்கில் பதக்கம் வென்றவர்களால் ஒரு முதல் தகவல் அறிக்கையைப் பதிவுசெய்ய இயலவில்லை. புலன் விசாரணை ஒருபுறம் இருக்கட்டும். நீங்களும் நானும் எங்கே நிற்கிறோம்? குற்றம் சாட்டப்பட்டவரை எந்தக் கேள்வியும் கேட்காமல், விசாரிக்காமல், விசாரணையை முடித்து உச்ச நீதிமன்றத்தில் அறிக்கை தாக்கல் செய்யப்பட்டது. அவரது செல்வாக்கு அத்தகையது. இதுதான் நாட்டின் தலைநகரான தில்லி காவல்துறையின் நிலை. தொலைதூரங்களில் எப்படியிருக்கும் என்று நீங்கள் கற்பனைசெய்துகொள்ளலாம்.

உத்தரப் பிரதேசத்தில், லக்கிம்பூர் கிராமத்தில் போராடிக் கொண்டிருந்த விவசாயிகள்மீது தனது வாகனத்தை மோதிய அமைச்சரின் மகன் விஷயத்தை எடுத்துக்கொள்வோம். அவர் பயணம்செய்த வாகனத்தின் சக்கரங்களில் சிக்கி நான்கு விவசாயிகள் உயிரிழந்தனர். ராணுவ வாகனங்களைப் போன்ற அந்த மூன்று கனரக வாகனங்கள் வரிசையாக வேகமாகச் சென்று அவர்களைப் பின்புறமாக மோதின. அது அவ்வாறே திட்டமிடப்பட்டது என்று சிறப்புப் புலனாய்வுக் குழு அறிக்கை கூறியது. விவசாயிகள்மீதும் குற்றம் சுமத்தி எதிரெதிர் வழக்குகள் பதிவுசெய்யப்பட்டன. அந்த நிகழ்வின்போது, அந்த வாகனங்களில் தன் மகன் இல்லை என்று முதலில் அமைச்சர் மறுத்தார். விவசாயிகள்மீது எதிர்ப் புகாரைப் பதிவுசெய்த பா.ஜ. கட்சிக்காரர் ஜீப்பிலிருந்து இறங்கித் தன் கைத்துப்பாக்கியால் வானத்தை நோக்கிச் சுட்டார். அமைச்சரின் மகன் ஓடிச் சென்று போலீஸ் பாதுகாப்புக்குள் அடைக்கலமானார். இருந்தபோதும் அமைச்சர் தன் மகன் அந்த நேரத்தில் வேறொரு கூட்டத்தில் பேசிக்கொண்டிருந்ததாகக் கூறினார். ஒரு நாள் கழித்து வெளியான ஒரு காட்சிப் பதிவு அது பொய் என்பதையும் அந்தச் சம்பவத்தின் மூர்க்கத்தனத்தை யும் காட்டியது. அதன் மூலம் அமைச்சரின் மகனது அடையாளம் வெளிப்பட்ட பின், காவல்துறை அவரை விசாரணைக்கு வருமாறு பணிவாக வேண்டியது. ஆனால் அவர் அவசரப்படவில்லை.

பின்னர் உச்ச நீதிமன்றம் தந்த அழுத்தத்தால் அவர் சம்பிரதாயமாகக் கைது செய்யப்பட்டார்.

இனி ஹத்ராஸ் வழக்குப் பற்றிப் பார்ப்போம்.

*2020*ஆம் ஆண்டு செப்டம்பர் *19*ஆம் நாள் காலை சுமார் *09.30* மணியளவில் உத்தரப் பிரதேச மாநிலம், ஹத்ராஸ் மாவட்டத்தி லுள்ள பூல்காரி கிராமத்தில் ஒரு தலித் பெண், நான்கு ஆதிக்கச் சாதியினரால் வன்புணர்வு செய்யப்படுகிறாள். தாகூர் என்னும் ஆதிக்கச் சாதியினரின் வயலில் அவள் வேலை செய்கிறாள். அவள் கழிப்பறைகளைச் சுத்தம் செய்யும் தொழிலோடு தொடர்புடைய பங்கி என்னும் தீண்டப்படாத சாதியைச் சேர்ந்தவள். ரத்தக் காயங்களுடன், ஆடைகளின்றி அவள் தரை யில் வீழ்ந்து கிடப்பதை அவளது அம்மாவும் சகோதரனும் பார்க்கிறார்கள். அவள் நாக்கில் வெட்டுக் காயங்கள், கழுத்து நெரிக்கப்பட்டிருக்கிறது. முதுக்குத்தண்டில் சிதைவு, உடலில் பல இடங்களில் எலும்பு முறிவு. (பிறகு அவள் பக்க வாதத்தால் பாதிக்கப்பட்டுச் செயலிழந்தாள்.) அவள் சந்த்பா காவல் நிலையத்திற்குக் கொண்டுசெல்லப்படுகிறாள்.

சந்தீப் என்னும் குற்றவாளியின் பெயர் குறிப்பிட்டு முதல் தகவல் அறிக்கை, இ.த.ச. பிரிவு *354*இன் கீழ் பதிவு செய்யப்படுகிறது. மாவட்ட மருத்துவமனை மருத்துவர்கள் அவளை அலிகார் ஜவஹர்லால் நேரு மருத்துவக் கல்லூரி மருத்துவமனைக்கு அனுப்பினார்கள். காவல்துறை, வன்புணர்வு நிகழவில்லை என்றது. ஹத்ராஸ் மாவட்ட நீதிபதி அது ‘பொய்ச்செய்தி’ என்றார். உத்தரப் பிரதேசச் செய்தி மக்கள் தொடர்புத் துறையும் அதையே சொன்னது. தடயவியல் ஆய்வுகளின்படி வன்புணர்வுக்கான விந்தணுத் தடயம் இல்லை என மூத்த காவல்துறை அதிகாரி ஒருவர் கூறினார். தடயவியல் துறையும் அதையே சொன்னது. பாதிக்கப்பட்ட பெண், தான் தாக்கப்பட்டு ஒன்பது நாட்கள்வரை வன்புணர்வு பற்றி ஏதும் கூறவில்லை என்றது காவல்துறை. ஆனால் அப்பெண் தாக்கப்பட்ட ஒரு மணிநேரத்திற்குள் எடுக்கப்பட்ட காட்சிப் பதிவில் அவள் வன்புணர்வு புகார் கூறுவது காணக்கிடைக்கிறது. செப்டம்பர் *19* அன்று அவளது உடல்நிலை மோசமானதால், அவளது வாக்குமூலம் பெறப்படுகிறது. அவள், சந்தீப், ராமு, லவ்குஷ், ரவி என்னும் நால்வர் தன்னைத் துப்பட்டாவால் வயலுக்குள் இழுத்துச் சென்று வன்புணர்வு செய்ததாகக் கூறுகிறாள். பதிவுசெய்யப்பட்ட மூன்று வாக்குமூலங்களிலும் அவள் அவ்வாறே கூறுகிறாள். தான் எதிர்த்தபோது தன் கழுத்தை அவர்கள் நெரித்ததாகவும் கூறுகிறாள். செப்டம்பர் *22*

அன்று அவள் அலிகார் குற்றவியல் நடுவர்முன் வாக்குமூலம் தருகிறாள். 14 நாட்களுக்குப் பின் அவள் தில்லி சப்தர்ஜங் மருத்துவமனைக்கு மாற்றப்படுகிறாள். அங்கு அவள் செப்டம்பர் 29 அன்று மரணமடைகிறாள்.

அவளது உடலுடன் உ.பி. காவல்துறை நேராக ஹத்ராஸில் உள்ள மயானத்திற்குச் செல்கிறது. பத்திரிக்கையாளர்கள் அருகில் வராதபடி மனிதச் சங்கிலியமைத்துத் தடுக்கப்படுகிறார்கள்.

இந்தச் செய்தியைச் சேகரிக்க முயலும் அழிமுகம். காம் என்னும் மலையாளச் செய்தித் தளத்தின் நிருபரும் கேரள பத்திரிகையாளர் சங்கச் செயலாளருமான சித்திக் கப்பன் என்பவர் பட்டப்பகலில் கைதுசெய்யப்படுகிறார். சட்ட விரோத நடவடிக்கைகள் தடுப்புச் சட்டம் *(UAPA)* மற்றும் சட்ட விரோதப் பணப் பரிமாற்றத் தடுப்புச் சட்டம் *(PMLA)* 2002 ஆகியவற்றின் கீழ் வழக்குப் பதிவு செய்யப்படுகிறது. உச்ச நீதிமன்றம் அவரை 2022 செப்டம்பரில் ஜாமீனில் விடுவிக்கிறது. அவர் கேரளாவில் உள்ள உள்ளூர்க் காவல் நிலையத்தில் வாரந்தோறும் திங்கள்கிழமை கையொப்பமிட வேண்டும் என்னும் நிபந்தனையுடன். 2023 பிப்ரவரியில் அந்த நிபந்தனை தளர்த்தப்படுகிறது. எனினும் அவர் வழக்கிற்காக லக்னோ சென்றுவருகிறார். அது தொடர்பான செலவுகளும் துன்பங்களும் தொடர்கின்றன.

ஹத்ராஸில் அந்தப் பெண்ணின் குடும்பத்தினர் வீட்டை விட்டு வெளிவர அனுமதிக்கப்படவில்லை. காவல்துறை அந்தப் பெண்ணின் உடலைக் குடும்பத்தினரிடம் ஒப்படைக்க மறுத்துவிட்டது. நள்ளிரவு 02.30 மணிக்கு அந்தப் பெண்ணின் உடலுக்கு எரியூட்டியது. அவள் குடும்பத்தினரின் சம்மதமில்லாமல், தாங்கள் செய்ய விரும்பிய சடங்குகளைச் செய்ய அனுமதிக்கப்படாமல். ஆனாலும் குடும்பத்தினரின் சம்மதத்துடனேயே உடலுக்கு எரியூட்டியதாகக் காவல்துறை தெரிவித்தது.

அந்தப் பெண்ணின் குடும்பத்தினர் போலீஸுடன் வாதாடுவதும், உடல் கொண்டுவரப்பட்ட ஆம்புலன்ஸ் முன் விழுந்து மன்றாடுவதும், அந்தப் பெண்ணின் தாய் கதறி அழுவதும் காட்சிப் பதிவுகளாகக் காணக் கிடைக்கின்றன. அந்தப் பெண்ணின் குடும்பத்தினர் தங்கள் அறிக்கையை மாற்றித்தர வேண்டும் என்று மாவட்ட நீதிபதி அவர்களைச் சமாதானப்படுத்தும் வீடியோ ஒன்றும் வெளியாகியது. அப்பதிவில் அவர் சொல்கிறார்—“உங்கள் நம்பகத் தன்மையை நீங்களே அழித்துக்கொள்ளாதீர்கள், இந்த ஊடக ஆட்கள்

ஓரிரு நாளில் போய்விடுவார்கள். ஏற்கெனவே பாதிப் பேர் போய்விட்டார்கள். நாங்கள்தான் எப்போதும் உங்களோடு இருப்பவர்கள். உங்கள் வாக்குமூலங்களை மாற்றிக்கொள்வது உங்கள் பொறுப்பு.”

இச்சம்பவம் பெரும் ஆரவாரத்தை, சலசலப்பை உருவாக்கிய பிறகே மாநில அரசு, மாவட்ட எஸ்பி உட்பட ஐந்து காவல்துறை அதிகாரிகளைத் தற்காலிகப் பணிநீக்கம் செய்தது. அக்டோபர் 10 அன்று சி.பி.ஐ. தன் விசாரணையைத் தொடங்கியது. சி.பி.ஐ. தாக்கல்செய்த குற்றப்பத்திரிக்கை, தன்னை வன்புணர்வு செய்தவர்களின் பெயர்களை அந்தப் பெண் சொன்ன பிறகும் அதைப் புறக்கணித்ததாகவும், உடனடியாக மருத்துவப் பரிசோதனை செய்யவில்லை என்றும் காவல்துறையைக் குற்றம் கூறியது. அதன்பிறகே ஹத்ராஸ் போலீஸ் சந்தீப், ராமு, லவ்குஷ், ரவி என்னும் நான்கு குற்றவாளிகளைக் கொலை முயற்சி, கூட்டு வன்புணர்வு, தாழ்த்தப்பட்டோர், பழங்குடியினர் வன்கொடுமை தடுப்புச் சட்டமீறல் ஆகிய குற்றச்சாட்டுக் களுக்காகக் கைது செய்தது. மூன்றாண்டுகளுக்குப் பின் 2023இல், ஒரு உ.பி. நீதிமன்றத்தால் அவர்களில் மூவர் விடுவிக்கப்பட்டனர் என்பது வேறு விஷயம். சந்தீப் சிசோடியா என்னும் நான்காவது நபர் கொலையாகக் கருதப்பட இயலாத மரணம் விளைவித்த தாகவும், தாழ்த்தப்பட்டோர், பழங்குடியினர் வன்கொடுமை தடுப்புச் சட்டமீறலுக்காகவும் குற்றவாளியாக அறிவிக்கப்பட்டார். வன்புணர்வுக் குற்றம் நிரூபிக்கப்படவில்லை.

பட்டப்பகலில், பொதுமக்கள் கண்முன்னே நடந்த நிகழ்வின் நிலை இதுவென்றால், எங்கோ மறைவாக, நிழல் உலகங்களில் நடக்கும் சம்பவங்களின் கதி என்ன என்பதை நீங்கள் கற்பனை செய்துகொள்ளலாம்,

இந்தப் புத்தகத்தின் ஏழாம் அத்தியாயத்தில், ‘நிலம் என்னும் நல்லாள் நகும்’ என்னும் தலைப்பில் இதுபோன்ற சம்பவங்களே சொல்லப்பட்டுள்ளன. அத்தியாவசியப் பொருட்கள் வணிகம் செய்வோர் மிரட்டப்படுகிறார்கள். அவர்கள் ஆளுங்கட்சிக்குக் கப்பம்கட்ட வைக்கப்படுகிறார்கள். இதையே நாம் தேர்தல் பத்திரங்கள் விஷயத்திலும் பார்க்கிறோம். ஆளும்கட்சிக்குப் பணம் தரவைக்க ஒரு அமைப்பு கட்டாயப்படுத்தப்படுகிறது. இது ஒன்றும் புதிதல்ல. சீர்திருத்தப்பட்டு, நவீனமயமாக்கப்பட்டு, தேசியமயமாக்கப்பட்டுள்ளது.

‘இடைத் தேர்தல்’ என்னும் முதல் அத்தியாயம் நம்மைத் திரைக்குப் பின் அழைத்துச்சென்று, தேர்தல்கள் எவ்வாறு

கையாளப்படுகின்றன என்று புரியவைக்கிறது. அது இன்றும் தொடர்கிறது.

'மிக முக்கியப் பிரமுகர்' என்னும் மூன்றாம் அத்தியாயம், வி.ஐ.பி. பாதுகாப்பு என்னும் ஊழலைத் தெளிவுபடுத்துகிறது. ஜார்ஜ் ஆர்வெல்லின் 'செழித்து சிறந்த நிலையில் உள்ளது' என்னும் கூற்றை மெய்ப்பிக்கும் சிறந்த சான்று இதுவே. சட்டத்தின்முன் அனைவரும் சமமே. ஆனாலும் சிலர் மற்றவர்களைவிட அதிக சமத்துவம் உடையவர்கள். அவர்களே வி.ஐ.பி., வி.வி.ஐ.பி. எனப்படுகிறார்கள்.

பலவீனமானவர்கள்மீது வழக்குத் தொடுப்பது சி.பி.ஐ. உள்ளிட்ட அனைத்து விசாரணை முகமைகளின் பொதுத் தன்மை. படித்தரத்தில் கீழ்நிலையில் உள்ளவர்களும் செல்வாக்கில்லாதவர்களும் அவர்களுக்கு எளிய இலக்கு. அதில் இரு நோக்கங்கள் உள்ளன. ஒன்று தங்கள் அமைப்பு தன் வேலையைச் செய்கிறது என்று உலகுக்குக் காட்ட முடிகிறது. அதன் மூலம் தங்களது செயல்பாட்டில் உள்ள ஊழலும் குறைபாடும் தீவிர ஆய்வுக்குட்படுத்தப்படாமல் தப்பிக்க முடிகிறது. அதிர்ஷ்டவசமாக ரவி நீதிமன்றத்தால் விடுவிக்கப்பட்டார். அவரைக் கொலையில் சம்பந்தப்படுத்த சிறு ஆதாரமும் முன்வைக்கப்படவில்லை (அத்தியாயம் 18 கொலைப்பழி). ஆனால் அந்த வழக்கு முடிவதற்குள் அவர் அனுபவித்த துன்பங்கள் கொஞ்சமல்ல. இந்த அப்பாவியின்மீது கொலைப்பழி சுமத்தி வழக்குத் தொடுத்த சி.பி.ஐ. அதிகாரிகள்மீது நடவடிக்கை எடுக்க நீதிமன்றம் ஏன் உத்தரவிடவில்லை என்று யோசிக்கத் தோன்றுகிறது. சட்டத்தைத் தங்கள் விருப்பத்திற்கேற்ப வளைக்கும் இத்தகு அதிகாரிகள் பதவி உயர்வுகள் பெற்று, நற்பணி விருதுகளையும் பெறுகிறார்கள்.

சில நேரங்களில் சிந்தனையின்றியே விதிகள் வகுக்கப்படுகின்றன. அவ்வாறு வகுக்கப்பட்ட விதிகளின் விளைவை அத்தியாயம் 15 – '1279 கருத்துரு' சொல்கிறது. அத்தியாயம் 16 'அத்துமீறலும் ஆக்கிரமிப்பும்' மற்றொரு விதியின் பிரசவ வேதனையைக் கோடிட்டுக் காட்டுகிறது.

2011ஆம் ஆண்டு மூன்றாவது முறையாக ஆட்சியைப் பிடித்தபோது ஜெயலலிதா நில அபகரிப்புத் தடுப்புப் பிரிவு என்னும் ஒரு புதிய பிரிவைக் காவல் துறையில் உருவாக்கினார். அதுவரை இருந்திராத ஒரு புதிய சிந்தனை என்பதில் ஐயமில்லை. நில அபகரிப்பில் ஈடுபடுவோர் யாராக இருந்தாலும் நடவடிக்கை எடுக்கப்படும் என்றும் அறிவித்தார்.

நில அபகரிப்பு வழக்குகளுக்கெனத் தனி நீதிமன்றங்களும் அறிவிக்கப்பட்டன. அரசுத் தலைவரே அறிவித்துவிட்டதால் காவல்துறை நடவடிக்கையில் இறங்கியது. பல வழக்குகள் பதிவு செய்யப்பட்டன. பலர் கைது செய்யப்பட்டுச் சிறைப்படுத்தப் பட்டார்கள். ஆனால் முறையான சட்ட அடிப்படை உருவாக்கப் படாததால், 2011ஆம் ஆண்டு உருவாக்கப்பட்ட இந்தத் தனிப் பிரிவுகளும் தனி நீதிமன்றங்களும் 2015ஆம் ஆண்டு நீதிமன்றத்தால் ரத்துச் செய்யப்பட்டன. இந்தப் பிரிவுகளும், தனி நீதிமன்றங்களும் உருவாக்கப்பட்டபோது இதிலுள்ள சட்ட நுட்பங்கள் குறித்து அரசு உயரதிகாரிகள் யாரும் சுட்டிக் காட்டவில்லை என்பதுதான் வேடிக்கையான விஷயம். அரசுத் தலைவர் வாய்வழி வரும் உத்தரவையும் அப்படியே நடைமுறைப் படுத்த முற்பட்டுவிடுகிறார்கள்.

2011ஆம் ஆண்டு அனைத்து நகரங்கள், மாவட்டங்களில் உருவாக்கப்பட்ட இந்த நில அபகரிப்புத் தடுப்புப் பிரிவுகளை 2015ஆம் ஆண்டு ரத்து செய்தபோது, 'நில அபகரிப்பு' என்பதற்கான அளவுகோல் அல்லது வழிகாட்டுதல்களை உருவாக்காமல், குறிப்பிட்ட நபர்களுக்கெதிரான குறிப்பிட்ட வழக்குகளைக் காவல்துறையே தேர்வுசெய்துகொள்ளும் நடைமுறையில், அந்த அதிகாரம் தவறாகப் பயன்படுத்தப்படும் வாய்ப்பு அதிகம் என்று நீதிமன்றம் சுட்டிக்காட்டியது. அத்தகு தவறான அதிகாரம் என்ன செய்யும் என்பதை அத்தியாயம் 17 "எண் 35, சுப்பிரமணிய முதலி தெரு" விவரிக்கிறது.

விடுதலைக்குப் பிந்தைய வரலாற்றுக் காலத்தில், கங்கையின் உபநதியாகிய தீஸ்தாவின் மேற்குப் பகுதியில் வசிப்பவர்கள், குறிப்பாக விந்திய மலையின் தெற்குப் பகுதியில் வசிப்போர், வடகிழக்கு என்னும் ஒரு பகுதியைப் பற்றி ஏதும் அறிந்திருக்கவில்லை. அது தொலைதூரத்தில் உள்ள ஒரு மர்ம தேசம், அணுகுதற்கரிது. இடையீடின்றிப் பலதரப்பட்ட போராட்டங்கள் நடந்துகொண்டிருக்கின்றன. நான் திரிபுராவில் பிறந்து வாழ்ந்த அந்த நாட்களில், பல ஆண்டுகள் அதுவே எனது உலகின் மையமாக இருந்தது. அங்கு வாழ்ந்த எல்லோருக்கும் அப்படியே இருந்திருக்க வேண்டும். பல தரப்பட்ட வாகனங்களில் பயணித்து அங்கு சென்று சேர நீண்ட நேரமானது. இருந்தபோதும், இப்பகுதியின் தனித்தன்மையையும் பிரத்தியேகச் சூழல் பற்றியும் கொஞ்சம் தெரிந்துகொள்வது, நீங்கள் இப்புத்தகத்தில் படித்த 8, 9, 10 அத்தியாயங்களின் பின்னணியைப் புரிந்துகொள்ள உதவும்.

இந்தப் பகுதி பல்வேறு தவறான காரணங்களுக்காகத் தலைப்புச் செய்திகளில் இடம் பெறுகிறது. உதாரணமாக இப்போது மணிப்பூரில் நடந்துகொண்டிருப்பதைப் போன்று, கிளர்ச்சி, வெள்ளம், இயற்கைப் பேரழிவு, மாநிலங்களுக்கிடையே பிரச்சினை, இனக்குழுக்களுக்கிடையே மோதல் என்பன போன்ற காரணங்களுக்காக. இத்தருணங்களில் உலகின் கவனம் இப்பகுதியின்மீது திரும்புகிறது. மற்றபடி இப்பகுதியின் சிறப்பான வரலாற்றுக்கு நமது பாடப் புத்தகங்களில் இடமில்லை. அஸ்ஸாம் மாநிலத்தை அஹோம் மன்னர் பரம்பரை சுமார் 700 ஆண்டுகள் ஆட்சி செய்தது. இப்பகுதியைத் தங்கள் ஆதிக்கத்திற்குள் கொண்டு வர முயன்ற முகலாயர்கள் திரும்பத் திரும்ப, சுமார் 14 முறை தோற்கடிக்கப்பட்டார்கள் என்பது வெளியுலகிற்குத் தெரியாது. நமது வரலாற்று நூல்களில், மன்னர் சக்ரத்வஜா சின்ஹா பற்றியும், முகலாய இராணுவத்தை அடித்து விரட்டிய தளபதி லச்சித் போர்புகான் பற்றியும் நம்மில் எத்தனை பேர் நினைவில் வைத்திருக்கிறோம்?

தேசப் பிரிவினை, இந்தப் பகுதியை நெருங்க முடியாததாக ஆக்கியதோடு, புவியியல்ரீதியாகவும் உணர்வுபூர்வமாகவும் கலாச்சாரரீதியாகவும் தனிமைப்படுத்திவிட்டது. பிரிட்டிஷாரால் உருவாக்கப்பட்ட இந்தப் பகுதிக்கான முக்கியப் பொருள் வழித்தடம் வங்க தேசம் வழியாகச் செல்கிறது. இந்தப் பகுதி பற்றிய பிரிட்டிஷாரின் ஆர்வம் நூறு விழுக்காடு சுரண்டலை அடிப்படையாகக் கொண்டிருந்தது. விவசாயப் பருவநிலையும் வளமான மண்ணும் இப்பகுதியைத் தேயிலை விளைச்சலுக்குப் பொருத்தமானதாக ஆக்கியிருந்தன. ரயில் வழியாகவும் சாலை மார்க்கமாகவும் நீர்வழித் தடங்களாகவும் தேயிலை கல்கத்தாவுக்குக்கொண்டு போகப்பட்டு, அங்கிருந்து லண்டனுக்குச் சென்றது; அங்கு அதற்கு ஆங்கிலப் பெயர்கள் சூட்டப்பட்டன. கணிசமான அளவு தேயிலையோடு, கணிசமான லாபத்தையும் வெள்ளையர்கள் விழுங்கினர்.

இந்தப் பொருளாதார இழப்பு, இந்தப் பகுதியின் ஸ்திரத் தன்மையைப் பாதித்த முக்கியக் காரணி என்பதில் ஐயமில்லை.

எனினும், இந்தப் பகுதி முழுமையின் அடிப்படைப் பிரச்சினை, இங்கு பழங்குடியினரும், பழங்குடியினமல்லாதோரும் கலந்து வாழந்ததே. இவர்களில் உள்ளூர்க்காரர்களும் வெளியிலிருந்து வந்தவர்களும் அடங்குவர். அவரவர்க்கும் உரிய தன்னார்வங்கள் இருந்தன. தங்கள் இன அடையாளத்தைத்

தக்கவைத்துக்கொள்ளும் ஆர்வத்தோடு, வளங்களுக்கான போட்டியும் இருந்தது. இனங்களுக்கிடையே இருந்த பரஸ்பர வெறுப்புணர்வையும் நாம் சொல்லியாக வேண்டும்.

இந்தியாவின் பிற பகுதிகளைச் சார்ந்த மரபு வழியினர், இங்கு பழங்குடியினத்தவரோடு மலைப் பகுதிகளிலும் சமவெளிகளிலும் வாழ்ந்தனர். ஆனால் இந்தப் பழங்குடிகள் இந்தோ-ஆர்யக் குழுக்களுக்கு மாறாகத் திபெத்-பர்மியக் குழுக்களாக இருந்தனர். அவர்களுக்குள் உப குழுக்களும் இருந்தன. உதாரணமாக நாகாலாந்தில் சுமார் 16 வெவ்வேறு இனக்குழுக்கள் இருந்தன. அவர்களின் மொழி, வாழ்க்கை முறை, கலாச்சாரப் பழக்க வழக்கங்கள் வெவ்வேறானவை. அவர்களுக்குள் எப்போதும் மோதல்கள் இருந்தன. இப்போதைய நாகாலாந்தின் அடையாளம், பாப்டிஸ்ட் தேவாலயத்தின் உருவாக்கம்.

பலமான அடக்குமுறைகளால் பிரிட்டிஷார் இந்தப் பகுதிகளைக் கட்டுப்படுத்தினர். நாகாலாந்தின் மலைகளில் விரட்டிவிடப்படுவது ஒரு தண்டனையாகத் தரப்பட்டது. அதே நேரத்தில், சட்ட ஆட்சிக்கான அமைப்புக்களையும் நிர்வாகத்தையும் பிரிட்டிஷார் அறிமுகப்படுத்தினார்கள்.

சுதந்திர இந்தியா, இந்தப் பகுதிகளுக்கு நிறைய நிதி யளிக்கும் அணுகுமுறையைக் கையாண்டது. ஆனால் அதில் பெரும் பகுதி சுருட்டப்பட்டது. இந்தப் புத்தகத்தில் நீங்கள் படித்த 'இரகசிய அறிக்கை' அத்தகைய சுருட்டலுக்கான ஒரு சிறிய உதாரணமாகும். அவ்வப்போது சிறு சிறு தீர்வுகள் எட்டப்பட்டன. பழங்குடியினங்களுக்குத் தனி மாநிலங்கள் உருவாக்கப் பட்டதும் உண்டு.

இந்தக் கொதிக்கும் கொப்பரைக்குள் அவ்வப்போது கொண்டுவந்து கொட்டப்படும் அகில இந்தியப் பணி அலுவலர்களின் (ஐ.ஏ.எஸ்./ஐ.பி.எஸ்.) அதிகாரிகளின் நிலை பரிதாபகரமானது. பிற பகுதிகளில் சாதாரண பொறுப்புக்களான வரி வருவாய், சட்டம் ஒழுங்கு, அத்தியாவசியப் பொருட்கள் விநியோகம் ஆகியவை இங்கு போதாது. இளையவரோ, முதியவரோ, இங்கு அவர்கள் எதிர்கொள்ளும் பிரச்சினைகளுக்கு, அவர்கள் ஏற்கெனவே சந்தித்த முன் நிகழ்வுகளோ, சட்ட விதிகளோ போதாது, பொருந்தாது. பலர் உடலுக்கும் உயிருக்கும் அச்சுறுத்தலை எதிர்கொண்டனர். பல அதிகாரிகள் வீரத்துடன் பிரச்சினைகளை – அந்நியத் தலையீட்டால் சிக்கலாகிவிட்ட ஆயுதப் போர், சிவில் போராட்டங்கள், இன

மோதல்கள் ஆகியவற்றை – எதிர்கொண்ட வரலாறு சரியாகப் பதிவாகவில்லை.

கே. ஸ்ரீதர் ராவ் என்னும் ஒரு அதிகாரியின் அனுபவங்கள் இந்த விஷயத்தில் என் ஆர்வத்தைத் தூண்டின. என் இந்தக் கதைகளின் நாயகன் அனூப் ஜெய்ஸ்வால் அவரைச் சந்தித்ததில் தொடங்கி, ஸ்ரீதர் ராவின் பணிகள் ‘அஸ்ஸாமில் தரப்பட்ட பணி’ என்னும் அத்தியாயத்தில் சொல்லப்பட்டுள்ளன. ராவின் அனுபவங்கள், பெரும் ஆபத்தும் உயிரிழக்கும் அபாயமும் இருந்தபோதும் அவர் ஆற்றிய பணிகள், எதிர்கொண்ட பிரச்சினைகள், அதேபோன்ற சூழலில் பணியாற்றிய, உயிரையும் இழந்த மற்றும் சிலருக்கும் நிகழ்ந்தன.

1965–67 ஆண்டுகளில் நிகழ்ந்த மிஸோ கிளர்ச்சியின்போது, ஆர்.வி. பிள்ளை என்னும் 1962 அணி ஐ.ஏ.எஸ். அதிகாரி, லுஷாய் ஹில் மாவட்டத்தின் தொலைதூர உட்கோட்டமான லுங்லேவில் பணியமர்த்தப்பட்டார். 26 வயது இளைஞர். பணியில் சேர்ந்து ஆறு மாதங்கள்கூட ஆகாத நிலையில் அவர் மிசோ கலகக்காரர்களால் கடத்தப்பட்டு, கிழக்கு பாகிஸ்தான் காடுகளுக்குள் கொண்டுபோகப்பட்டு, ஆறு மாதங்கள் பிடித்து வைக்கப்பட்டிருந்தார். அந்த நேரத்தில் அவருக்கு மலேரியா காய்ச்சலும் வலது கையில் எலும்புப் புற்று நோயும் ஏற்பட்டது. பாகிஸ்தான் இந்தக் கிளர்ச்சிகளை ஆதரித்தது என்பதும், ராணுவத்தை அனுப்பியும், விமானம் மூலம் குண்டு வீசியும் கிளர்ச்சியை எதிர்கொள்ள வேண்டியிருந்தது என்பதும் தெரிந்ததே. இப்போதும் காரணங்கள் என்னவென்று தெரியவில்லை. பிள்ளை விடுவிக்கப்பட்டு, மலேரியாக் காய்ச்சலுடன் மாவட்டத் தலைநகருக்கு அனுப்பப்பட்டார். அஸ்ஸாமின் மிகப் பெரிய மருத்துவமனையான குவஹாத்தி மருத்துவக் கல்லூரி மருத்துவமனையில் சிகிச்சை பெற்றார். மருத்துவர்கள் கையை வெட்டியெடுப்பதைத் தவிர வேறு வழியில்லை என்றனர். நல்லவேளையாக அவர் எய்ம்ஸ் மருத்துவர்களைக் கலந்தாலோசித்தார். அவர்கள் கையை அகற்ற வேண்டியதில்லை என்று சொல்லி, புற்றுப் பகுதியை அறுவை செய்து அகற்றினர். பிள்ளை சுமார் இரண்டாண்டுக் காலம் வலியால் அவதியுற்றார். இடது கையால் எழுதப் பழகிக்கொண்டார். பிற்காலத்தில் அவர் தேசிய மனித உரிமை ஆணையத்தின் பொதுச் செயலாளர் நிலைக்கு உயர்ந்தார்.

இதேபோல மிக அதிக விலை கொடுக்க நேர்ந்த மற்றொரு அதிகாரி 1961 அணி ஐ.ஏ.எஸ். அதிகாரியான இ.எஸ். பார்த்தசாரதி ஆவார். மேலை அஸ்ஸாம் பகுதியின் ஆணையாளராக

நியமிக்கப்பட்ட அவர், அவரது அலுவலக இருக்கையின் கீழே வைக்கப்பட்ட ஒரு குண்டு வெடித்துத் துண்டுகளாகத் தூக்கியெறியப்பட்டார். வழக்கம்போல தன் குடியிருப்புக்கு அருகிலிருந்த தன் அலுவலகத்திற்குச் சென்று இருக்கையில் அமர்ந்ததும், அந்த அழுத்தத்தால் விசை உந்தப்பட்டு குண்டு வெடித்து அவரைத் தூக்கியெறிந்தது. இது நிகழ்ந்தது 1970ஆம் ஆண்டு. ஸ்ரீதர் ராவ் அஸ்ஸாமுக்கு வருவதற்குப் பத்தாண்டுகள் முன்பு. அனைத்து அஸ்ஸாம் மாணவர் யூனியனின் வன்முறைக் கிளர்ச்சியை அடக்குவதில் பார்த்தசாரதி ஈடுபட்டார். சட்ட விரோதக் குடியேறிகள் அனைவரையும் கண்டறிந்து வெளியேற்ற வேண்டும் என்பது கிளர்ச்சியாளர்களின் கோரிக்கை. சட்ட விரோதக் குடியேறிகள் வாக்காளர் பட்டியல்களிலும் இடம் பெற்றுவிட்டனர் என்பது கிளர்ச்சியாளர்களின் குற்றச்சாட்டு. இது பற்றிப் பரவலாகப் பேசப்பட்டதையும், இன்றும் தலைப்புச் செய்தியாவதையும் நீங்கள் பார்த்திருக்கிறீர்கள். வரலாற்றை மறப்பவர்கள், தலைப்புச் செய்திகளில் அதனை மீண்டும் படிக்கச் சபிக்கப்பட்டவர்களாகிறார்கள்.

மும்பை,   **வி. சுதர்ஷன்**
ஏப்ரல் 2024